உடைந்த குடை

உடைந்த குடை

ஜி. குப்புசாமி (பி. 1962)
மொழிபெயர்ப்பாளர்

அயல் மொழி இலக்கிய மொழிபெயர்ப்பில் ஈடுபட்டுவரும் இவர் முக்கியமான சமகால எழுத்தாளர்கள் பலரின் எழுத்துக்களைத் தொடர்ந்து தமிழாக்கம் செய்துவருகிறார்.

'என் பெயர் சிவப்பு' மொழிபெயர்ப்புக்காக கனடா இலக்கியத் தோட்டம் விருதும், எஸ்.ஆர்.எம். பல்கலைக்கழகத்தின் தமிழ்ப் பேராய விருதும் (2012) பெற்றுள்ளார். 'கடல்' நாவல் மொழிபெயர்ப்புக்காக அயர்லாந்து அரசின் இலக்கிய நல்கையும் 2018ஆம் ஆண்டிற்கான தமிழக அரசின் சிறந்த மொழிபெயர்ப்பாளர் விருதையும் பெற்றுள்ளார்.

முகவரி : 74/26, பிள்ளையார் கோவில் தெரு
ஆரணிப் பாளையம், ஆரணி
திருவண்ணாமலை மாவட்டம் 632 301

தொலைபேசி : 97915 61654, 94433 05456

மின்னஞ்சல் : gkuppuswamy62@yahoo.com

ஜி. குப்புசாமியின் பிற மொழிபெயர்ப்புகள்

'நூறு சதவீதப் பொருத்தமான ஒரு யுவதியை ஓர் அழகிய ஏப்ரல் காலையில் பார்த்தபோது' – ஹாருகி முரகாமி (2006)

'என் பெயர் சிவப்பு' – ஓரான் பாமுக் (2009)

'கடல்' – ஜான் பான்வில் (2010)

'அயல்மகரந்தச் சேர்க்கை' (2011)

'சின்ன விஷயங்களின் கடவுள்' – அருந்ததி ராய் (2012)

'பனி' – ஓரான் பாமுக் (2013)

'இஸ்தான்புல்' – ஓரான் பாமுக் (2014)

'வெண்ணிறக் கோட்டை' – ஓரான் பாமுக் (2015)

'பெருமகிழ்வின் பேரவை' – அருந்ததி ராய் (2021)

'ஆஸாதி' – அருந்ததி ராய் (2022)

தாக் ஸூல்ஸ்தாத்

உடைந்த குடை

தமிழில்
ஜி. குப்புசாமி

காலச்சுவடு பதிப்பகம்

● அன்பார்ந்த வாசகருக்கு,

வணக்கம்.

காலச்சுவடு நூலை வாங்கியமைக்கு நன்றி.

நூலின் உள்ளடக்கம், உருவாக்கம், அட்டைப்படம் இன்ன பிற அம்சங்கள் பற்றிய உங்கள் கருத்துகளையும் ஆலோசனைகளையும் காலச்சுவடு வரவேற்கிறது. தகவல், எழுத்து, வாக்கியப் பிழைகள் தென்பட்டால் கட்டாயம் தெரிவித்து உதவுங்கள். நூல் தயாரிப்பில் கடும் குறைபாடு இருப்பின் மாற்றுப் பிரதி உங்களுக்குக் கிடைக்கக் காலச்சுவடு ஏற்பாடு செய்யும்.

மின்னஞ்சல்: **publisher@kalachuvadu.com**

காலச்சுவடு நாகர்கோவில் அலுவலகத்திற்குக் கடிதம் அனுப்பலாம்.

தங்கள்
எஸ்.ஆர். சுந்தரம் (கண்ணன்)
பதிப்பாளர் — நிர்வாக இயக்குநர்

"This translation has been published with the financial support of NORLA."

Shyness and Dignity (Genanse og verdighet) by Dag Solstad

© 1994 Forlaget Oktober A/S.

உடைந்த குடை ❖ நார்வேஜிய நாவல் ❖ ஆசிரியர்: தாக் ஸூல்ஸ்தாத் ❖ தமிழில்: ஜி. குப்புசாமி ❖ முதல் பதிப்பு: டிசம்பர் 2017, திருத்தப்பட்ட இரண்டாம் பதிப்பு: பிப்ரவரி 2018, ஏழாம் பதிப்பு: செப்டம்பர் 2023 ❖ வெளியீடு: காலச்சுவடு பப்ளிகேஷன்ஸ் (பி) லிட்., 669, கே.பி. சாலை, நாகர்கோவில் 629001

udaintha kudai ❖ Tamil translation of Norwegian Novel ❖ Author: Dag Solstad ❖ Sverre Lyngstad (English) ❖ Tamil Translation from English by: G. Kuppuswamy ❖ Language: Tamil ❖ First Edition: December 2017, Revised Second Edition: February 2018, Seventh Edition: September 2023 ❖ Size: Demy 1 x 8 ❖ Paper: 18.6 kg maplitho ❖ Pages: 152

Published by Kalachuvadu Publications Pvt.Ltd., 669, K.P. Road, Nagercoil 629001, India ❖ Phone: 91-4652-278525 ❖ e-mail: publications@kalachuvadu.com ❖ Printed at Adyar Students xerox Pvt. Ltd., No. 275 Habibullah Road, Triplicane high Road, Opp Triplicane Post Office, Triplicane, Chennai 600005

ISBN: 978-93-86820-31-0

09/2023/S.No. 811, kcp 4723, 18.6 (7) uss

Sarvendra Dharmalingam compared this translation with the Norwegion original and suggested appropriate changes. We thank him for his efforts.

அவரைப் பெரும் குடிகாரர் என்றுதான் சொல்ல வேண்டும். ஐம்பது வயதைத் தாண்டிய முதுநிலை ஆசிரியர். அதீதமாகப் பரந்து விரிந்திருக்கும் மனைவியோடுதான் தினமும் காலை உணவருந்துகிறார். இந்த இலையுதிர்கால தினத்திலும் – அது ஒரு அக்டோபர் மாத திங்கட் கிழமை – வழக்கம்போல காலை உணவுக்காக மெலிதான தலைவலியோடு உட்காரும்போதுகூட அன்றையதினம் தனது வாழ்க்கையைத் தீர்மானிக்கப்போகிற நாளாக இருக்கப் போகிறது என்பதை அறிந்திருக்கவில்லை. எப்போதும்போல வெண்மை பளீரிடும் சட்டையாகப் பார்த்து அணிந்திருந்தார். இப்படியொரு காலகட்டத்தில், இப்படியொரு சூழலில் வாழ நேர்ந்திருப்பதை யெண்ணி அவரிடம் ஏற்படும் கசப்புணர்வை, பரிசுத்தமான வெண்ணிறச்சட்டைகள் தணிவிப்ப தாக இருந்தன. மௌனமாகச் சாப்பிட்டு முடித்து விட்டு, சன்னலுக்கு வெளியே ஜாகோப் ஆல்ஸ் வீதியை இத்தனை வருடங்களில் எண்ணற்ற முறை பார்ப்பதைப் போலவே இன்றும் வெறித்திருந்தார். அது நார்வே நாட்டின் தலைநகரான ஆஸ்லோ நகரத்தின் ஒரு வீதி. இந்த நகரத்தில்தான் அவர் வசிப்பதும் பணியாற்றுவதும். சாம்பல் நிறத்தில் அச்சுறுத்தும்படியான காலை வெளிச்சம். மேக மூட்டைகள் கரியமுகத்திரைபோல மங்கலான வானத்தின் குறுக்கே ஊர்ந்துகொண்டிருந்தன. மழை வரலாம் என்று நினைத்தபடியே மடக்கிச் சுருக்கும் குடையை எடுத்துக்கொண்டார். பிரீஃப்கேஸில் குடையையும் தலைவலி மாத்திரைகளையும் சில புத்தகங்களையும் வைத்து மூடினார். அவரது எரிச்சலான மனநிலைக்கும், அவருடைய மனைவி யின் சோர்ந்த முகபாவத்துக்கும் பொருந்தாத

வகையில் ஒரு நட்பார்ந்த 'குட் பை'யை பாசாங்கற்ற குரலில் உதிர்த்தார். இப்படித்தான் ஒவ்வொரு காலையிலும் மிகுந்த சிரமத்தோடு தன்னை சகஜமாக்கிக்கொண்டு இந்த "போய் வருகிறேன், பத்திரமாக இரு"வை மனைவியிடம் சொல்லி வருகிறார். மனைவியோடு அந்நியோன்யமாக பல வருடங்க ளாக வாழ்ந்துவருவதன் விளைவாகப் பரஸ்பரம் ஓர் ஆழமான ஒற்றுமை அவர்களிடையே நிலவிவருவதை அவர் ஒப்புக் கொள்ளத்தான் வேண்டியிருக்கிறது. ஆனால் இப்போது ஒட்டுமொத்தமாகப் பார்க்கும்போது, இந்த ஒற்றுமையின் மிச்சங்களை மட்டுமே உணர முடிந்தாலும், இன்முகத்தோடு ஒவ்வொரு நாள் காலையிலும் சொல்கின்ற இந்த எளிமையான 'பத்திரமாக இரு' என்ற பிரியாவிடை அவருக்குத் தேவையாக இருந்தது. அவர்களுக்கிடையே எதுவும் மாறியிருக்கவில்லை யென்று அடிமனதில் அவர் நினைத்தாலும் இன்றைய நடப்பில் அது பிரதிபலிக்கவில்லை என்று இருவருக்கும் தெரிந்திருப்ப தாலேயே, இந்த மரியாதையைக் காப்பாற்ற வேண்டுமென்பதற் காகவும், இந்த விடைபெறுதல் சடங்கைக் கச்சிதமாக நிறைவேற்ற வேண்டுமென்பதற்காகவும் தன்னை வலிந்து மாற்றிக்கொள்ள வேண்டியது அவசியம் என்று உணர்ந்திருக்கிறார். இவரது பிரியாவிடைக்குப் பதிலாக அதேபோன்ற எளிமையான உண்மையான தொனியில் விடை கிடைக்கிறது என்பதற்காக மட்டுமல்லவென்றாலும், மனைவியின் வழியனுப்பல் அவரது பதற்றத்தன்மையை தணிவிப்பதாகவும், அது அவருக்கு அத்தியாவசியமானதாகவும் இருப்பதை உணர்ந்தே இருக்கிறார். வீட்டிலிருந்து ஏழு அல்லது எட்டு நிமிட தூரத்தில் இருக்கும் பார்கபோர்க் மேல்நிலைப் பள்ளிக்கு நடந்துசென்றார். தலை பாரமாகக் கனத்தது. கொஞ்சம் அதிகப்படியான அக்வாவிட்டும், பியரும் நேற்றிரவு எடுத்துக்கொண்டதன் விளைவு என்று நினைத்தார். அக்வாவிட் சற்று அதிகமாகவே உள்ளே சென்றுவிட்டதால்தான் இப்போது அவர் நெற்றியைச் சங்கிலிபோல நெருக்கிக்கொண்டிருக்கிறது. பள்ளியை அடைந்ததும் நேராக ஆசிரியர் அறைக்குச் சென்று, பிரீஃப்கேஸை வைத்துவிட்டு, சில புத்தகங்களை எடுத்துக்கொண்டு, ஒரு தலைவலி மாத்திரையை விழுங்கினார், ஏற்கனவே ஒரு பிரிவேளை பாடம் நடத்திவிட்டு அறையில் அமர்ந்திருக்கும் அவருடைய சகாக்களுக்குச் சின்னதாக ஒரு மையமான குட் மார்னிங்கை உதிர்த்துவிட்டு தனது வகுப்புக்குச் சென்றார்.

வகுப்பறைக்குள் நுழைந்து கதவை மூடினார். மேடையில் ஆசிரியருக்கான இருக்கையில் அமர்ந்தார். முதுகுக்குப் பின் சுவரை ஏறக்குறைய முழுவதுமாகக் கரும்பலகை ஆக்கிர மித்திருந்தது. கரும்பலகை. சாக்பீஸ். கடற்பஞ்சுத் துடைப்பான்.

பள்ளியில் இருபத்தைந்து வருடப் பணி. அவர் வகுப்பறைக்குள் நுழைந்தபோது கலைந்திருந்த மாணவர்கள் அவசர அவசரமாகத் தத்தமது சாய்வுமேசைகளுக்கு வந்து அமர்ந்து கொண்டனர். அவரெதிரே இப்போது பதினெட்டு வயதில் இருபத்தொன்பது இளைஞர்களும் யுவதிகளும். ஒரே நேரத்தில் அவரது வணக்கத்துக்குப் பதில் தெரிவித்தனர். செவிகளில் பொருத்தியிருந்த 'இயர்ஃபோன்'களை எடுத்துப் பைக்குள் போட்டுக்கொண்டனர். அவர் அவர்களுடைய *Vildanden* மாணவர் பதிப்பு நூலை எடுக்கச் சொன்னார். அது ஹென்ரிக் இப்சனின் 'காட்டு வாத்து' (The Wild Duck) நாடகத்தின் நார்வேஜிய மூலம். தன்மீது அவர்களிடமிருந்த விரோதத்தன்மை மீண்டும் ஒருமுறை அவரைத் தாக்கியது. ஆனால் ஒன்றும் செய்வதற்கில்லை. அவருக்கு ஆற்ற வேண்டிய பணி ஒன்று இருக்கிறது. அதைச் செய்தாக வேண்டும். அவர்கள் குழுவாக இருக்கும் போதுதான் அவர்களிடமிருந்து அந்த ஒட்டுமொத்த வெறுப்பு வெளிப்படுகிறது. தனித்தனியாக அவர்கள் ஒவ்வொருவருமே மிகவும் இனிமையானவர்கள்தாம். வகுப்பறையில் ஒன்றாக அமர்ந்த பிறகுதான் அவர்கள் வடிவமைத்துக்கொள்ளும் அந்த விரோதம் அவர்மீது, அவர் பேசுகின்ற, கற்பிக்கின்ற, நடந்து கொள்கிற அனைத்தின் மீதும் பாயத் தொடங்குகிறது. ஆனால் அவர் இடுகின்ற கட்டளைகள் எல்லாவற்றையும் செய்து முடித்துவிடுவார்கள். இப்போதும் அவர் சொன்னதைப் போலவே *Vildanden*இன் மாணவர் பதிப்பை ஒவ்வொருவரும் முணுமுணுப்பின்றி எடுத்துத் தமக்கு முன் பிரித்து வைத்துக்கொண்டார்கள். அவரும் தனது புத்தகத்தை எடுத்துப் பிரித்தார். ஹென்ரிக் இப்சனின் *Vildanden*. 1884இல் தனது ஐம்பத்தாறாவது வயதில் ஹென்ரிக் இப்சன் எழுதிய மகத்தான நாடகம். ஒரு மாதத்திற்கு மேலாக இந்தப் பாடம்தான் எடுக்கப்பட்டு வருகிறது, ஆனாலும் இன்னும் நான்காவது காட்சியைத் தாண்டவில்லை. தான் மிகவும் ரசித்து பாடம் எடுத்துவருவதாக நினைத்துக் கொண்டார். தூக்க மயக்கத்தில் இருக்கும் ஒரு திங்கட்கிழமை காலைநேரம். பார்கபோர்க் மேல்நிலைப் பள்ளியில் இரண்டு பிரிவேளைகளை ஒன்றாக்கி முதுநிலை மாணவர்களை உட்கார வைத்திருக்கும் ஒரு நார்வேஜிய வகுப்பு. சன்னல்களுக்கு வெளியே சாம்பல் பூத்த இறுக்கமான பகல். வகுப்பு மேடையிலிருந்த சாய்வுமேசைக்குப் பின்னால் – அதற்குத் தேவாலய போதனை மேசை என்று அவர் பெயர் வைத்திருந்தார் – அமர்ந்தார். மாணவர்களின் நாசிகளும் விழிகளும் புத்தகங்களின்மீது குனிந்திருந்தன. சிலர் நேராக உட்காராமல் ஏறக்குறைய கவிழ்ந்திருந்தது அவருக்கு எரிச்சலாக இருந்தாலும், கவனிக்காததுபோலக் காட்டிக்கொண்டார். விஸ்தாரமான

விவரிப்புகளுடன் பாடம் தொடங்கியது. காட்சி நான்கின் மத்தியில் இருந்தார். ஏக்டாலின் வீட்டுக்கு திருமதி ஸொர்பி வந்து, வேர்ல்–ஐ தான் மணந்துகொள்ளவிருப்பதாகத் தெரிவிக்கும் இடம். அந்தக் காட்சியில் ஏக்டாலின் வீட்டு உரிமையாளர் டாக்டர் ரெல்லிங்கும் இருக்கிறார். அந்தப் பகுதியை அவரே உரக்கப் படித்தார் (சில நேரங்களில் ஒரு மாறுதலுக்காக மாணவர்களில் ஒருவரை எழுப்பி படிக்கச் சொல்வார். ஆனால் இம்முறை அவரே படித்தார்.) “ரெல்லிங் (குரலில் சற்று நடுக்கத் துடன்): உண்மையாகவா சொல்கிறாய்? / திருமதி ஸொர்பி: ஆம், உண்மைதான் மை டியர் ரெல்லிங்.” வாசிக்கும்போது அவருக்கு அடக்கிக்கொள்ள முடியாதளவுக்குக் கிளர்ச்சி ஏற்பட்டது. இவ்வளவு வருடங்களாக *Vildanden* பயின்று, புரிந்துகொள்ள முயன்று வந்ததில், இதுவரை அவரது கவனத்தில் தட்டுப்பட்டிராத ஒரு தடத்தில் இப்போது அவர் காலெடுத்து வைத்திருப்பதைப் போல உணர்ந்தார்.

இருபத்தைந்து வருடங்களாக ஹென்ரிக் இப்சனுடைய இந்த நாடகத்தை ‘ஜிம்னாஸியத்தின்’ (மேல்நிலைப் பள்ளியை அவர் அப்படித்தான் அழைப்பார்) இறுதி வருடத்தில் பயிலும் பதினெட்டு வயது மாணவர்களுக்குப் பயில்வித்து வருகிறார். இந்த டாக்டர் ரெல்லிங் பாத்திரம் அவருக்கு எப்போதுமே விளங்காத புதிராகத்தான் இருந்திருக்கிறது. நாடகத்தில் அந்தப் பாத்திரம் என்ன பங்காற்றுகிறது என்பதை அவரால் முழுதாக உள்வாங்கிக்கொள்ள முடிந்ததில்லை. அந்தப் பாத்திரத்தின் வேலையே நாடகத்தின் மற்ற பாத்திரங்களைப் பற்றிய, சொல்லப் போனால் ஒட்டுமொத்த நாடகத்தைப் பற்றிய ஆதாரமான, நயமற்ற உண்மைகளை வெளிப்படையாகப் பறைசாற்றுவது மட்டும்தான் என்று புரிந்துவைத்திருந்தார். இப்சனின் கருத்துக்களை வெளிப்படுத்தும் கட்டியக்காரன் இந்த ரெல்லிங் என்பதுதான் அவரது கருத்தாக இருந்தது. அவ்வாறு ரெல்லிங் இருக்க வேண்டிய அவசியம் என்னவென்பதை அவரால் புரிந்துகொள்ள முடிந்ததில்லை. வாஸ்தவத்தில் டாக்டர் ரெல்லிங் பாத்திரம் நாடகத்தைப் பலவீனப்படுத்துவதாகத் தான் நினைத்தார். இப்சனுக்கு எதற்காக ஒரு கட்டியக்காரன்? நாடகமே தனது குரலை வெளிப்படுத்திக்கொள்கிறதுதானே என்று நினைத்தார். ஆனால், இங்கே, இங்கே, ஏதோவொன்று இருக்கிறது. ஹென்ரிக் இப்சன் துணைப்பாத்திரமான டாக்டர் ரெல்லிங் மீது கவனத்தைக் குவிக்கிறார். இடைப்பிறவரலுக்கு நடுவில் அவனை திருமதி ஸொர்பியிடம் அந்த செல்வாக்கான வணிகன் வேர்ல்–ஐ அவள் திருமணம் செய்துகொள்ளப் போவதாகச் சொல்வது உண்மைதானா என நடுங்கும் குரலில் கேட்கவைக்கிறார். அதுவரை நக்கல் பேச்சுக்காக மட்டுமே

பயன்படுத்திவந்த ரெல்லிங்கை ஒரு கணத்திற்கு ஹென்ரிக் இப்சன் நாடகத்தின் மையத்திற்குத் தள்ளிவிடுகிறார். ரெல்லிங்கின் தலைவிதி மிகவும் கசப்பானது. திருமதி ஸெர்பி முதலில் டாக்டர் ஸெர்பியை மணமுடித்திருந்தபோதும், இப்போது வேர்ல்-ஐ மணமுடிக்கவிருந்தபோதும் அவளை எப்போதுமே அடையமுடியாமல், தூரத்திலிருந்தே நிரந்தரமாக ரசித்துக்கொண்டிருக்க வேண்டியவனாக விதிக்கப்பட்டவன் அவன். அந்த சொற்பகணத்தில் அவனது விதி, மேடையில் அசைவற்று உறைந்து நிற்பது மட்டுமே மையக்காட்சியாகச் சமைந்துவிடுகிறது. அதன்பிறகு துணைப்பாத்திரத்தின் தருணம். இதற்கு முன்பும்பின்பும் ரெல்லிங் ஒரே மாதிரியாகத் தான் இருக்கிறான். அறிவார்த்தமான ஒற்றை வசன வரிகளை உதிர்த்துக்கொண்டிருக்கிறான். அவற்றில் ஒன்று நார்வேஜிய இலக்கியத்தில் சாஸ்வத அந்தஸ்துப் பெற்ற ஒரு வாக்கியமாகக் கூட பின்னாளில் அமைந்துவிடுகிறது. "சராசரி மனிதன் ஒருவனிடமிருந்து போலிப் பிரமைகளை நீங்கள் பிடுங்கிவிடும் போது, அவனது மகிழ்ச்சியையும் கூடவே பிடுங்கியெடுத்து விடுகிறீர்கள்."

அவருக்கு முன்னால் பலவித நிலைகளில் உட்கார்ந்தும், மேசையில் கவிழ்ந்துமிருந்த மாணவர்களுக்கு இப்போது இதைத்தான் தீர்க்கமாக விவரிக்க ஆரம்பித்துவிட்டார். டாக்டர் ரெல்லிங் முதல்முறையாக மேடையில் நுழைகின்ற காட்சி மூன்றுக்கு, பக்கங்களைத் திருப்புமாறு சொன்னார். அந்தக் காட்சியில் ரெல்லிங் பேசுவதைப் படிக்கச் சொன்னார். பின், காட்சி நான்கின் கடைசிக்கு, பக்கத்தைத் திருப்பச் சொன்னார். (மாணவர்களுக்கு இதற்குள் மொத்த நாடகமும் நன்கு பரிச்சயமாகிவிட்டிருக்கும் என்று நம்பினார். இதுவரை காட்சி நான்கின் நடுப்பகுதிவரை மட்டுமே பாடம் நடத்தப்பட்டிருந் தாலும், அவர்களுக்குத் தரப்பட்ட முதல் தனிமுறைப்பணி நாடகத்தை முழுமையாக படித்துத் தெரிந்துகொள்ள வேண்டும் என்பதுதான். அதன்படி அவர்கள் அனைவரும் நாடகத்தை முற்றிலுமாக அறிந்திருக்க வேண்டும். அவ்வாறு தாமாகப் படித்து எத்தனைபேர் புரிந்துகொண்டிருக்கிறார்களோ என்று நினைக்கும்போது, நேற்று சற்றுக் கூடுதலாக உள்ளே சென்ற பானங்களால் சமன்குலைந்து நடுங்கிய அவர் உடம்புக்குள் துளிர்த்த கேலி ஓர் உள்ளார்ந்த புன்னகையைத் தூண்டியது. தான் எதற்காக ஒரு போலீஸ்காரனைப்போல இந்த வகுப்பில் நடந்துகொள்ள வேண்டும் என்று யோசித்தார்.) அந்த இடத்தில் தான் டாக்டர் ரெல்லிங் பேசுகின்ற பல வசனங்களில், பின்னாட்களில் சாகாவரம் பெறப்போகிற அந்த 'போலிப் பிரமை' வசனமும் இடம்பெறுகிறது. அவர் உத்வேகத்தோடு

பாடத்தைத் தொடர்ந்தார்: பார்த்தீர்களா, டாக்டர் ரெல்லிங் வாய் ஓயாமல் எந்நேரமும் பேசிக்கொண்டேயிருக்கிறார் – ஒரேயொரு இடத்தைத் தவிர. அந்த இடத்தில்தான் நாம் இப்போது இருக்கிறோம். நாடகத்தின் முக்கிய கட்டத்தில் முதலும் கடைசியுமாக அவர் பங்கெடுப்பது இங்கே மட்டும்தான் என்பதை நீங்கள் கவனிக்க வேண்டும். மாணவர்கள் அவருக்கு இணங்கி பக்கங்களை முன்னும்பின்னும் புரட்டிப்புரட்டி, டாக்டர் ரெல்லிங் முதலும் கடைசியுமாக முக்கிய நிகழ்வொன்றில் பங்கெடுக்கும் கட்டத்துக்கு வந்தனர். அவர்கள் கொட்டாவி விட்டார்களா என்ன? இல்லை, யாரும் கொட்டாவி விட்டதாகத் தெரியவில்லை. அவர்கள் ஏன் கொட்டாவி விட வேண்டும்? அந்தளவுக்குக் கடுமையாக எதிர்ப்பைக் காட்டுவதற்கு எதுவும் நடக்கவில்லையே! இது பார்கபோர்க் மேல்நிலைப் பள்ளியில் கடைசி வருட மாணவர்களுக்காக நடத்தப்படும் மிகவும் சாதாரண நார்வேஜிய மொழிவகுப்பு. இந்த *Vildanden* என்ற நாடகம் அவர்களுடைய இறுதித் தேர்வுக்காகக் குறிக்கப் பட்டிருக்கும் ஒரு பாடம். ஒரு வீட்டின் இருண்ட, மேன்மாடப் பிறையில் இருக்கும் ஒரு காட்டு வாத்தை தலைப்பாகக்கொண்ட ஒரு பிரசித்திபெற்ற நாடகம். சிலர் புத்தகத்தையும், சிலர் அவரையும், சிலர் சன்னலுக்கு வெளியிலும் வெறித்துக்கொண் டிருந்தனர். நிமிடங்கள் மிக மெதுவாக ஊர்ந்துகொண்டிருக்க, காலத்தால் அழியாத அந்த வாக்கியத்தை உச்சரித்த இப்சனின் டாக்டர் ரெல்லிங் பாத்திரப் படைப்பைப் பற்றி ஆசிரியர் தொடர்ந்து உரையாற்றிக்கொண்டிருந்தார். துரதிருஷ்டம் பிடித்த அவனது தலைவிதியில் ஸ்தம்பித்து நின்றுகொண்டிருக் கிறான், என்றார். அது அவனுக்குத்தான் துயரம். மற்றவர்களுக்கு ஏறக்குறைய ஏளனமாகத்தான் இருக்கிறது. டாக்டர் ரெல்லிங் எப்போதுமே நக்கலாகப் பேசிக்கொண்டிருப்பதால்தான் அவ்வாறு நமக்குத் தோன்றுவதாகச் சொல்ல முடியாது.

இந்த இடத்தில் பாடத்தைச் சற்று நிறுத்தி மாணவர்களை நோக்கி சுட்டுவிரலை நீட்டி, இந்தக் காட்சியை நாடகத்தில் சேர்த்திருக்காவிட்டால் என்ன ஆகியிருக்கும் என்று கேட்டார். சிலர் திடுக்கிட்டனர். கொஞ்சம் இடைவெளி விட்டு, எதுவும் ஆகியிருக்கப்போவதில்லை என்றார். அவர்களுக்கு இப்படி தம்மை நோக்கி கையை நீட்டிக் கேட்பது உவப்பானதாக இல்லை என்று பல முகங்களில் தெரிந்தது. நாடகத்தில் எந்த மாற்றமும் நிகழ்ந்திருக்காது. இந்தக் காட்சி சேர்க்கப்பட்டிருக்காவிட்டால் டாக்டர் ரெல்லிங்கிற்குக் குரல் நடுங்கியிருக்க வேண்டிய அவசியம் நேர்ந்திருக்காது, அவ்வளவுதான். ஏனென்றால் முற்றிலும் மீமிகையானது அக்காட்சி. கதை நகர்வுக்கோ, அல்லது எவ்வித திருப்பத்துக்கோ உதவும் காட்சியல்ல அது. அந்த டாக்டர்

ரெல்லிங் என்பது ஒரு சிறிய துணைப்பாத்திரம் மட்டுமே. இந்தக் குரல் நடுக்க சம்பவத்துக்கு முன்பும்பிறகும் அப்பாத்திரம் ஒரே மாதிரியாகத்தான் நடந்துகொள்கிறது. நம்மெல்லோருக்கும் தெரியும், இந்த நாடகத்தை இயற்றிய ஹென்ரிக் இப்சன் என்ற மேதை தனது பாத்திரங்களையும் காட்சிகளையும் மிகக் கவனமாக உருவாக்குவார் என்று. தேவையற்றதாக ஒரேயொரு இழையைக்கூட விட்டுவைக்கமாட்டார். அவ்வாறிருக்கும்போது நாம் இந்தக் கேள்வியைக் கேட்டாக வேண்டும்: எதற்காக இப்சன் இந்த மீமிகையான காட்சியைச் சேர்த்திருக்கிறார்? ஒரு துணைப்பாத்திரமான டாக்டர் ரெல்லிங் எதற்காக 'குரலில் சற்று நடுக்கத்தோடு' ஒரு வசனத்தைப் பேசிக்கொண்டு தீர்மானிக்கும் சக்தியாக நாடகத்துக்குள் திடீரென நுழைகிறார்? ஏதோவொரு காரணம் இருக்க வேண்டும். இக்காட்சியே மீமிகையானதாக, உண்மையில் தேவையற்றதாக இருப்பதால், தான் உருவாக்கியுள்ள சிறிய பாத்திரமான டாக்டர் ரெல்லிங்குக்கு சிறப்பான காட்சியை ஒதுக்க வேண்டுமென்று இப்சன் நினைத்திருக்கக்கூடும் என்பதைத் தவிர வேறு காரணம் இருக்க முடியாது. அவ்வாறாயின் இந்தக் கேள்வி எழுகிறது: ஏன்? அவர் குரலை வெட்டிக்கொண்டு பள்ளி மணி அடித்தது. மாணவர்கள் சடாரென்று நிமிர்ந்தனர் *Vildanden* புத்தகங்களை மூடினர். இருக்கையிலிருந்து எழுந்து வகுப்பைவிட்டு வெளியேறத் தொடங்கினர். ஆசிரியரைத் தாண்டிச் செல்லும்போது ஒரே ஒரு மாணவன்கூடத் திரும்பிப்பார்க்கவில்லை. பாடம் நடத்திக் கொண்டிருந்தபோது கேட்கப்பட்ட பாதிக் கேள்வியில் குறுக்கிட்டது எரிச்சலாக இருந்தது.

அவரும் எழுந்தார். பத்து வருடங்களுக்கு முன்பாக இருந்தால் அவருடைய வாக்கியத்தை முடித்துச் சமிக்ஞை தரும்வரை மாணவர்கள் எழுந்திருக்கமாட்டார்கள். ஆனால் இப்போது பள்ளி மணி அடித்தவுடனயே புத்தகங்களை மூடி விட்டு, குற்றவுணர்ச்சியே இல்லாமல் முழுத்தன்னம்பிக்கை யோடு வெளியேறுகிறார்கள். மணி ஒலிப்பதுதான் பாடவேளை முடிந்ததற்கான சமிக்ஞை என சந்தேகமற அவர்களுக்குத் தெரிந்திருக்கிறது. வகுப்பு முடிந்ததைத் தீர்மானித்தது மணி தான். விதிகள் அப்படித்தான் வகுக்கப்பட்டிருக்கின்றன. பாடவேளை முடிந்ததா இல்லையா என்பதை அவர்தான் முடிவுசெய்ய வேண்டும் என்று அவர் சொல்லியிருந்தால் அவர்கள் அமைதியான, உறுதியான குரலில் விதிகளுக்குக் கட்டுப்பட்டுத்தான் அனைவரும் நடந்தாக வேண்டும் என்று பதில் சொல்லியிருப்பார்கள். மேலும், நீங்கள்தான் முடிவெடுப்பவர் என்றால் எதற்காக மணி அடிக்கப்படுகிறது என்றுகூடக் கேட்கலாம். அதன்பிறகு மணியடிப்பது என்பது ஆசிரியர்

பாடம் எடுக்கும் ஆர்வத்தில் நேரம் இடம் மறந்து பாடத்தில் மூழ்கிவிட்டால் அவருக்கு நினைவூட்டுவதற்காகத்தான் என்று அவர் சொன்னால்கூட அதில் பலன் இருக்காது. ஆசிரியர்கள் அறையை நோக்கி நடந்தார். எரிச்சல் குறைந்திருக்கவில்லை. அவர்களைவிட அவர்தான் இடைவேளையை எதிர்பார்த்திருந் தார். வகுப்பிற்குச் செல்வதற்கு முன்பே பீடித்திருந்த களைப்பு முக்கால் மணிநேரத்திற்கு இடைவிடாமல் வகுப்பெடுத்ததில் மேலும் அதிகரித்திருந்தது. உடனடியாக ஒரு கோப்பைத் தண்ணீரும் தலைவலி மாத்திரையும் அவருக்குத் தேவைப் பட்டது. குடிநீர் குழாயைத் திருப்பி டம்ளரில் குளிர்ந்த நீரை நிரப்பிக்கொண்டு மாத்திரையை எடுத்து விழுங்கியதும், டாக்டர் ரெல்லிங்கிற்கும் நாடகம் முடிக்க இப்படித்தான் நெற்றியில் பாரமும் உடம்பிலும் உள்ளத்திலும் நடுக்கமும் சோர்வுமாக இருந்திருக்கும் என்று அவருக்குத் தோன்றியது, ஆம், இதே உடல் – மனநிலையில்தான் அந்த ஏறக்குறைய நேர்த்தியற்ற வரிகளை (ஆம், அவற்றை அவர் அவ்வாறாகத்தான் கருதினார்) அவ்வளவு நேரம் பயிற்றுவித்துக்கொண்டிருந்தார். அவற்றில் ஒரு வாக்கியம் இறவாப்புகழும் அடைந்திருக்கிறது என்பதை நினைக்கையில் தனக்குள்ளாகவே புன்னகைக்க வேண்டியிருந்தது. ஆசிரியர் அறையின் அந்த மாபெரும் மேஜையில் தனது வழக்கமான இடத்தில் அமர்ந்தார். சென்ற வார இறுதியில் நடந்த கால்பந்துப் போட்டி முடிவுகள் பற்றியும், இன்னபிற விஷயங்களையும் கூடயிருந்த சகாக்களிடம் கொஞ்சம் அளவளாவினார். அந்த ஆசிரியர்கள் நார்வேயின் பல பகுதிகளிலிருந்து வந்திருப்பவர்கள். இரண்டு சீனியர் டிவிஷன்களின் ஒவ்வொரு அணிக்கும் குறைந்தபட்சம் ஒரு தீவிர ரசிகராவது அவர்களிடையே இருந்தார்கள். சென்ற வார இறுதிப் போட்டிகளில் வென்ற அணிகளின் அபிமானிகள் மற்றவர்களிடம் தவறாமல் பிரஸ்தாபித்துக்கொண்டனர். அவருடைய அணி மூன்றாவது டிவிஷனில் முதல் இடத்தில் இருந்தது. வருட இறுதியில் இரண்டாவது டிவிஷனுக்கு உயர்வு பெற்றுவிடும் என்ற நம்பிக்கை. இந்த அணியைப் பற்றி அவர்கள் அவருக்காக மரியாதையுடனும் இரக்கத்தோடும் பேசும்போது அதில் குற்றம் காண முடியவில்லை. (அதே மேசையில் அமர்ந்திருந்தாலும் ஆசிரியைகள் மட்டும் அந்த விவாதத்தில் கலந்துகொள்ளாமல் வழக்கம்போல பூத்தையல் பின்னிக்கொண்டிருந்தனர்; இதைப் பற்றி அவர் மனைவியிடம் சொல்லிக் கிண்டலாக சிரிப்பதுண்டு.)

திரும்பவும் வகுப்பறைக்கு மாணவர்கள் திரும்பிக் கொண்டிருந்தனர். அனைவரும் வந்து கதவை மூடுவதற் குள்ளாகவே பாடத்தை நடத்த ஆரம்பித்தார். எதற்காக இப்சன் தனது ஊதுகுழலாக வைத்திருக்கும் இந்தப் பாத்திரத்துக்கு

இத்தகைய தோரணையைத் தந்திருக்க வேண்டும்? இதை என்னால் புரிந்துகொள்ள முடியவில்லை. இது அவசியமற்றதாக, முரண்பாடாகத் தோன்றுகிறது. கிட்டத்தட்ட மோசமான நாடக ஆக்கம் என்றுகூடச் சொல்லிவிடலாம். ஆகவே இந்த நாடகத்தில் டாக்டர் ரெல்லிங் உண்மையில் இப்சனின் ஊதுகுழல்தானா என்ற கேள்வியை நாம் எழுப்ப வேண்டியிருக்கிறது. டாக்டர் ரெல்லிங், இப்சனின் ஊதுகுழலாகப் படைக்கப்பட்டிருந்தால் அதற்கு ஒரேயொரு காரணம் கிரேகெர்ஸ் வேர்ல் மிகச்சுலபமாகத் தப்பித்துவிடுவதைத் தடுக்க வேண்டுமென்பதற்காக இருக்கலாம். ஆனால் கிரேகெர்ஸ் வேர்ல் அவ்வளவு சுலபத்தில் தப்பித்துவிடுகிறானா என்ன? அவன்தான் ஹெட்விக்கைத் தற்கொலை செய்து கொள்ளவும் அந்தக் காட்டுவாத்தைச் சுட்டுக் கொல்வதற்கும் தூண்டி, சோக முடிவை வரவழைக்கிறான் என்று நமக்குத் தெரியும். அந்தத் துரதிருஷ்டமான துயரத்தைத் தூண்டி விட்டவனும் அவன்தான். அதேநேரத்தில் அந்த மரணத்தின் விளைவாக யால்மார் ஏக்தால் தனது அறமார்ந்த ஆளுமையை உயர்த்திக்கொள்கிறான் என்பதையும் கவனத்தில் கொண்டிருக்கிறான். கிரேகெர்ஸ் வேர்ல் தூண்டிவிட்ட அவலத்தின் விளைவாக எழுந்த உயர்வு இது. இதுமட்டும் போதாதா? அப்படித்தான் யாருக்கும் தோன்றும். இல்லை. கிரேகெர்ஸ் வேர்ல் தனக்கான தண்டனையைப் பெறுவதற்கு டாக்டர் ரெல்லிங் தேவைப்படுகிறார். அப்படியானால் நாடகத்தில் டாக்டர் ரெல்லிங் என்ற அச்சிறிய பாத்திரத்துக்கான வேலைதான் என்ன? அப்பாத்திரத்துக்குத் தேவையற்றக் கருத்தறிவிப்புத் தோரணையைக் கொடுத்து, உடல் நடுங்கவைத்து, ஓர் அறுதி யிட்ட அமைவுக்குக் கொண்டுசெல்ல வேண்டியதன் அவசியம் என்ன? நாடகத்தை உன்னிப்பாக, வேறு எதனையும் சிந்திக்கா மல் இதில் மட்டும் கவனத்தைக் குவித்து வாசித்துவிட்டு, அதன் பிறகு டாக்டர் ரெல்லிங்கிற்கு எப்போது அவசியம் ஏற்படுகிறது என்ற கேள்வியைக் கேட்டுக்கொண்டால் வெளிப்படையான ஒரு பதில் நமக்குக் கிடைக்கிறது. டாக்டர் ரெல்லிங் ஒரு கட்டத்தில் அத்தியாவசியமாகத்தான் இருக்கிறார். அது கடைசிக் காட்சியின் முடிவில். அவர் மாணவர்களை நாடகத்தின் இறுதிப் பகுதிக்குப் புரட்டச் சொன்னார். எல்லா நார்வேஜியப் பள்ளி வகுப்பறைகளுக்கும் பொதுவாக இருக்கும் அந்த அரையிருட்டில் சிலர் வேகமாகப் பக்கங்களைப் புரட்டினர். சிலர் மெதுவாக. அவரும் அக்குறிப்பிட்ட பகுதிக்கு பக்கங்களைப் புரட்டி வந்து, உப்பரிகையிலிருந்து துப்பாக்கிச் சத்தம் கேட்கும் அந்தக் காட்சியை உரக்க வாசித்தார். சிறிதுநேரம் கழித்து ஹெட்விக் தான் சுட்டிருக்கிறாள் என்பதும், அதுவும் அவள் தன்னைத்தானே

சுட்டுக்கொண்டிருக்கிறாள் என்பதும் தெரிகிறது. என்ன நடந்தது? கிரேகெர்ஸ் வேர்ல் அவளிடம் சொன்னபடி அந்த காட்டுவாத்தைச் சுடும்போது துப்பாக்கியைத் தவறுதலாகக் கையாண்டு தன்னையே சுட்டுக்கொண்டாளா? அது வெறுமனே ஒரு மோசமான விபத்து, பயங்கரமான துயரம் என்று சொல்லி விட முடியுமா? இல்லை, இது கைதவறிச் சுட்டுக்கொண்ட தல்ல. அந்தப் பன்னிரெண்டு வயதுப்பெண் வேண்டுமென்றே தன்னை நோக்கி துப்பாக்கியைத் திருப்பிவைத்துச் சுட்டிருக் கிறாள். இதைத் தெளிவாக உணர்த்துவதற்காக, ஒரு சாதாரண விபத்து என்றில்லாமல் ஒரு திகைப்பூட்டும் துயரநிலைக்கு நாடகத்தை உயர்த்திச் செல்வதற்கும் ஒரு தகுதிவாய்ந்த பாத்திரம் இப்சனுக்குத் தேவைப்படுகிறது. வேறு வார்த்தைகளில் சொன்னால் இப்சனுக்கு மருத்துவர் ஒருவர் தேவைப்படுகிறார். அதுதான் டாக்டர் ரெல்லிங் என்று வெற்றிப் பெருமிதத்துடன் குரலை உயர்த்தி மேசையைக் குத்தினார். மாணவர்கள் திடுக்கிட்டனர். சிலர் அவரைக் குழப்பத்துடன் பார்ப்பதையும், சிலருடைய புருவங்கள் நெரிக்கப்படுவதையும் கவனித்தார். ஒரு தகுதியான ஆளுமையாகவும், நடந்த உண்மைக்குச் சாட்சியாக வும் இப்சனுக்கு டாக்டர் ரெல்லிங் தேவைப்படுவதால்தான் அவரால் இவ்வாறு எழுத முடிகிறது: ‘டாக்டர் ரெல்லிங் (கிரேகெர்ஸை நெருங்கி): இது ஒரு விபத்துதான் என்று என்னிடம் யாரும் ஏமாற்ற முயலாதீர்கள். கிரேகெர்ஸ் (பயத்தில் நடுங்கிக்கொண்டே): எப்படி இதைப்போல ஒரு பயங்கரம் நடந்த தென்று யாராலும் நிச்சயமாகச் சொல்ல முடியாது. ரெல்லிங்: துப்பாக்கிக் குழலின் ‘வேடிங்’ அவளது உள்ளாடையைப் பொசுக்கியிருக்கிறது. துப்பாக்கியை நெஞ்சின்மேல் அழுத்திக் கொண்டு சுட்டிருக்கிறாள். கிரேகெர்ஸ்: ஹெட்விக் பலனில்லாமல் உயிரை விடவில்லை. யார்மாரின் மகத்துவத்தைத் துக்கம் எப்படி வெளிப்படுத்தியிருக்கிறது பார்த்தீர்களா?

இங்கு, இங்கு மட்டும்தான் டாக்டர் ரெல்லிங் தேவைப் படுகிறார். இந்த ஒரு காட்சிக்காகத்தான் அவர் நாடகத்திலேயே இருக்கிறார். தனது நாடகத்தின் இறுதியில் இப்சனுக்கு ஒரு மருத்துவர் தேவைப்பட்டால் அப்படியொரு பாத்திரத்தைத் திடீரெனப் புதிதாக அவரால் நுழைத்துவிட முடியாது. இதற்கு முன் அந்தப் பாத்திரத்தை அறிமுகப்படுத்தியிருக்க வேண்டும். அதனால்தான் இப்சனின் நாடகத்தில் அவ்வப்போது வந்து போய்க்கொண்டிருக்கும் அவரை ‘இப்சனின் ஊதுகுழல்’ என்று இவ்வளவு நாட்களாக நினைத்துக்கொண்டிருக்கிறோம். ஆனால் உண்மையில் அவர் என்ன செய்கிறார்? நாடகத்தின் இடையே தொடர்ந்து தனது விமரிசன வர்ணனையைச் செய்துகொண்டேயிருக்கிறார். கட்டியக்காரனைப்போல

நாடகப் பாத்திரப் பட்டியலிலுள்ள அனைவரின் செயல்களையும் விமரிசிக்கிறார். அதுவும் டாக்டர் ரெல்லிங் தெரிவிக்கும் கருத்துகள் எப்படிப்பட்டவை? அவையெல்லாமே ஐயத்திற்கிடமில்லாத நேரடியான விமரிசனங்கள். இவன் ஒரு முட்டாள், இவன் பிறந்ததிலிருந்தே மடையனாகவே இருந்துவருகிறான், இவன் அப்பாவிக் கிறுக்கன், இவன் அப்பன் ஒரு சகிக்க முடியாத பகட்டுப் பணக்காரன். அவனுக்கு மகனாகப் பிறந்துவிட்டதாலேயே சீக்குப் பிடித்த நீதியுணர்வைத் தலையில் ஏற்றிக்கொண்டு அவஸ்தைப்பட்டுக்கொண்டிருக்கிறான் என்றெல்லாம் ஒவ்வொருவரையும் வர்ணிக்கிறார். எல்லாமே நேரடியான, முசுடுத்தனமான, பட்டவர்த்தனமான உண்மைகள். கவனியுங்கள், இந்தப் பட்டவர்த்தனமான உண்மைகள் எல்லாமே நாடகம் நடந்துகொண்டிருக்கும்போதே பாத்திரங்கள்மீது வைக்கப்படுகின்றன. டாக்டர் ரெல்லிங் மொத்த நாடகத்தையுமே நடுவீதிக்கு இழுத்துவந்துவிடுகிறார். டாக்டர் ரெல்லிங்கை இப்சனின் ஊதுகுழல் என்று சொல்வதைவிட நாடகத்தின் எதிரி என்று சொல்லிவிடலாம். ஏனென்றால் அவரது கூற்றுகள் எல்லாவற்றிற்கும் ஒரேயொரு நோக்கம் மட்டுமே இருக்கிறது. அது இந்த நாடகத்தை, ஹென்ரிக் இப்சன் எழுதுவதைச் சிதைப்பது, அழிப்பது. “யால்மார் ஏக்டால் ஒரு ஏமாளி, முட்டாள்; அவனையும் அவன் குடும்பத்தையும் தொந்தரவு செய்யாதீர்கள். கிரேகெர்ஸ் வேர்ல் அவர்களை விட்டுவைக்க மாட்டான்” என்கிறார். டாக்டர் ரெல்லிங், கிரேகெர்ஸ் வேர்லையும் முட்டாள் என்கிறார். மற்றவர்களுக்காக தன்னை அகங்காரம் பிடித்தவன்போலக் காட்டிக்கொள்பவன் என்கிறார். எனக்குக்கூட அப்படித்தான் தோன்றுகிறது, என்று சங்கடத்துடன் சிரித்தபடியே சொன்னார். இதனால் கிரேகெர்ஸ் வேர்ல் பச்சாதாபத் தோற்றத்தை உண்டாக்கிக்கொள்கிறான். குடும்பத்தில் இருக்கும் பன்னிரெண்டு வயது சிறுமி தற்கொலை செய்துகொள்கிறாள், ஆனால் யால்மார் ஏக்டால் சுரணையற்ற அதிமூடனாகத்தான் தொடர்ந்து இருக்கிறான். கிரேகெர்ஸ் வேர்ல் இதன்மூலம் அம்பலப்படுத்தப்படுகிறான், ஆனாலும் அதுவொன்றும் எதிர்பாராமல் நிகழ்வதல்ல. கடலின் ஆழத்தைப் பற்றி வாயில் நீரொழுகப் பேசும் முசுடு ஒருவனைப்போல என்று சொல்லிவிட்டுத் தான் பயன்படுத்திய சொற்தேர்வில் அவரே சற்றுத் திகைத்துப் போனார். ஹெட்விக் இறந்துவிட்ட பின் யால்மர் ஏக்டால் அந்தத் துக்கத்தை அதன் உண்மையான மதிப்போடுதான் ஏற்றுக்கொள்கிறானா என்பதை மட்டுமே நாம் கவனிக்க வேண்டும் என்றார். உண்மையில் பார்க்கப்போனால் நாடகமாக எழுதிப்பார்க்க வேண்டிய விஷயமா இது! அவர் குரல் திடீரென உயர்ந்தது. மீண்டும் சில மாணவர்களின்

முகங்கள் சுருங்கின. பாதிபேர் உடம்பைக் குறுக்கிக்கொண்டு பாதித் தூக்கத்தில் இருந்தனர். அவர் குரலைத் தாழ்த்தினார். டாக்டர் ரெல்லிங் சொல்வது சரிதானா? ஆம், டாக்டர் ரெல்லிங் எப்போதுமே சரியாகத்தான் பேசுகிறார் என்பது எல்லோருக்கும் தெரிகிறது. இப்சனுக்கும் இது புரிந்துதான் இருக்கிறது. அவர் உருவாக்கும் பாத்திரங்களைப் பற்றிய தனது சொந்தக் 'கருத்துக்களை' டாக்டர் ரெல்லிங் அவ்வப்போது வெளிப்படுத்திக்கொண்டேயிருப்பதை இப்சன் அறியாமல் இருந்திருக்கமாட்டார். இருந்தாலும் இப்சன் தொடர்ந்து எழுதிக்கொண்டிருக்கிறார். ஏனென்றால் டாக்டர் ரெல்லிங் பார்த்திருக்க முடியாத ஏதோவொன்று இருக்கிறது என்பது தான் அப்புகழ்பெற்ற ஐம்பத்தாறு வயதான நாடகாசிரியரைத் தொடர்ந்து எழுதவைக்கிறது. டாக்டர் ரெல்லிங் என்பவர் ஹென்ரிக் இப்சனின் எதிரி. டாக்டர் ரெல்லிங்கிற்கு எதிராக டாக்டர் இப்சன். ஹென்ரிக் இப்சன் தொடர்ந்து பிடிவாதத் துடன் எழுதிக்கொண்டே இருக்கிறார். டாக்டர் ரெல்லிங்குக்கு அனைத்து வசதிகளையும் செய்துகொடுக்கிறார். முடிந்த முடிவாக டாக்டர் ரெல்லிங் உதிர்க்கும் சித்தாந்தங்களை அனுமதிக்கிறார். அவர் குரல் உயர்ந்துகொண்டே வந்து, மாணவர்களை நோக்கி மிகையாக கைகளை வீசி 'ஏன்?' என்று சத்தமிட்டார். அவரது முழக்கத்தில் அவரே திடுக்கிட்டு, குரலை அடக்கி, மீண்டும் மெதுவாகக் கேட்டார்: 'ஏன்?' இது டாக்டர் ரெல்லிங்கிற்கும் டாக்டர் இப்சனுக்கும் இடையே நடக்கும் போட்டி என்பதை நாம் நினைவில் கொள்ள வேண்டும். ஆனால் டாக்டர் ரெல்லிங்கை உருவாக்கியவரே டாக்டர் இப்சன் அல்லவா? டாக்டர் இப்சன் காகிதத்தில் டாக்டர் ரெல்லிங் என்று எழுதி, அந்தப் பாத்திரம் வசீகரமற்ற உண்மை வார்த்தைகளைப் பேசி மொத்த நாடகத்தையும் தூள்தூளாக்கும் தருணத்திற்கு முன்புவரை டாக்டர் ரெல்லிங் என ஒருவர் இவ்வுலகில் எங்குமே இருக்கவில்லை. இப்சன் ஏன் இதைச் செய்யவேண்டும்? என்று கேட்டார். ஏன்? ஏன்? வகுப்பை நோக்கி அவர் கேட்ட கேள்விகளுக்கு எந்த எதிர்வினையும் எழும்பவில்லை. பதிலாக வெவ்வேறு சமிக்ஞைகள் அவர்களின் உடல்மொழிகளிலும் முகபாவங்களிலும் தெரிந்தன. ஊடுருவ முடியாத ஒரு வெறுப்புணர்வு அங்கே கவிந்துகொண்டிருந்தது. இத்தகைய சூழலில் ஆசிரியர் வகுப்பில் அமர்ந்துகொண்டு *Vildanden* நாடகத்தைப் பற்றிய அவரது கருதுகோள்களையும், உபரிப் பாத்திரமான டாக்டர் ரெல்லிங்கைப் பற்றிய அலசல்களையும் நிகழ்த்திக்கொண்டிருப்பது ஒருவகையான சித்திரவதைச் செயல்தான் என்று அவருக்குத் தோன்றியது.

அவர்கள் சலிப்புற்றிருந்தார்கள் என்று சொல்ல முடியாது அவர்களுடைய அடிபட்ட பார்வைகளின் வழியே அந்தச் சலிப்பு வழிகிறது. ஹென்ரிக் இப்சனின் நாடகத்தைக் கற்பிக்கும் ஒரு நார்வேஜிய வகுப்பில் சலிப்பு காணப்படுவதில் ஒன்றும் வியப்பில்லை. சுதந்திரமான கல்வியைப் பெற்றுக்கொள்வதற்காக வந்திருக்கும் பதினெட்டு வயது இளைஞர்கள்தானே அவர்கள்! அவர்களை முழுவளர்ச்சியடைந்த மனிதர்கள் என்று பார்க்க முடியாது. அவர்களை முதிர்ச்சியற்றவர்கள் என்று வகைப்படுத்தினால், அந்தக் கருத்தை நிதானமாகவும் உணர்ச்சிவசப் படாமலும் அணுகும் எவரையும் – அல்லது அந்த மாணவர்களையும், அவர்கள்மீது ஆதிக்கம் செலுத்துகிறவர்களையும்கூடப் புண்படுத்துவதாக இருக்காது. இந்த முதிர்ச்சியற்ற இளைஞர்கள் நார்வேஜிய செவ்விலக்கியங்களைப் பயின்று அறிந்துகொள்வதற்காகப் பள்ளியில் சேர்க்கப்படுகின்றனர். அவர்களுக்குக் கற்றுத் தருவதுதான் அவருக்கிடப்பட்ட பணி. அதிகாரபூர்வமாக நியமிக்கப்பட்ட வேலை. இத்தகைய பணியில் இருக்கின்ற பிரதானமான சிக்கலே அவர் அளிக்க வேண்டியிருக்கும் பாடங்களை உள்வாங்கிக்கொள்ளும் திறமை அவர்களுக்கு இல்லாமலிருப்பதுதான். முதிர்ச்சியற்ற இளைஞர்கள். சிறுவனாகவும் இல்லாமல் வளர்ந்த மனிதனாகவும் இல்லாமல் இடைப்பட்ட ஒரு கிளர்ச்சியூட்டும் பருவம். ஹென்ரிக் இப்சனின் *Vildanden* புரிந்துகொள்ள முடியாத வயது. வேறு எதனையும் இதைவிட அதிகமாக எதிர்பார்த்தால் அது அம்மேதைக்கு இழைக்கப்படும் அவமரியாதையாகிவிடும். மானிட இனத்தின் கலாச்சாரப் பாரம்பரியத்தை அறிந்து கொள்ள முற்படும் வயதுவந்தோருக்கும் ஏற்படும் பிரச்சனை இதுவேதான். அதனால்தான் இந்தக் கல்வியின் படிநிலையில் இருப்பவர்களை மாணவர்கள் என்று அழைப்பதில்லை, அவர்கள் சீடர்கள். பயில்வதற்காக வந்திருக்கும் மாணவர்களல்லர். அறிவுத்துலக்கம் பெற வந்திருக்கும் சீடர்கள். அவர் குரு. அவர்கள் சீடர்கள். நார்வே கல்வியமைப்பின் உச்சமான படிநிலை இது என்பதால், கற்றுத் தர வேண்டியவற்றின் தரம் குறித்து சில நிர்ணயங்கள் ஏற்படுத்தப்பட்டிருக்கின்றன. இதனால் நடப்பது என்னவென்றால், பயிற்றுவிக்க வேண்டிய பாடம் அந்த இடம் சீடர்களின் பண்பட்டிராத அறிவுத்தளத்திற்கும் உணர்வுத் தளத்திற்கும் தகவமைத்துக்கொண்டு கிரகிக்கப்பட இயலாமல் தலைக்கு மேலே கடந்து சென்றுவிடுவதுதான். அவர்களுக்குப் பயிற்றுவிக்கப்படுவது என்னவென்பதைத் தெரிந்துகொள்வதற்கு அம்மாணவர்கள் வலுக்கட்டாயமாக தம்மை வல்லந்தப் படுத்திக்கொள்ள வேண்டியிருக்கிறது. நார்வேயின் பள்ளிகளில் அளிக்கப்படும் மேல்நிலைக் கல்வியை முடித்த மாணவர்களுக்கு

நார்வேயின் கலாச்சாரப் பாரம்பரியம் குறித்த போதிய அறிவு கிடைத்துவிடுகிறது என்பது ஒரு பொதுவான நம்பிக்கையாக இருக்கிறது. நாட்டின் கலாச்சாரப் பாரம்பரியம் இலக்கியங்‘ களில் பாதுகாக்கப்பட்டிருக்கிறது என்ற நம்பிக்கையின் நீட்சி அது. அந்த நம்பிக்கையை உண்மையாக்குவதற்காகத்தான் இந்த மழை தூறும் திங்கட்கிழமைக் காலை வேளையில் பார்கபோர்க் பள்ளியில் ஹென்ரிக் இப்சனின் நாடகத்தை அவர் பெரும் கடமையாக எண்ணி நடத்திக்கொண்டிருக்கிறார். இந்தப் பாடம் அவர்களுக்கு இதற்குள் பரிச்சயமாகியிருக்க வேண்டும். ஆனால் அந்த முதிரா மனம்கொண்ட இளைஞர்களின் தலைக்குள் புகாமல் அந்தரத்திலேயே இலக்கியப் பாடம் கடந்துபோவதால் வகுப்பறையில் தவிர்க்க முடியாத சலிப்புணர்வு கனமாக நிரம்பிவிட்டிருக்கிறது. இதுபோலத்தான் எப்போதுமே இருந்து வருகிறது. பயிற்சியேடுகளில், அதன் முறைமைகளில், இலட்சியங்களில் பின்னப்பட்டிருப்பது இது. இந்த ‘ஜிம்னாஸிய’ நார்வேஜியன் வகுப்புகளுக்கு இளம் ஆசிரியராக அடியெடுத்து வைக்கும்போது அவருக்கே பெரும் சலிப்பு உண்டாகியிருந்தது. ஏழு வருடங்கள் கழித்து அதே சலிப்பை மாணவர்களின் முகங்களிலும் அவரால் பார்க்க முடிந்தது. அவர் மாணவராக பள்ளியில் இருந்தபோது அவருக்குப் பெரும் சலிப்பூட்டிய பாடத்தை இப்போது அவர் பயிற்றுவிக்க வேண்டியிருக்கிறது. இதை இளைஞர்களுக்குக் கல்விபுகட்டும் திட்டத்தின் ஒரு பகுதியாகத்தான் பார்க்க வேண்டும். இதையும் மிகவும் ரசித்து சந்தோஷமாகக் கற்றுத்தர வேண்டும். இதைத்தான் அவரது மேல்நிலை ஆசிரியப்பணியின் முதல் பதினைந்து இருபது வருடங்களுக்குச் செய்துகொண்டிருந்தார். அவரது கற்பித்தல் மாணவர்களுக்குச் சலிப்பூட்டுவதாக இருக்கிறது என்ற எண்ணமே அவருக்கு வியப்பூட்டுவதாக இருந்தது. நாகரிகம் பண்பட்டிருக்கும் ஒரு நாட்டின் மேல்நிலைப் பள்ளியில் பாடம் கற்பிப்பதில் உள்ள சிக்கல் இது என்று அவர் எப்போதும் நினைத்துக்கொள்வார். இந்த முரண்பட்ட சூழலை நினைக்கும் போது வேறு எப்படியும் இதைச் செயல்படுத்துவது சாத்திய மில்லை என்று உடனே புரியும். வேறுமாதிரியாகக் கற்பனை செய்துபார்க்கலாம்: கலாச்சாரப் பாரம்பரியம் இந்த வருங்காலத் தலைமுறையினரிடம் பெரும் ஆர்வத்தைக் கிளப்பி, அவர்கள் மனதைத் தின்றுகொண்டிருந்த பற்பல கவலைகளுக்கும் கேள்விகளுக்கும் அதன் மூலம் பதில் கிடைப்பதையறிந்து, பேரார்வத்தோடு படிக்கத் தொடங்கிவிட்டால். . . என்ன இனிமையான கற்பனை! ஆனால் யதார்த்தத்தில் குழப்பமான, முழுமையற்ற, மிகச்சாதாரண அறிவு, உணர்வுச் சூழலில் உழலும் முதிர்ச்சியற்ற இளைஞர்கள்தானே எதிரில் அமர்ந்திருக்கிறார்கள்!

நமது கலாச்சாரப் பாரம்பரியம் வழியாக நம்மிடம் இறக்கி வைக்கப்பட்டிருக்கும் இலக்கியங்கள் உண்மையிலேயே நமது இளைஞர்களை உள்ளப்பூர்த்தியாக ஆக்கிரமித்திருந்தால், இந்த இலக்கியத்தை 'நமது கலாச்சாரப் பாரம்பரியம்' என்றழைக்கும் கலாச்சாரத்தின் லட்சணத்தையே பட்டவர்த்தனமாக உரித்துக் காட்டியிருக்கும். மேலும் இந்த மழை தூறும் சோகையான திங்கட் காலையில் ஆஸ்லோவின் பார்கபோர்க் மேல்நிலைப் பள்ளி வகுப்பறையில் இந்த மாணவர்கள் தமது ஆசிரியரிடம் சமர்ப்பிக்கும் பாடக்கட்டுரைகள் எல்லாமே மெய்ப்படியான இலக்கிய ஆய்வறிக்கைகளாகவே இருக்க வேண்டும். அவரும் அந்தக் கட்டுரைகளை பள்ளியில் வைத்துத் திருத்தம் செய்ய மாட்டார். வீட்டுக்குக் கொண்டுவந்து அவற்றை வாசிப்பார். அவை எதுவுமே மகத்தான திட்டவரைவுகளின் குறிக்கோள் களுக்கு எந்தவிதத்திலும் நியாயம் கற்பிக்காத, பயங்கரங்களாகத் தான் இருக்கும். மென்மையாகச் சொன்னால் தறிகெட்ட கற்பனைப் பிதற்றல்கள். இவை இப்படித்தான் இருக்குமென்று மாணவர்களின் குறைபட்ட அறிவுத்தேர்ச்சியோடு போராடிக் கொண்டிருக்கும் இருபத்தைந்து வருட அனுபவத்தில் அறிந்திருந்தார். ஒவ்வொரு மாதமும் இதைப் போலக் குறைந்த பட்சம் மூன்று கட்டுகளில் கட்டுரைகள் திருத்தம் செய்வதற்காக அவருக்கு வரும். கலாச்சாரப் பாரம்பரியத்தைச் சொல்லும் இலக்கியங்கள் மாணவர்களிடம் எவ்விதமான ஊக்கத்தையும் தட்டியெழுப்பவில்லை என்பதே நிஜம். அவர்களுடைய கட்டுரைகளில் கலாச்சாரப் பாரம்பரியத்தின் மகத்தான சாதனைகளைச் சற்றேனும் உணர்ந்திருப்பதற்கான தடயங்கள் காணப்படாது. எனவே ஹென்ரிக் இப்சனின் நாடகத்தை ஆசிரியர் ரசித்து ருசித்துக் கற்பிக்கும்போது நார்வேஜிய வகுப்பறைகளில் கனமாகக் கவிந்துவிடும் சலிப்பும் அயர்ச்சியும் தான் இதன் விளைவு. இந்தச் சலிப்பும் அயர்ச்சியும் ஆசிரியரை யும் விட்டுவைப்பதில்லை. இருபத்தைந்து வருடங்களாக அவர் இப்சனின் இதே நாடகத்தைத்தான் பெரும்பாலும் கற்பித்துக் கொண்டு வருகிறார். ஒரே விஷயத்தை திரும்பத்திரும்ப வாந்தி யெடுத்துக்கொண்டிருப்பதைப் போன்ற உணர்வை அவரால் தவிர்க்க முடிந்ததில்லை. *Peer Gynt*ன் "பியர், நீ பொய் சொல்கிறாய்," "இல்லை, நான் பொய் சொல்லவில்லை" என்ற முதல் வசனங் களையும் '*The Buckride*'ஐயும் உச்சரிக்கும்போதே அவருக்கு அருவருப்பாக இருக்கும், மாணவர்களுக்கு அதைக் காட்டிக் கொள்ளாமல் எச்சரிக்கையாக நடந்துகொள்வார். இன்று பாடம் நடத்தும்போது அடைந்த தனிப்பட்ட பரவசத்தைப் போல வெகு அரிதாகவே உணர்ந்திருக்கிறார். மாணவர்களிடம் அவர் நடத்திய பாடம் வழக்கமானவொன்றுதான். அவரைப்

பொறுத்தவரை ஆர்வத்தை எழுப்பாத எளிய பொழிப்புரை மட்டுமே. மிகப் பிரபலமான ஒரு முற்கோளை – யால்மார் ஏக்டாலுக்கும் பியர் கிந்த்துக்கும், மற்றும் பிராண்டுக்கும் கிரேகெர்ஸ் வேர்லுக்கும் இடையேயுள்ள ஒற்றுமையைப் பற்றி– வைத்துதான் தனது விரிவுரையைத் தொடங்கியிருந்தார். சாதாரணமாக அவர் விளக்கும் விதம் அவருக்கே இந்த இரட்டை ஒற்றுமையின்மீது ஒரு ஆர்வத்தைப் பிறக்கவைக்கும். இதற்கு முன் சிந்தனையில் தோன்றிடாத ஏதோவொன்று பளிச்சிட்டு மறையும். மிகச்சொற்பமான கணத்துக்கு மட்டுமே அது நிகழும். இன்று அது அவரை பற்றிப் பரவிக்கொண்டது. சற்றும் எதிர்பாராமல், 'ஓ, இந்த டாக்டர் ரெல்லிங்!' என்று உள்ளார்ந்த பெருமூச்சோடு அவர் மனம் விம்மியது. மாணவர்களிடம் அவர்களுடைய *Vildanden* பாடப்புத்தகத்தின் நாற்பத்து மூன்றாவது பக்கத்தைப் பிரிக்கச் சொல்லிவிட்டு, தானும் அந்தப் பக்கத்தைப் பிரித்து வைத்துக் கொண்டார். அந்த சாஸ்வதமான கட்டியக்காரப் பிரஸ்தாபம். நாற்பத்து மூன்றாம் பக்கத்தின் இந்தக் காட்சியில் 'குரலில் சற்று நடுக்கத்துடன்' உச்சரிக்கப்படும் இடைப் பிறல்வரலோடு டாக்டர் ரெல்லிங், இப்சனின் நாடகத்தில் ஒரு பாகமாக ஆகிவிடுவதாலேயே, அவருக்கு டாக்டர் ரெல்லிங் ஒன்றும் நாடகத்தின் உப்புச்சப்பற்ற கட்டியக்காரப் பாத்திரம் அல்ல வென்று திடீரென மனத்தில் உதித்தது. ஏனென்றால், இப்சன் என்ற மேதை, அவருடைய குரலுக்குச் சற்று நடுக்கத்தைக் கொடுத்து, திருமதி செர்பியுடன் பேசும் இச்சிறியதொரு காட்சியை அவருக்கு அளிக்குமளவுக்கு இறங்கி வந்திருக்க மாட்டார். மேலும் இந்தக் காட்சியில் அவ்வளவு ஒன்றும் கவர்ச்சியற்ற திருமதி ஸெர்பி என்ற விதவையின் மீது நிரந்தரப் பிரேமை கொண்டிருக்கும் கசப்பான தலைவிதியைச் சுமந்து கொண்டு வருவதாகவும் காட்சியமைத்திருக்க மாட்டார். ஆனால் அவரது ஆற்றொழுக்கான சொற்பொழிவும், அவரது ரசனை யூட்டும் ஊக்கமும் மாணவர்களைத் தூண்டியெழுப்புவதாக இல்லை. அவர்கள் அவரைப் புரிந்துகொள்ளும் நிலையிலேயே இல்லை. அவருடைய விரிவுரை அவரை மட்டுமே கிளர்ச்சி யடைய வைத்துக்கொண்டிருந்தது. மாணவர்கள், தமது இயல்புக் கேற்ப பாதி சரிந்தும் பாதி அமர்ந்தும், வழக்கமான சலிப்பைச் சகித்துக்கொண்டு, அவர்களுடைய தாய்மொழி இலக்கிய வகுப்பைக் கழித்துக்கொண்டிருந்தனர். மாணவனாக இருந்த காலத்தில் நார்வேஜிய வகுப்பின் மூச்சடைக்கும் மனச்சோர்வி லிருந்து தப்பிவந்த இவர்தான், இப்போது ஆசிரியராகப் பணி புரியும் காலத்தில் இப்பாடவகுப்பின் இறுதியில் மனநிறைவடைந் திருப்பதாக உணர்கிறார். ஆனால் இந்தத் திருப்தி அவருக்கு மட்டுமே உரித்தானது. மற்றவர்களுக்கு இதில் மகிழ்ச்சியடைய

எந்த முகாந்திரமும் இல்லை. ஆனால் அவர்களில் சிலருக்கு மட்டும் இந்த சலிப்பூட்டும் இப்சனின் இழுவைக்கு மத்தியில் இவர் திடீரென மனவெழுச்சி பெற்றுச் சிலிர்ப்போடு உரையாற்றியதைக் கண்டு ஆச்சரியம் ஏற்பட்டிருக்கலாம் என்று அவருக்குத் தோன்றியது. இந்த மனமுதிர்ச்சியற்ற கும்பலில் உள்ள ஒரு சிலருக்காவது அத்தகைய வியப்பு ஏற்பட்டிருக்கு மானால், ஒரு பரந்தளாவிய பார்வையில் அதுவே அற்ப (சந்தோஷ) நிகழ்வுதான். மகத்தான தேசிய இலக்கியப் படைப்பு களைப் பற்றி உணர்ச்சிகரமான சொற்பொழிவாற்றுவது ஒன்றும் அவருக்கிடப்பட்ட வேலை அல்ல. அவருடைய பணி, நிர்ணயிக்கப்பட்ட பாடத்திட்டங்களுக்குள் வாரத்திற்கு இத்தனை வகுப்புகள் என்று மூன்று வருடங்களுக்கு எடுத்து, அவருடைய இம்முதிர்ச்சியற்ற மாணவர்களுக்கு முதிர்ச்சி கொண்ட இந்த ஆசிரியரையும், முழுமைபெற்றிடாத குழப்ப மனம்கொண்ட மாணவர்களையும் உள்ளடக்கியிருக்கும் இந்த நாடும் அதன் நாகரிகமும் எந்த ஆதாரக்கோட்பாடுகளின்மீது கட்டமைக்கப்பட்டிருக்கின்றன என்பதைப் புரியவைக்க வேண்டும் என்பது மட்டுமே. வளர்ந்த, மிகவும் படித்த மனிதரான அவர், மாணவர்களுக்கு ஆர்வம் உள்ளதோ இல்லையோ, நாட்டின் பொதுவான கலாச்சார மரபிலிருந்து எடுக்கப்பட்ட குறிப்பிட்ட இலக்கியப் படைப்புகளை வகுப்பறையில் கற்பிப்பதற் காக பொதுமக்களின் வரிப்பணத்தில் நியமிக்கப்பட்டு, இருபத்தைந்து வருடங்களாக இக்கடமையை நிறைவேற்றி வந்திருக்கிறார். இந்த யதார்த்தம் மட்டுமே அவரது முயற்சிகளை முன் நடத்திவருகிறது. அவ்வப்போது உண்டாகும் இந்த மனவெழுச்சியோ அல்லது கிளர்ச்சியின்மையோ, மாணவர் களுக்கு அகத்தூண்டலை எழுப்பும் திறனோ, அல்லது திறனின்மையோ, இந்த எளிய மனிதருக்கு ஒரு கம்பீர ஸ்திதியை அளித்திருக்கவில்லை. மாணவர்களை வழிநடத்தி மேம்படுத்தும் கடமையைப் பிரதிபலன் எதிர்பார்க்காமல் நிறைவேற்றி வருவதால்தான் சமூகத்தில் இத்தகைய மரியாதை ஸ்தாபிக்கப் பட்டுள்ளது. இந்த காரணத்திற்காகவே மாணவர்களின் சலிப்பு அவரை இதுவரை பாதித்ததில்லை. அவர்கள் முதிர்ச்சியற்ற, முழுமையடையாத சிறுவர்கள் என்பதாலும், மாணவராக இருந்த காலத்தில் அவருக்கே இத்தகைய முசிவுணர்ச்சி இருந்திருக்கிறது என்பதாலும் (இதுவரை) புரிந்துகொள்ளக்கூடிய குறைபாடு என்றே பொறுத்து வந்திருக்கிறார். இந்தக் குறைபாடு இவர்களுடைய வாழ்வில் பிற்பாடு நிச்சயம் ஒரு சுவடைப் பதித்துவிடும். அவர்கள் இதைத் திருத்திக்கொண்டதாலோ, அல்லது இது பெரும்பான்மையினருக்கு பொருந்தக்கூடியதாக இருக்கிறது என்பதாலோ, அவர்களை அறியாமலேயே

அவர்களுடைய சம்பிரதாய உரையாடல்களில் தனது தலையை நீட்டி, அவர்களுடைய முதிர்ந்த ஆளுமையில் பின்னத்தைக் காட்டிவிடும். அவருக்கு இந்த அனுபவம் அடிக்கடி நிகழ்ந்திருக் கிறது. உதாரணத்திற்கு அவருடைய இருபதை ஒட்டிய வயது களில் பழைய ஜிம்னாஸிய நண்பர்களைச் சந்தித்துப் பேசிக் கொண்டிருக்கும்போது, அவர் பல்கலைக்கழகத்தில் நார்வேஜிய இலக்கியம் படித்துக்கொண்டிருப்பதாகச் சொன்னபோது, அல்லது பார்கபோர்கில் மேல்நிலை ஆசிரியராகப் பணியில் சேர்ந்து இப்சன் நாடகங்களை மாணவர்களுடன் சேர்ந்து அலசிப் பயிற்றுவிப்பதாகச் சொன்னபோதெல்லாம் நிகழ்ந்திருக்கிறது. 'ஓ, இப்சனா? அதெல்லாம் ஞாபகத்திலேயே இல்லை இப்போது.' 'ஹ்ம், உனக்குத்தான் தெரியுமே, எனக்கு இந்த இலக்கியத்தில் எல்லாம் ஆர்வமே இருந்ததில்லை' என்பார்கள். அதில் கொஞ்சம் வருத்தம் கலந்திருந்தாலும், அது அவர்களுடைய தவறு இல்லை என்ற தொனியும் கூடவே இருக்கும். 'ஆமாம், எங்களுக்கு இலக்கியத்தில் ஆர்வமில்லை அதற்காக வருத்தப்பட என்ன இருக்கிறது? அதனால் எங்களுக்கு என்ன நஷ்டம் ஏற்பட்டு விட்டது?' என்ற தொனி அது. பேச்சில் தென்படுகிற வருத்தம்கூட நாகரிக சமூகத்தில் சக மனிதர்களிடம் காட்ட வேண்டிய கரிசனத்திற்காகத்தான். பல வருடங்கள் கழித்துச் சந்தித்துக் கொள்ளும் பழைய நண்பர்களிடையே நடக்கும் வழக்கமான உரையாடலில் இருந்தாக வேண்டிய தகைமை. வேறு எந்த வகையிலும் நாகரிக சமூகத்தினர் பேச மாட்டார்கள் வலுவான அஸ்திவாரங்கள் ஊன்றப்பட்டிருக்கின்றன அல்லவா? இப்படித் தான் அடிக்கடி சமாதானம் சொல்லிக்கொள்வார். கடந்த சில வருடங்களில்தான் சிந்தனை மாற்றம்.

ஆனால் இந்த அக்டோபரின் மழைநாளில் நார்வேயின் தலைநகரில் உள்ள ஈரமான வகுப்பறை ஒன்றில் அமர்ந்திருக்கும் இந்த இளைஞர்கள் ஹென்ரிக் இப்சனின் *Vildanden* நாடகத்தில் சலிப்புற்றிருப்பது இதற்குமுன் அவர்கள் அனுபவித்திருந்த சலிப்பிலிருந்து வேறுபட்டதாக இருந்தது. அவரது மேல்நிலைப் பள்ளி நாட்களின் சலிப்புக்கும் இவர்களின் சலிப்புக்கும் வித்தியாசம் உள்ளதாவென்று யோசித்துப் பார்த்தார். இல்லை, இது வேறுவகை. சில வருடங்களுக்கு முன்பிருந்த மாணவர்களிடம் வழக்கமாகத் தெரிந்த அசிரத்தையைப் போலவும் இது தெரிய வில்லை. *Vildanden*ன் டாக்டர் ரெல்லிங் பாத்திர சித்திரிப்பில் அவரது சிலாகிப்பைக் கண்டு சலிப்புற்றிருந்த அந்த முதிர்ச்சி யற்ற இளைஞர்கள் தமது இச்சலிப்பை மாணவர்களாக இருப்பதன் இயல்பான விளைவாகப் பார்க்கவில்லை. பதிலாக இந்த திங்கட்கிழமை காலை நேரத்தை பார்கபோர்க் மேல்நிலைப் பள்ளியில் நார்வேஜிய இலக்கிய வகுப்பில்

செலவழிக்க வேண்டிய எரிச்சலில் இருப்பதாகவே தோன்றியது. மாணவர்களாக இருப்பதால் இதனைப் புறக்கணிக்கவும் முடியாமல் கட்டாயமாக உட்கார்ந்திருக்க வேண்டிய எரிச்சல் அது. மென்மையான, நாய்க்குட்டி போன்ற இளமையான முகங்கள். முகத்தைக் கெடுப்பதாக அவர்கள் நினைத்துக்கொண் டிருக்கும் முகப்பருக்கள். அவர்கள் திளைத்துக்கொண்டிருக்கும் வண்ணமயமான பகல்கனவுகளுக்குத் தொடர்பற்றிருக்கும் யதார்த்த வாழ்க்கை உண்டாக்கும் குழப்பங்கள். அவர்களுக்குச் சலிப்பு பாடத்தின் மீதல்ல, அவர்மீது. அவர்களின் சந்தோஷத்தைக் கெடுத்துக்கொண்டிருப்பது ஆசிரியரான அவர்தான். சூழலைச் சகஜமாக்குவதற்காக, அவர் நட்பார்ந்த குரலில், "ஓ, ரொம்பவும் கஷ்டப்படுவதாகக் காட்டிக்கொள்ளாதே காதரின்" என்றோ "அன்டெர்ஸ் கிரிஸ்டியன், நீ ரொம்பவும் ஆர்வமுள்ளவனாகக் காட்டிக்கொள்வது நடிப்புத்தான் என்று எனக்குத் தெரியும்" என்றோ கிண்டல் செய்தாலும், அவர்களுடைய இறுக்கம் தளரப்போவதில்லை. ஆழமாகப் பாதிக்கப்பட்டிருக்கிறார்கள். இந்த வெறுப்பு மேலோட்டமாக இல்லாமல் அவர்களுக் குள்ளே முழுமையாக நிறைந்து, அவர் மீதான பிரதானமான, அடிப்படைக் கண்ணோட்டமே மாறி, இந்த மாணவர்களின் அடிப்படைக் குணாம்சமே மாறிவிட்டிருக்கிறது. அவர்கள் தண்டிக்கப்படுவதாக உணர்கின்றனர். இதை அவ்வளவு எளிதாக அழித்துவிட முடியாது. இந்தச் சலிப்பு அவர்களால் தாங்கிக் கொள்ள முடியாத அனுபவமாக அவர்களுடைய உடல்மொழியி லேயே வெளிப்பட்டுக்கொண்டிருக்கிறது. அநேகமாக எல்லா முகங்களிலும், முந்திய பள்ளி நாட்களில் இனிமையாக இருந்த, சாதாரணமாக இருந்த முகங்கள் எல்லாவற்றிலும் இப்போது அடக்கிவைக்கப்பட்டிருக்கும் ஏளனக் கோபம். நம்மை இவ்வளவு அவஸ்தைக்குள்ளாக்கி வைத்திருப்பதற்கு இவருக்கு என்ன உரிமை இருக்கிறது என்ற உள்ளக்கொதிப்பை எவ்வளவு நேரத்திற்கு இவர்களால் தாங்கிக்கொண்டிருக்க முடியும்.

ஆனால் அவர்களிடையே அதிக சகிப்புத்தன்மையோடு இருந்த சிலரும் இருந்தார்கள் என்பதைச் சொல்ல வேண்டும். சக மாணவர்கள் அநியாயமாகச் சித்திரவதைக்குட்படுவதை அவர்கள் பகிர்ந்துகொண்டாலும் அவர்களைச் சமாதானப் படுத்தும் பரந்த கண்ணோட்டம் அவர்களிடம் இருந்தது. இந்த இப்சன் பாடம் சீக்கிரம் முடிந்துவிடும் என்ற நம்பிக்கையைத் தமது சகாக்களிடம் ஊட்டிவந்தார்கள். இந்த ஆசிரியர் ஒரு பழங்கால ஆசாமி, ஒரே விஷயத்தை ஜவ்வைப்போல இழுத்துக்கொண்டிருக்கிறார் என்று கண்ணடித்துச் சிரித்துக் கொண்டார்கள். மாணவர்களின் அடக்கிவைக்கப்பட்ட ஏளனக் கோபம் இவர்களால் மட்டுப்படுத்தப்பட்டு, சாதாரண சலிப்பாக

உருமாறியிருக்கிறது. வகுப்பறை நிலவரம் என்னதான் தூங்கி வழிந்துகொண்டிருந்தாலும் அல்லது உற்சாகமாக இருப்பதாகத் தோன்றினாலும் உண்மையில் மாணவர்கள் அவரை ஓர் ஆசிரியராக ஏற்றுக்கொண்டிருக்கவில்லை என்ற நிதரிசனம் சாதாரண நிராகரிப்பின் வலியைவிடக் கூடுதலாகவே இருந்தது. அவரை ஆசிரியராக ஏற்றுக்கொள்ளாதவர்கள் அதனை நியாயப் படுத்துபவர்களாகவும் இருந்தது அவரைப் பெரிதும் சோர்வடைய வைத்தது. அவரை அவ்வப்போது இந்த விரக்தி தாக்கும். தன்னுடைய காலம் முடியும் தறுவாய்க்கு வந்துவிட்டதைப் போலவும், தான் ஒரு காலாவதியான, கவைக்குதவாத, பழைய முறை ஆசிரியராக இருப்பதாகவும் தோன்றும். இந்த எரிச்சல் சில நேரங்களில் விநோதமாக அவருக்குள்ளே நேர்மறையான எழுச்சியைத் தூண்டிவிட்டு, தைரியத்தை ஏற்படுத்துவதாகவும் இருக்கும். அச்சமயங்களில் உடம்பை விறைத்து, நெஞ்சை நிமிர்த்தி நின்றுகொள்வார். இப்சனையும் அவர்களுடைய பாரம்பரியக் கலாச்சாரக் கூறுகளையும் நெருங்கி அறிந்துகொள்ளுதல் தற்போது சிரமமாக இருந்தாலும் இம்மாணவர்களுக்கு எதிர் காலத்தில் வாழ்க்கைக்குப் பலனளிப்பதாக இருக்கக்கூடும் என்பதை உணரவைப்பது தனது கடமை என்று நினைத்துக் கொள்வார்.

அவருடைய மாணவர்கள் நடந்துகொள்ளும் விதம் கட்டுப்பாட்டுக்குள் அடங்கியிருப்பதாகவே இருந்தது. அவர்கள் ஒன்றும் அவர் பாடம் நடத்துவதை எதிர்த்துப் போராட்டம் நடத்தவில்லை. அது அவர்களுடைய இரக்க குணத்தையும் பெருந்தன்மையையும் காட்டுகிறது. அவர்கள் அனுமதித்திருப்ப தால் அவர் பாடம் நடத்திக்கொண்டிருக்கிறார். அவர் அங்கு அமர்ந்திருப்பது அவர்கள் அனுமதித்திருப்பதால். இத்தகைய முடிவுக்கு அவருடைய முதிர்ச்சியற்ற இளம் மாணவர்கள் வந்திருப்பதற்குக் காரணம் அவர்களுடைய முழுமையடையாத வாழ்வனுபவமோ வளர்ச்சிப் பற்றாக்குறையோ அல்ல என்று தான் அவருக்குத் தோன்றியது. அது அவர்களுக்கு வெளியே இருக்கும் ஏதோவொன்றின் விளைவு. அதனால் அவர்களைக் குறை சொல்ல முடியாது. ஆனால் நன்கு படித்த, இருபத்தைந்து வருட தாய்மொழி இலக்கியக் கற்பிப்பனுபவம் கொண்ட ஒரு முதிர்ந்த மனிதருக்கு இதுவொரு கசப்பான அனுபவம்தான். டாக்டர் ரெல்லிங். டாக்டர் ரெல்லிங் என்ற சிறிய பாத்திரம். அவர்கள் அதனை உள்வாங்க வேண்டும். மிகச்சிறந்த மாணவர்கள்தாம் அவர்கள். அவர்களில் ஒரு சிலருக்கு அவர் நடத்தும் பாடத்தில் அக்கறை இல்லை என்பதை வெளிப்படை யாகவே காட்டிக்கொண்டது மட்டுமல்லாமல், அவர்களுடைய

பொன்னான நேரத்தை அவர் வீணடித்துக்கொண்டிருப்பதாக வும், இறுதித்தேர்வு நெருங்கிக்கொண்டிருக்கும்போது ஹென்ரிக் இப்சன் நாடகத்தில் வரும் சின்னப் பாத்திரத்தின் மீது அவர்களுடைய நேரத்தை அவர் செலுத்திக்கொண்டிருக் கிறார், இந்நாடகத்தை மேலோட்டமாகப் பாடம் நடத்தினாலே பரீட்சைக்குப் போதுமானது என்றும் அவர்கள் நினைத்துக் கொண்டிருந்தனர். புத்திசாலி மாணவர்களில்கூட சிலருக்கு அவர் இலக்கிய வரலாற்றைப் பற்றிப் பாடம் எடுத்திருந்தால் அது சுவையாக இருந்திருக்குமென்ற எண்ணம் இருந்தது. இந்த நாடகத்தை ஒரு துப்பறியும் நாவல் போலத்தான் ஹென்ரிக் இப்சன் உருவாக்கியிருந்தார் என்று அவர்கள் இலக்கிய வரலாற்றில் படித்திருந்தார்கள். அவர் பயன்படுத்தியிருந்த உத்திகள் எல்லாமே ஒரு துப்பறியும் கதைக்கானவை. அத்தகைய ஒரு சுவாரஸ்யமான கதையை எதிர்பார்த்து வந்திருக்கும் மாணவர்களுக்கு வேறுமாதிரியாக கதையைக் கற்பித்தால் எப்படி இருக்கும்? மர்மக் கதையைப்போல நடத்தியிருந்தால் அவர்களுக்கும் சுவையாக இருந்திருக்கும். மற்றவர்கள் கருத்து வேறு மாதிரியாக இருந்தது. இன்றைய காலகட்டத்திற்குப் பொருத்தமாக இருக்கக்கூடிய இப்சனின் அம்சங்களை விளக்கி அவர் பாடம் எடுத்திருக்கலாம் – உதாரணத்திற்குத் தற்கொலை. அவர்கள் புரிந்துகொண்டவரை, ஹெட்விக் தற்கொலைதான் செய்துகொண்டிருக்கிறாள். இப்போது இளைஞர்களின் தற்கொலை அதீதமாகப் பெருகியிருக்கும் நிலையில் அவர் ஏன் இந்த விஷயத்திலிருந்து தனது பாடத்தைத் தொடங்கியிருக்கக்கூடாது? அதைச் செய்யவில்லை அவர். டாக்டர் ரெல்லிங். துக்கடா பாத்திரம் அந்த டாக்டர் ரெல்லிங். இப்சன் ஒரு செவ்வியல் படைப்பு என்று மட்டும் ஆசிரியர் சொல்லாமல் இருந்திருக்கலாம். உண்மையில் இப்சன் நாடகம் துபபறியும் கதைக்கு இணையான மர்மத்தைக் கொண்டிருக்கிறது. ஆசிரியர் இப்சனின் படைப்பைத் துப்பறியும் நாவலைப் போலவே கற்பித்திருக்கலாம். அவர்களுக்கும் பாடத்தில் சற்று அக்கறை ஏற்பட்டிருக்கும்.

ஆனால் அது நடக்கவில்லை. நார்வேஜிய செவ்வியல் இலக்கியத்தை, ஒரு நார்வேஜிய அரசுப் பள்ளியில் எத்தகைய வரைமுறைகளுக்குட்பட்டு நடத்த முடியுமோ அவ்வாறு கற்றுத் தந்து இந்நாட்டின் பதினெட்டு வயதுப் பச்சிளம் பிரஜைகளைக் கல்விமான்களாக உருமாற்றி வெளிஉலகிற்கு வழங்கும் வழமை யான பணியைத்தான் ஆசிரியர் செய்துகொண்டிருக்கிறார். அவர் பாடத்தைத் தொடர்ந்தார். *Vildanden* நாடகத்தில் வரும் ஓர் உதிரிப் பாத்திரமான டாக்டர் ரெல்லிங்கைப் பற்றி அவருடைய

சொற்பொழிவில் அவரே மூழ்கிப்போனார். அவர் இல்லை யென்று மறுத்தாலும், பார்கபோர்க் மேல்நிலைப் பள்ளியின் முதுநிலை நார்வேஜிய மொழி ஆசிரியர் என்ற முறையில் அவருக்கு உரிமை இருக்கிறதுதானே. அந்த மாணவர்கள் படிக்க வேண்டிய நான்கு இப்சன் நாடகங்களில் இது மூன்றாவது. *Peer Gynt*ஐயும் *Brand*ஐயும் ஏற்கனவே முடித்துவிட்டார்கள். *Vildanden*க்கிற்குப் பிறகு *Ghosts* அல்லது *Hedda Gabler*ஐ எடுப்பார்கள். (எதைத் தேர்ந்தெடுப்பது என்பதை அவர் இன்னும் முடிவெடுக்கவில்லை. ஒவ்வொரு வருடமும் இப்சனின் *Hedda Gabler, Ghosts, Rosmersholm, When we Dead Awaken* ஆகிய நாடகங் களிலிருந்து எதனை நான்காவது நாடகமாகத் தேர்ந்தெடுத்துக் கொள்வது என சாதக பாதகங்களைச் சீர்தூக்கிப் பார்த்து முடிவெடுப்பது அவர் வழக்கம்). இதன் விளைவாக மற்ற ஆசிரியர் களிடம் பயிலும் மாணவர்களைவிட இவருடைய மாணவர்கள் இப்சனை அபரிமிதமாகவே படிக்க வேண்டி வரும். மற்ற ஆசிரியர்கள் பெரும்பாலும் ஏதோவொரு இப்சன் நாடகத்தோடு *(Peer Gynt)* அல்லது இரண்டோடு நிறுத்திக்கொள்வார்கள். அதற்காக அவர் *Bjornstjerne Bjornson, Kielland, Jonas Lie* ஆகியோரைத் தவிர்ப்பதாகச் சொல்ல முடியாது. *Lie*ஐ மட்டும் அவர் ஒதுக்குவதுண்டு. உருண்டு சென்ற காலம் *Jonas Lie*ஐ செல்லரித்து, நார்வேஜிய இலக்கியத்தின் நான்கு மகத்தான தூண்களில் ஒருவராக இருக்கக்கூடிய தகுதியை அபகரித்துவிட்டிருப்பதாக அவர் எண்ணம். எனவே அவர் *Lie*யின் இடத்தை *Garborg*ற்குக் கொடுத்திருந்தார். எனவே நான்கு நார்வேஜிய மேதைகளைப் பற்றி யாராவது (அதாவது, அவரே) சொல்ல வேண்டுமென்றால் அவர்கள் *Bjornson*, இப்சன், *Kielland, Garborg* என்று மட்டுமே இருக்க வேண்டும். (இப்படியெல்லாம் என்ன சொன்னாலும் உண்மையில் *Bjornson, Kielland, Garborg* ஆகியோரை நான்கு மகத்தான மேதைகள் வரிசையில் அவர் சேர்க்கமாட்டார். அவரைப் பொறுத்தவரை அவர்கள் இப்சன், *Hamsun, Vesaas, Mykle* என்ற நால்வர் மட்டுமே. அவர் பணியாற்றுகின்ற, தமது கடமையென்று நினைப்பதை நிறைவேற்றுகின்ற வகுப்பறையி லிருந்து இந்த எண்ணங்கள் அவரைச் சுமந்துகொண்டு வெளியே பறந்தன. மாணவர்களில் யாராவது ஒருவராவது குறிப்பாக இந்தக் கேள்வியை எழுப்புவார்கள் என்று எப்போதுமே அவர் எதிர்பார்த்துக்கொண்டிருந்தார். ஏறக்குறைய நூறு வருடங்களாக இப்சன், *Bjornson, Kidland, Lie* ஆகியோரை மட்டுமே நார்வேஜிய இலக்கியத்தின் மகத்தான நான்கு ஆளுமைகள் என்று எல்லோரும் ஏற்றுக்கொண்டிருக்கும்போது, *Lie*ஐ அவரது இடத்திலிருந்து எடுத்துவிட்டு, அங்கே *Garborg*ஐ இவர் வைத்து விட்டு, இப்சன், *Bjornson, Kidland, Garborg* ஆகியோர் மட்டுமே

இந்த நாற்பெரும் தூண்கள் என்று இப்போது முன்னிறுத்துவதன் காரணம் என்ன என்றும், இந்நால்வரும் உங்களுடைய தனிப் பட்ட அபிமானத்திற்குரியவர்களா என்றும் ஏதாவது ஒரு புத்திசாலி பதினெட்டு வயது இளைஞன் கையை உயர்த்தி கேள்வி கேட்கமாட்டானா என்று ஆசைப்பட்டிருக்கிறார். அவ்வாறு யாராவது கேட்டிருந்தால் அவர் உடனடியாக மறுத்திருப்பார். இல்லை, உண்மையில் என் அபிமானத்திற்குரியவர்கள் இப்சன், *Hamsun, Vesaas, Mykle* மட்டும்தான் என்று சொல்லியிருப்பார். (இத்தகைய பகற்கனவுகளில்) இப்படியொரு பதிலைச் சொல்ல நேரும்போது இன்னொரு வாக்கியத்தையும் அதனுடன் சேர்த்தே சொல்வார்; இப்போது நான் சொன்ன கருத்தைத் தீவிரமாக எடுத்துக்கொள்ள வேண்டாம்; ஒரு வரையறைக்குட்பட்டிருக்கும் மனிதனாக, என் காலகட்டத்தின் கைதியாக இவ்வாறு சொல்லி யிருக்கிறேன் என்பதை நீங்கள் உணர வேண்டும் என்று சொல்லி யிருப்பார். மேலும் விளக்கும் முகமாக, நான் வாழ்கின்ற இந்த நூற்றாண்டின் இலக்கியங்களால் என் இதயம் எவ்வளவு எளிதாகக் கவரப்படுகிறது என்ற உண்மையையும், பொதுவாக நமது தேசிய இலக்கியங்களைப் பற்றிய எனது மதிப்புரைகள் எந்தளவுக்குச் சரியாக இருக்கும் என்ற ஐயத்தையும் எனது முந்திய பதில் கணக்கில் கொண்டிருக்கவில்லை என்பதை நேர்மையாக நான் ஒப்புக்கொள்ள வேண்டுமென்று அந்த மானசீக பதினெட்டு வயது மாணவனிடம் கூறியிருப்பார். அவரது இப்பதிலால் தன்னைப் பற்றிய முக்கியமானதோர் அம்சத்தை அறிவுக்கூர்மை மிக்க அம்மாணவனுக்குப் புலப்படுத்திவிட்டதாக அவர் நம்புவார். மாணவர்களும் அவர் சொன்னதைக் கேட்டு வியப்பிலாழ்வார்கள். பண்டைய இலக்கியங்களைவிடத் தற்கால இலக்கியமே தமக்கு உவப்பாக இருக்கிறது என்று இவரே அறிவிப்பதைக் கேட்டு அம்மாணவர்கள் திகைப்புற்றிருப்பது (அவர் காணும் கனவில்) தெரியும். அந்த மானசீக, அறிவார்ந்த பதினெட்டு வயது மாணவன் கேட்ட கேள்விக்குத் தான் அளிக்கும் உண்மையான பதிலால் மற்ற மாணவர்கள் மனத்தில் இப்படித் தான் தோன்றும் என்று கற்பனை செய்துவைத்திருந்தார். அதே நேரத்தில் அவருடைய வகுப்பில் சமகால இலக்கியத்திற்கு இடம் இல்லாதது பற்றியும் அவர்களுக்குத் தோன்றும். இப்படிப் பட்ட கற்பனையான சூழலில் அவர்களுக்கு மற்றொரு எண்ணமும் இணையாக எழும். சமகால இலக்கியம் இடம் பெறாதிருப்பதற்கு அவர் காரணமல்ல, அவருக்கு மேலே இருக்கும் அதிகார அமைப்பு என்ற யதார்த்தம் அம்மாணவர்களிடையே உதயமாகும். இந்த யதார்த்த உண்மை மாணவர்களாகிய அவர்களைவிட, அவர்களுக்குப் பாடம் கற்பிக்கும் ஆசிரியரான அவரைவிட, விஸ்வரூபமெடுக்கும்). எனவே இப்சனுக்கு

அடுத்து Bjornson, Kielland, Garborg. ஒவ்வொரு வருடமும் ஒவ்வொருவருடைய ஒரு படைப்பு. மகத்தான நால்வர் இவர்கள்தான். அடுத்ததாக அவர்களுக்கு முன்பிருந்த மகத்தான எழுத்தாளர்கள். Norse இலக்கியம். நாட்டார் பாடல்கள். *Petter Dass. Holberg. Wessel. Wergeland* மற்றும் *Welhaven* (வழக்கமாகச் சொல்வதைப்போல Wergeland [மற்றும் Welhaven]என்றல்ல). *Ivar Aasen. Vinje. Amalie Skram.* இருபதாம் நூற்றாண்டிலிருந்து: *Olaf Bull. Kinck. Hamsun. Vesaas.* ஆனால் *Mykle* அல்ல. பள்ளிப்பாடத்திற்குள் ஒருவர் வரவேண்டுமானால் குறைந்தபட்சம் அவர் இறந்திருக்க வேண்டும். அவ்வளவுதான். வேறு யாரையும் மறந்துவிடவில்லையே? ஆம், *Obstfelder..* அவ்வளவுதானே? *Sigrid Undset*ஐ முற்றிலுமாக ஒதுக்கிவிட முடியாது. ஆனால் *Kristin Lavransdatter* மீதிருக்கும் அவரது ஆர்வம் குறைவுதான். அவரைவிட *Cora Sandel* பரவாயில்லை. அதற்குப் பிறகு முற்றுப்புள்ளிதான். செவ்வியல் இலக்கியங்களின் மேன்மை, மொழி வளர்ச்சி, கருப்பொருட்கள் அடைந்த மாற்றம் போன்றவை காலந்தோறும் எவ்வாறு இருந்தன என்பதைத் தவிர சமகால இலக்கியம் இடம்பெறாது.

இவ்வாறாகத்தான் இலக்கியத்தை அவரது தாய்மொழியில் கற்பித்து வந்தார். வருடந்தோறும் இப்படியேதான் நடந்து வந்திருக்கிறது. மாணவர்களுக்கு ஒரே மாதிரியான, அலுப்பூட்டும் பாடங்கள். சிலருக்கு அவற்றிலிருந்துகூட ஊக்கம் பிறந்திருக்கலாம். எதற்காக வளர்ந்த, நன்கு படித்த மனிதர் ஒருவர் வகுப்பறையில் அமர்ந்துகொண்டு, அந்த இளம் மாணவர்களால் பெரிதாகப் புரிந்துகொள்ளவோ, ஆர்வம் காட்டவோ முடியாத புத்தகங்களையெல்லாம் வாசிக்க வேண்டுமென்று வற்புறுத்திக் கொண்டிருக்கிறார் என்பதைப் புரிந்துகொள்வதற்காகக்கூட அந்த ஆர்வம் அவர்களிடம் எழுந்திருக்கலாம். அவர்கள் இந்த நூல்களை எந்த விதத்தில் உள்வாங்கிக்கொள்ள வேண்டுமென்று அவர் சொல்கிறாரோ அந்த விதத்தில் வாசிக்காமல்கூட இருக்கலாம். முதல் முயற்சி என்ற அளவில் எல்லோரும் அவரவர்களுக்குத் தோதான விதத்தில் அந்நூல்களை அணுகக் கூடும். அடிப்படையில் அதற்கான ஆர்வத்தைத் தக்கவைத்துக் கொள்ள வேண்டியதுதான் முக்கியமானது. அவர்களுடைய சமூகம் பத்தொன்பது வயது இளைஞர்களுக்கு வழங்கக்கூடிய உச்சபட்சமான பொதுக்கல்வி, பிற்கால வாழ்வில் அவர்களைத் தடம்புரளாமல் இயங்கச் செய்வதாக இருக்க வேண்டும். அந்தக் கல்வியின் வெவ்வேறு நுணுக்கமான திரிபு நயங்களும் உச்சஸ்தாயிகளும் சமூகத்தின் சுயஅறிதலுக்கு ஆதாரமாக அமைகின்றன. ஆனால் சமூகத்தில் உயர்கல்வி பெற்றிருப்பவர்கள் கூட தனிப்பட்ட அரட்டைகளிலும், கிண்டல் பேச்சுகளிலும் நாகரிகமற்ற தற்குறிகளின் தரத்திற்கு இறங்கிவிடுவதும் நடந்து

கொண்டுதான் இருக்கிறது. அத்தகைய அநாகரீகங்களை ஒளித்து மறைத்துக்கொள்கிற நாசூக்குகூட அவர்களிடம் இல்லாதது அவமானத்துக்குரியதுதான் என்று நினைத்துக்கொண்டார். ஆனால் இதெல்லாம் தற்போதைய நிலவரம். அவருடைய பிரக்ஞையில் உதயமாவதற்கு முன்பு மனதில் நிகழ்ந்தவை. ஆசிரியப் பணியை தீவிரமாகக் கைக்கொண்டிருந்தவர் அவர். இந்தப் பணியில் இருக்கும் நடைமுறையொழுங்கு அவரை அவ்வப்போது சலிப்புக்குள்ளாக்கும். ஆனால் அந்தச் சலிப்பு அவரை மூழ்கடித்துவிடாமல் தடுப்பது அவரது தாய்மொழி பயில்விப்பு. முக்கியமாகக் கவின்கலை நயமிக்க இலக்கியங் களைக் கற்பிப்பது. இவ்வழகிய இலக்கியங்களைக் கற்பிக்கும் போது ஒவ்வொரு முறையும் புதிதாக ஒன்று வெளிப்படும். இது குறித்துத் தனது சகாக்களிடமே நகைச்சுவையாகக் குறிப்பிடுவார். ஆனால் மாணவர்களுக்கு அவர் என்னதான் குதூகலமாக, அற்புதமாகப் பாடம் எடுத்தாலும் அவற்றின் அருமை புரியாமல்தான் இருந்துவருகிறது. ஆனால் அத்தகைய வகுப்புகள் அமையும்போது அவை அளிக்கும் மகிழ்ச்சி அலாதி யானது. இப்போது நிகழ்ந்திருப்பதைப்போல. அக்டோபர் மாதத் தொடக்கத்தில், இந்த மழைநாளின் இரட்டைப் பிரிவேளை வகுப்புகள் இதற்கோர் உதாரணம். அவர் புதிதாக ஒன்றைக் கண்டடைந்த துடிப்பில் இருந்தார். *Vildanden*ஐ எழுதியபோது இப்சன் உண்மையிலேயே திணறிக்கொண்டிருந்த ஏதோ வொன்றைப் பற்றியது அது. அதைத்தான் அவர் என்னவென்று கண்டறிய முயன்றுகொண்டிருந்தார்; டாக்டர் ரெல்லிங் என்பது இப்சனின் எதிர்ப்பாத்திரம் என்ற அனுமானத்திலும், டாக்டர் ரெல்லிங் உண்மையானவர் என்ற கருத்திலும். இல்லை, அவர் நியாயவான்தான். மாணவர்களை மீண்டும் நாடகத்தின் கடைசிப் பகுதிக்கு பக்கத்தைத் திருப்பச் சொன்னார். அவர்கள் இயந்திர கதியில் வெறுப்போடு, ஆனால் முணுமுணுப்பின்றித் திருப்ப, அவர் ஒரு மாணவனை எழுப்பினார். ரெல்லிங், கிரேகெர்ஸிடம் 'இது ஒரு விபத்து மட்டுமே என்று என்னிடம் யாரும் ஏமாற்ற முயலாதீர்கள்' என்று சொல்லும் பகுதியைப் படிக்கச் சொன்னார். அம்மாணவன் நன்கு வளர்ந்த பையன். நவீன மோஸ்தரில் உடையணிந்திருந்தான். வாசிக்கத் தொடங்கினான். குரலில் அதீத சலிப்பு. சிரத்தையின்றி, குரலெழும்பாமல், நாடகத்தின் உணர்ச்சிகளுக்கேற்ற ஏற்றத்தாழ்வுகளைக் கொண்டுவராமல், உயிரற்ற தொனியில் படித்துக்கொண்டு சென்றான். வகுப்பறையில் கவிந்திருந்த சோர்வு, அவன் பாவத்தோடு படித்திருந்தால் சற்று மாறியிருக்கக்கூடும். கொஞ்சம் சிரிப்பலைகளைக்கூட எழுப்பியிருப்பான். அந்தக் காலத்திலெல்லாம் அப்படித்தான் நிகழும். ஆனால் வகுப்பு

எந்த மனநிலையில் இருந்ததோ, அதை அடிக்கோடிட்டுக் காட்டுவதைப் போலவே இருந்தது அவனது வாசிப்பு. கொடுமையை மௌனமாக சகித்துக்கொள்வதைப்போல, அவனது தீர்மானத்திலிருந்து விலகாமல் இருப்பதைப்போல, எதிர்காலம்மீது அசையாத நம்பிக்கை கொண்டிருப்பவனைப் போல. உலகின் இந்தப் பகுதியில் தாராளமயக் கல்விமுறை என்று நினைத்து இயங்கிவரும் செயல்முறைகள் எல்லாமே காலாவதியான, பயனற்ற நேரவிரயம் மட்டுமே என்று கூடிய விரைவில் நிரூபணமாகிவிடும் போலிருந்தது.

“**ரெல்லிங்** *(கிரேகெர்ஸை நெருங்கி):* இது ஒரு விபத்துதான் என்று என்னிடம் யாரும் ஏமாற்ற முயலாதீர்கள்.

கிரேகெர்ஸ் *(பயத்தில் நடுங்கிக்கொண்டே):* எப்படி இதைப் போல ஒரு பயங்கரம் நடந்ததென்று யாராலும் நிச்சயமாகச் சொல்ல முடியாது.

ரெல்லிங்: துப்பாக்கிக் குழலின் ‘வேடிங்’ அவளது உள்ளாடையைப் பொசுக்கியிருக்கிறது. துப்பாக்கியை நெஞ்சின்மேல் அழுத்திக்கொண்டு சுட்டிருக்கிறாள்.

கிரேகெர்ஸ்: ஹெட்விக் பலனில்லாமல் உயிரை விட்டிருக்கவில்லை. யால்மாரின் மகத்துவத்தைத் துக்கம் எப்படி வெளிப்படுத்தியிருக்கிறது பார்த்தீர்களா?

ரெல்லிங்: பெரும்பாலான மனிதர்கள் பிணத்துக்கு அருகே நின்று துக்கப்பட்டுக்கொண்டுதான் தமது மகத்துவத்தைக் காட்டுவார்கள். ஆனால் அவர்களின் மனவுரமும் பெருந்தன்மையும் எவ்வளவு நேரத்துக்கு நீடிக்குமென்று நினைக்கிறீர்கள்?

கிரேகெர்ஸ்: ஏன் அது அவன் வாழ்நாள் முழுக்க தொடர்ந்து வளர்ந்துகொண்டே போகாதா என்ன?

ரெல்லிங்: பார்த்துக்கொண்டே இருங்கள், இன்னும் ஒன்பதே மாதங்களில் ஹெட்விக் என்ற பெண், யால்மார் உருக்கமாக சொற்பொழிவு ஒன்றை நிகழ்த்துவதற்கான நல்லதொரு சாக்காகத்தான் இருக்கப்போகிறாள்.

கிரேகெர்ஸ்: யால்மார் ஏக்தாலைப்பற்றி இப்படிப் பேச எவ்வளவு தைரியம் உனக்கு!

ரெல்லிங்: அவளது கல்லறையில் முளைத்த புற்கள் எல்லாம் வாடி முடித்தபின் இதைப்பற்றி மீண்டும் பேசலாமே! அப்போது ‘பாசப் பெற்றோர்களின் மடியிலிருந்து அற்பாயுளில் கிழித்தெறியப்பட்ட குழந்தை’ என்றெல்லாம் அவன் வசனம் பேசிக்கொண்டு, வலிந்து வரவழைக்கப்பட்ட சுயபச்சாதாபத்தி

லும், சுயஇரக்கத்திலும் நமக்கெதிரே கண்ணீர் உகுத்துக் காட்டப்போவதைப் பார்க்கத்தான் போகிறீர்கள்!

கிரேகெர்ஸ்: நீங்கள் சொல்வது உண்மையாகவும், நான் நினைப்பது தவறாகவும் இருக்கப்போகிறது என்றால் இந்த வாழ்க்கையை வாழ்ந்து தீர்ப்பதென்பது விரயம்தான்."

படித்தது போதும், நன்றி என்றார். மாணவன் உப்புச் சப்பற்ற வாசிப்பை உடனே நிறுத்தினான். இதுதான்! என்று உற்சாகத்தோடு கூவினார். நாம் தேடிக்கொண்டிருந்தது இது தான். பார்த்தீர்களா, டாக்டர் ரெல்லிங் சரியாகத்தான் சொல்கிறார் என்று உங்களுக்குத் தெரிகிறதல்லவா! டாக்டர் ரெல்லிங் சொன்னதையேதான் நாமெல்லோரும் சொல்லி யிருப்போம், அதுதான் விஷயம். இருந்தாலும் இந்த நாடகம் கிரேகெர்ஸ் வேர்லுக்கானது. அவர் என்ன சொல்கிறாரோ அதுதான் நாடகத்தை இயக்குகிறது, என்றார். இந்தக் கடைசி வாக்கியத்தை உச்சரித்தபோது அவர் சொல்ல உத்தேசித்தது 'உந்துகிறது' என்றோ 'அமைக்கிறது' என்றோ இருந்திருக்கலாம். வாயிலிருந்து உதிர்ந்துவிட்ட 'இயக்குகிறது' என்ற பதத்திற்காக அவர் சங்கடப்பட்டார். 'ஆம், இயக்குகிறது' என்றார் மீண்டும். கிரேகெர்ஸ் வேர்ல் என்ன சொல்கிறார்? டாக்டர் ரெல்லிங் சொல்வது சரியென்றால், நாம் இங்கே செய்வது எல்லாமே வீண் என்றாகிறது; ஆமாம், டாக்டர் ரெல்லிங் சரியாகத்தான் சொல்கிறார், அதனால் என்ன என்கிறார் வேர்ல். என்ன பேசுகிறார் இவர், பார்த்தீர்களா? அவர் குரல் வியப்பில் உயர்ந்தது. கிரேகெர்ஸ் வேர்ல் நடத்துவது நாடகம்! கிரேகெர்ஸ் வேர்ல் என்னவெல்லாம் செய்திருக்கிறார்! ஹெட்விக்கைக் கொன்றிருக் கிறார், ஆசை வார்த்தைகள் கூறி மயக்கி அவளை உயிர்த்தியாகம் செய்யவைத்திருக்கிறார். பருவ வயதில் இருக்கும் இந்தப் பாதி குருட்டுப்பெண் ஹெட்விக், கையில் துப்பாக்கியோடு இருட்டான அசிங்கமான மேன்மாட அறைக்கு ஏறிச்செல்கிறாள். எதற்கு? பலியிடுவதற்காக. அப்புறம்தான் திடீரென்று அவளுக்கு உறைக்கிறது. அவளுடைய அப்பாவுக்குப் பலியிட்டுத் தர வேண்டியது அந்தக் காட்டு வாத்தையல்ல, தன்னையேதான் என்று. அவளுடைய அப்பாவின் மீதே அவளுக்குச் சில சந்தேகங்கள் இருக்கின்றன. அவளுடைய உண்மையான அப்பா அவர்தானா என்ற சந்தேகம். ஆனால் மரணத்தருணம் வரை அவள் அவளுடைய மகளாகவேதான் இருக்கிறாள், அதில் அவளுக்கு எந்தக் குழப்பமும் இருந்ததில்லை. தன் உயிரைக் கொடுப்பதற்கு அவளே தயாராக இருக்கும்போது அந்தக் காட்டு வாத்தை ஏன் கொல்ல வேண்டும்? பிறகுதான் அந்த முடிவை எடுக்கிறாள்! துப்பாக்கி வெடிக்கிறது! இப்போது

அவர் அவளுடைய தந்தைதான் என்றும், அவள் அவரை நேசித்திருக்கிறாள் என்பதையும் நிச்சயமாகப் புரிந்துகொள்ளவே வேண்டும். எவ்வளவு பெரிய குரூரம் இந்த நாடகத்தின் ஆழத்தில் புதைந்திருக்கிறது பாருங்கள் என்று வியந்தார். தங்கையைத் தற்கொலை முடிவுக்குத் தள்ளுகிறான் அண்ணன். பிறகு அவன் கற்பனையில் இருக்கும் தந்தை ஒரு நிஜமான துக்கத்தை அனுபவித்தாக வேண்டும், அதை அவன் கண்ணாறக் காண வேண்டும், இல்லாவிட்டால் இந்த வாழ்க்கைக்கே பலனில்லை என்று நினைக்கிறான். கிரேகெர்ஸ் வேர்ல் தனது செய்கையை நினைத்தும், டாக்டர் ரெல்லிங் சொல்வது உண்மையாக இருக்குமோ என்று நினைத்தும் நடுங்கிக்கொண்டிருக்கிறார். டாக்டர் ரெல்லிங் சொல்வது சரியானதுதான், ஆனால் கிரேகெர்ஸ் வேர்லின் நடுக்கம் எதனாலென்றால். . . எதனா லென்றால். . . அவர் பொருத்தமான சொற்களைத் தேடினார். அவர் சரளமாகச் சொற்பொழியும் நிலையில் இருந்தாலும் இந்த இடத்திற்குச் சரியான சொல் கிடைக்கவில்லை. அவர் விரக்தி யடைந்தார். ஆசிரியர் என்ற நிலையில் இல்லாவிட்டாலும் அவர் மனதின் கண்களால் தெளிவாகப் பார்க்க முடிகிற *Vildanden*ன் உட்பொதிந்த கருத்தை அவரால் சிறப்பாக விளக்க முடியாமல் இருக்கிறது. இந்த மாணவர்களுக்கு அரிதானதொரு காட்சியை அருகிலிருந்து கண்டுகளிக்கும் அதிர்ஷ்டம் ஏற்பட்டிருப்பதாக உணர்ந்தார். ஒரு வளர்ந்த மனிதருக்கு நமது கலாச்சாரத்தின் பிதுரார்ஜித மரபுரிமை சார்ந்த அடிப்படையான கேள்விகளை ஏற்றுக்கொள்ளத்தக்க வகையில் தப்பும் தவறுமாகக்கூட விளக்க முடியாமல் வியர்த்து, திக்கித் திணறுகிறார் என்று நினைக்கும்போது அவரது சிந்தனைகள் குறுக்குமறுக்காகச் சிதறின. அங்கிருக்கும் சில மாணவர்களுக்காவது இந்த நாடகத்தின் தாற்பரியம், அவர்களது எதிர்கால வாழ்வின் அடித்தளத்தை வலுவாக்கும் என்ற எண்ணம் தோன்றியிருக்க லாம். அவர்கள் ஹென்ரிக் இப்சனின் இந்நாடகத்தை மீண்டும் ஒருமுறையேனும் படிக்காவிட்டாலும், இந்நாடகம் எதற்காகப் பாடமாக வைக்கப்பட்டிருந்தது என்பதைப் புரிந்து கொள்வார்கள். இல்லை, அவருடைய விரக்தி, தேடிக்கொண் டிருந்த பொருத்தமான சொற்கள் கிடைக்காததால் ஏற்பட்ட வொன்று. அவை மிக நெருக்கத்திலேயே இருந்தன. நெருங்கிச் சென்று உச்சரிக்க முற்படும்போது நழுவிவிடுகின்றன. பதிலாக ஒரு பயனற்ற, அசட்டுத்தனமான பதிலிச்சொல் மட்டுமே கிட்டத் தட்ட ஒற்றுமையோடு வெளிவந்து தொலைக்கிறது. அவர் சற்றும் உத்தேசித்திருக்காத ஒரு சொல் தன்னிச்சையாக வந்துவிழுவது இருக்கிறதே. . . “கொடுமை” என்று சத்தமாக வெடித்தார். “மீண்டும் ஒருமுறை வாசிக்கலாம்“ என்றார்.

இம்முறை அவர் வாசிக்க அழைத்தது ஒரு பதினெட்டு வயது மாணவியை. அவள் புத்தகத்தின்மீது முகத்தைக் கிட்டத்தட்ட அழுத்திக்கொண்டு படிக்கத் தொடங்கினாள். அதேநேரத்தில் ஏதோவொரு மாணவனிடமிருந்து எழுந்த கனமான முனகல் தெளிவாக ஒலித்தது. சலிப்பை, அயர்ச்சியை அடக்க முடியாமல் பெருமூச்சோடு வெளிப்படுத்தும் முனகல். வெறியை அடக்கிக் கொண்டு உறுமுவதைப்போல. சத்தமாக. தெளிவாக. ஆசிரியரை சற்றும் மதிக்காத, திக்காரமான எதிர்ப்பு. அவருக்குள் கோபம் புறப்பட்டது. வகுப்பு முழுவதும் அவரை எச்சரிக்கை கலந்த அமைதியில் உற்றுப் பார்த்துக்கொண்டிருப்பதைக் கவனித்து, தன்னை தணிவித்துக்கொண்டார். அந்த பதினெட்டு வயதுப் பெண்ணைத் தொடர்ந்து வாசிக்கும்படி சைகை செய்தார். அவள் படிக்கத் தொடங்கினாள். துயரார்ந்த, ஆனால் கூச்சபாவம் கொண்டிருக்கும் முகம். வார்த்தைகளைத் தேடி அலைவதைப் போன்ற இனிமையான, குழந்தைக் குரல். திக்கித் திணறி தப்பும்தவறுமாகப் படித்துக்கொண்டிருந்தாள். என்ன வாசிக்கிறோமென்ற பிரக்ஞையில்லாமலேயே வாசித்துக் கொண்டிருப்பதாக நினைத்தார். அல்லது தாங்கமுடியாத சோர்வும், நியாயமற்ற துக்கமும் அவள் கண்களைக் கண்ணீரைப் போல திரையிட்டிருக்கலாம். அதனால்தான் சொற்களைத் தேடித்தேடி ஒவ்வொன்றாகப் படிக்கிறாளோ என்னவோ.

“**ரெல்லிங்** *(கிரேகொர்ஸை நெருங்கி)*: இது ஒரு விபத்துதான் என்று என்னிடம் யாரும் ஏமாற்ற முயலாதீர்கள்.

கிரேகொர்ஸ் *(பயத்தில் நடுங்கிக்கொண்டே)*: எப்படி இதைப் போல ஒரு பயங்கரம் நடந்ததென்று யாராலும் நிச்சயமாகச் சொல்ல முடியாது.

ரெல்லிங்: துப்பாக்கிக் குழலின் ‘வேடிங்’ அவளது உள்ளாடையைப் பொசுக்கியிருக்கிறது. துப்பாக்கியை நெஞ்சின்மேல் அழுத்திக்கொண்டு சுட்டிருக்கிறாள்.

கிரேகொர்ஸ்: ஹெட்விக் பலனில்லாமல் உயிரை விட்டிருக்கவில்லை. யால்மாரின் மகத்துவத்தைத் துக்கம் எப்படி வெளிப்படுத்தியிருக்கிறது பார்த்தீர்களா?

ரெல்லிங்: பெரும்பாலான மனிதர்கள் பிணத்துக்கு அருகே நின்று துக்கப்பட்டுக்கொண்டுதான் தமது மகத்துவத்தைக் காட்டுவார்கள். ஆனால் அவர்களின் மனஉரமும் பெருந்தன்மை யும் எவ்வளவு நேரத்துக்கு நீடிக்குமென்று நினைக்கிறீர்கள்?

கிரேகொர்ஸ்: ஏன் அது அவன் வாழ்நாள் முழுக்க தொடர்ந்து வளர்ந்துகொண்டே போகாதா என்ன?

ரெல்லிங்: பார்த்துக்கொண்டே இருங்கள், இன்னும் ஒன்பதே மாதங்களில் ஹெட்விக் என்ற பெண், யால்மார் உருக்கமாக சொற்பொழிவு ஒன்றை நிகழ்த்துவதற்கான நல்லதொரு சாக்காகத்தான் இருக்கப்போகிறாள்.

கிரேகெர்ஸ்: யால்மார் ஏக்தாலைப் பற்றி இப்படிப்பேச எவ்வளவு தைரியம் உனக்கு!

ரெல்லிங்: அவளது கல்லறையில் முளைத்த புற்கள் எல்லாம் வாடி முடித்தபின் இதைப்பற்றி மீண்டும் பேசலாமே! அப்போது 'பாசப் பெற்றோர்களின் மடியிலிருந்து அற்பாயுளில் கிழித்தெறியப்பட்ட குழந்தை' என்றெல்லாம் அவன் வசனம் பேசிக்கொண்டு, வலிந்து வரவழைக்கப்பட்ட சுயபச்சாதாபத் திலும், சுயஇரக்கத்திலும் நமக்கெதிரே கண்ணீர் உகுத்துக் காட்டப்போவதைப் பார்க்கத்தான் போகிறீர்கள்!

கிரேகெர்ஸ்: நீங்கள் சொல்வது உண்மையாகவும், நான் நினைப்பது தவறாகவும் இருக்கப்போகிறது என்றால், இந்த வாழ்க்கையை வாழ்ந்து தீர்ப்பதென்பது விரயம்தான்.

ரெல்லிங்: ஓ, ஏழை மக்களை வற்புறுத்தி வசூலிக்கும் இந்த பாழாய்ப்போன வரித்தண்டலர்கள் இல்லாவிட்டால் வாழ்க்கை நிம்மதியாகவே இருக்கும்.

கிரேகெர்ஸ் (வெற்றுப் பார்வையோடு): அப்படியானால், அதுதான் என் தலையெழுத்தென்றால் மகிழ்ச்சிதான்.

ரெல்லிங்: அப்படியென்றால் எதுதான் உங்கள் தலையெழுத்து என்று தெரிந்துகொள்ளலாமா?

கிரேகெர்ஸ் (கிளம்பிக்கொண்டே): மேசையில் பதிமூன்றா வது இடமாக இருப்பதற்கு.

ரெல்லிங்: நரகத்தைத்தானே சொல்கிறீர்கள்?"

திக்கித்திணறியபடி சென்றுகொண்டிருந்த இந்த வாசிப்பைக் கேட்கக் கேட்க எரிச்சல் அதிகமாகிக்கொண்டு வந்தது. அவர் ஏறக்குறைய மரத்துப்போயிருந்தார். இந்த வாசிப்பினால் அல்ல, இவள் படிக்கத் தொடங்குவதற்கு முன் அறை முழுக்கக் கேட்கும்படியாக முனகிய அந்த கீழ்ஸ்தாயி உறுமல். அதைப் பற்றி அவர் எதுவும் கண்டுகொள்ளாவிட்டாலும், அது அவரை முடக்கிப்போட்டிருந்தது. அவள் கிரேகெர்ஸ் வேர்லின் புகழ்பெற்ற வசனங்களோடு தனது வாசிப்பை முடித்தபோதும் அவரால் 'நன்றி' என்று சொல்ல முடியவில்லை. கிரேகெர்ஸ் வேர்லின் இந்தச் சொற்கள் இப்போது நாடகத்தின்

அடிப்படையான உயிர்க்கருத்து என்று அவருக்குத் தோன்றியது. மேலும், அவர் கண்டறிந்த அந்நாடக வாசலுக்குக் கூட்டிச் ச்செல்லும் பாதைகளாக அச்சொற்கள் இருப்பதாக அவருக்குத் தெரிந்தன. அதனால்தான் அவ்வரிகளை மீண்டும் வாசிக்கச் சொன்னார். அப்படி வாசிக்கும்போது, அக்குறிப்பிட்ட வசனத்தை அடையும் நேரத்தில் அந்த வாசல் மீண்டும் அவருக்குத் திறக்கும் என்றும், அதன் வழியே நுழைந்துவிட முடியுமென்றும் நம்பினார். ஆனால் அப்பெண் திக்கித்திணறி அந்த இடத்தை எட்டியபோது, அவளை நிறுத்தச்சொல்ல முடியாமல் *Vildanden*ன் கடைமுடிவான விவாத வசனங்கள்வரை படிக்கட்டும் என்று அவர் பேசாதிருந்தார். அந்நாடக வசனங்களில் மனதைக் குவிக்க முடியாதளவுக்கு அவருக்குள் வெறுப்பு மண்டியிருந்தது. அந்த அடங்கிய உறுமல். இளமையின் திமிர். அது காதில் விழாததைப்போலவே இருந்தாலும், அவரைப் பெரிதாக அவமானப்படுத்தியிருந்தது. அவர் எதுவும் கண்டிக்காததால் இதையெல்லாம் பொருட் படுத்தக்கூடியவர் அல்லர் என்று மாணவர்கள் நினைத்திருக்க லாம். ஆனால் அது அவர் இயல்பு அல்ல என்று அவருக்குத் தெரிந்திருந்தது. அவருக்குக் கண்டிக்க தைரியம் வரவில்லை. அந்த அவமதிப்பான முனகலைக் கேட்டவுடன் அவருக்குச் சகலமும் முடங்கி, தெளிவாகச் சிந்திக்கவும் இயலாமற்போயிருந்தது. அடச்சே! வேறெந்த சமயத்திலும் அவர் நிச்சயமாக அந்த மாணவனைக் கண்டித்து தண்டித்திருப்பார் என்றுதான் சொல்ல வேண்டும். மேலும் இது முதல்முறையாக நடப்பதும் அல்ல – வகுப்பில் ஒன்றிரண்டு பேர் தமது நியாயமான எதிர்ப்பைக் காட்டுவதாக நினைத்துக்கொண்டு சில சில்மிஷங் களைச் செய்யும்போது அவருக்குச் சட்டென்று கோபம் வெடிக்கும். ஆனால் உடனே அதை வெளிக்காட்டாமல் அடக்கிக் கொண்டு, காதில் விழாததைப்போல நடிப்பார். ஏனென்றால் அவருக்கு ஒருவித அச்சம் இருந்தது. இளைஞர்களின் நியாயமான எதிர்ப்புதான் அந்த முனகலும் உறுமலும். அதனை ஒழுங்கீனமென்றோ, துடுக்குத்தனமென்றோ கண்டித்தால், அதற்குப் பிறகு என்னென்ன பிரச்சனைகள் தூண்டிவிடப்படும் என்று அவருக்குத் தெரியும். அவர்கள் மீது அவருக்குப் பயம் இருக்கிறது. முனகல்போல உறுமிய அம்மாணவனை எழுப்பி நிற்கவைத்துத் திட்டுவதற்கு நிச்சயமாக தைரியமில்லை அவருக்கு. இரட்டைப் பிரிவேளைகளாக மாற்றப்பட்டு, அதில் *Vildanden*ஐ இரண்டாவது முறையாக படிக்கவும் வைத்ததற்கு தனது மனக்கசப்பை வெளிப்படுத்தியிருக்கிறான் அவன். அம்மாணவனை அவர் முறைத்துப் பார்க்கவோ, “ரொம்பவும் அலட்டிக்கொள்ளாதே, பாடத்தைக் கவனி!” என்று சமாதான மாகக்கூட சொல்லவோ இல்லை. இது கோழைத்தனமல்ல.

அவர் தனக்குத்தானே உருவாக்கிக்கொண்டிருந்த பலவீனமான வடிவங்களின் வெளிப்பாடாகத்தான் தன்னுடைய அச்சத்தைக் கருதினார். அதற்காக கொஞ்சம் எச்சரிக்கையுணர்வு எப்போதுமே தேவையாக இருந்தது. ஆனால் இந்த எச்சரிக்கையுணர்வு அவருடைய இளம் மாணவர்கள் என்னதான் துடுக்குத்தனத் தோடு இருந்தாலும், மாணவ சமூகத்துக்கு எந்தளவு சக்தி இருக்கிறது என்பதை அறிந்திடாமல் இருக்கிறார்கள் என்ற நிதரிசனத்தால் ஏற்பட்டவொன்றல்ல. அதனால் தனது அற்புத மான கற்பித்தலால் இவர்களை எரிச்சல்படுத்துவதற்கு நல்ல வாய்ப்பு இருக்கிறது. ஆனால் அவர்களைக் கோபப்படுத்தக் கூடாது. அவர்களுக்குக் கோபம் ஏற்பட்டால் ஒன்றாக எதிர்த்து நிற்பார்கள். பாடம் என்ற பெயரில் அவர்கள்மீது நிகழ்த்தப் படும் வன்முறையை இனியும் பொறுத்துக்கொள்ள முடியாது என்பார்கள். அவர்கள் அதைப்போல எழுந்துநின்று, மேசையை ஓங்கித் தட்டி, தமக்குத் தேவையில்லாத பாடங்களைத் தலைக்குள் திணித்து இழிவுபடுத்த வேண்டாமென்று சத்தமிடத் தொடங்கினால் அவரது நிலை மோசமாகிவிடும். இப்போதுள்ள நிலவரத்தைக் கணக்கிலெடுத்துக்கொண்டு பார்த்தால் அவர்கள் தரப்பில் நியாயமும், அவர் தரப்பில் தவறும்தான் எல்லோருக்கும் தெரியும். ஆரம்பத்தில் அவர் உத்தேசித்திருந்த எதுவும் அவர்களுக்குப் பொருந்தியிருக்கவில்லை என்பதால் அவரது கற்பித்தல் மாணவர்களுக்குப் பலனளிப்பதாக இருக்க வில்லை. இன்னும் கொஞ்சநாளில் எல்லோருக்கும் தெளிவாகத் தெரிந்துவிடப்போகிறது, இவருடைய கற்பித்தல் முறைகள் எல்லாமே மீமிகையானவையென்று. அது இன்றே பெரும் வேதனையளிக்கக்கூடியதாக நிகழத் தொடங்கிவிட்டது. இருந்தாலும் அந்தத் தீவிரமான மனவுளைவை நன்கு அனுபவித்தபடியே, இப்போதைய நிலைமையை மீண்டும் நினைத்துப்பார்த்து, எரிச்சல் தலைக்கேறி நாவைச் செயலிழக்கச் செய்தார். அவரது அச்சத்தின் தோற்றுவாய் இதுதான். இப்போது நிகழ்வதைப் போலவே எப்போதும் நிகழ்ந்துகொண்டிருக்கிறது. அந்த பதினெட்டு வயதுப் பெண் திக்கித்திணறி படித்து முடித்திருந்தாள். அவரது எரிச்சல் உச்சத்தை அடைந்திருந்தது. சில நிமிடங்களுக்கு முன் தனக்குப் புலப்பட்ட நாடகத்தின் உட்பாதையைப் பொருத்தமான சொற்களால் அவரால் விளக்க முடியாதிருந்த அந்த அகத்திறப்பை, இப்போது தொடர முடியாது என்பது தெரிந்தது. கைக்கடிகாரத்தைப் பார்த்த படியே, “இன்றைக்கான நமது *Vildanden* பாடத்தை இத்தோடு முடித்துக்கொள்ளலாம். இப்போது செயல்முறை பயிற்சிக்கான அறிவிப்புகள்” என்றபடியே செய்ய வேண்டிய வீட்டுப் பாடங்கள், முடிக்க வேண்டிய கட்டுரைகள் என வரிசையாகச்

சொல்லிக்கொண்டே வந்து, வகுப்பு மணி ஒலிக்கும் விநாடியில் கடைசி அறிவிப்பையும் சொல்லி முடித்தார். மாணவர்கள் தமது *Vildanden* பாடப்புத்தகங்களைச் சத்தமாக மூடி, பைக்குள் திணித்தனர். அவர் நிதானமாகத் தனது புத்தகத்தை மூடினார். மாணவர்கள் இருக்கைகளிலிருந்து எழுந்தனர். எழுந்தவுடன் அவர்கள் அனைவருமே – இருபத்தொன்பது பையன்களும் பெண்களும் – உயரமாகத் தெரிந்தனர். எல்லோருமே ஒவ்வொரு விதத்தில் சிடுசிடுப்பான பாவத்தில், அசௌகரியமாகக் காணப் பட்டனர். இருக்கை வரிசையிலிருந்து முண்டியடித்துக் கொண்டு வெளியே வந்தவர்கள் ஒருவரும் அவரை நிமிர்ந்துகூடப் பார்க்காமல் நகர்ந்தனர். அதற்குள் சிலர் வாக்மன்களை எடுத்துக் காதில் பொருத்திக்கொண்டு சீட்டிகை போட்டுக்கொண்டே சென்றனர். அவரும் எழுந்துநின்றார். மிகவும் சோர்ந்து, சக்தி யெல்லாம் இழந்து, மனம் கசந்திருந்தார். சிறுசிறு குழுக்களாகச் சேர்ந்துகொண்டு சந்தோஷமாக அவரைக் கடந்து செல்பவர் களை வெறித்துப் பார்த்தார். ஒருவரும் நிமிர்ந்து பார்ப்பதாக இல்லை. பயமென்றால் என்னவென்றறியாத நார்வேஜிய இளைஞர்கள். வழக்கத்தை மீறி, பழங்காலத்தைப்போல இரண்டு பிரிவேளைகளைச் சேர்த்து நடத்திய கொடுமையி லிருந்து விடுதலை பெற்று விரைகின்றனர். அவர் திடீரென்று ஞாபகம் வந்தவராக அவர்களைக் கூப்பிட்டார். "எல்லோரும் கவனியுங்கள்... அடுத்த திங்கட்கிழமைவரை இந்தப் பாடம் தொடரும். அதற்குள் நாடகத்தின் அடியாழம்வரை நாம் அலசிப் பார்த்துவிட வேண்டும். கிரேகெர்ஸ் வேர்லின் திகிலுக்கான காரணத்தை அறிந்துகொள்வோம். நாடகப் பிரதி கொண்டிருக்கும் அத்தனை சிக்கலான முடிச்சுகளையும் அவிழ்ப்போம்." ஆனால் அவருடைய ஒரு வார்த்தையும் காதில் விழாததைப்போல அவர்கள் அவரைத் தாண்டிச் சென்றனர். கடைசி இரண்டு வாக்கியங்கள் அவர்களுடைய செவிகளில் விழுந்திருக்குமா வென்றே அவருக்குச் சந்தேகமாக இருந்தது. கடைசி மாணவக் குழுவினரின் முதுகுகளும் பார்வையிலிருந்து மறைய, வகுப்பறை யில் ஒற்றையாளாக வெறித்த பார்வையோடு நின்றிருந்தார். வகுப்பை விட்டு வேகமாகப் போய்க்கொண்டிருப்பவர்களைக் கூப்பிட்டுச் சொன்ன அபத்தத்திற்காக அவருக்குத் தன் மீதே எரிச்சல் ஏற்பட்டது. இப்படி ஒருவர்கூடத் திரும்பிப்பார்க்காமல் போகும்படியாக தனது கோமாளித்தனமான நடத்தை அமைந்து விட்டதே என்று தனக்குள் மருகிக்கொண்டார்.

ஓய்வறைக்குள் சென்றார். திங்கட்கிழமை என்பதால்தான் அவருக்கு இந்த இரட்டைப் பாடவகுப்புகள் (பள்ளியின் நார்வேஜிய மொழித்துறையின் மூத்த ஆசிரியர் என்பதால் அளிக்கப்பட்ட சலுகை). எனவே அன்றைய தினத்திற்கான

அவரது பணி முடிவுற்றுவிட்டது. வாழ்க்கையையும், அதில் அவருக்கிருக்கும் பங்கையும் நினைத்து ஓர் இணக்கமான புன்னகையை வெளிப்படுத்த முயன்றுபார்த்தார். வரவில்லை. 'ஹ்ம்ம், இந்த உலகத்தில் வாழ்ந்து முடிப்பதற்காக எத்தனை அருவருப்பான விஷயங்களைச் சகித்துக்கொள்ள வேண்டியிருக்கிறது, கடவுளுக்குத்தான் தெரியும் என்று நினைத்துக்கொண்டார். காலையில் நிகழ்ந்த கசப்பான அனுபவங்களை ஞாபகத்திலிருந்து ஒதுக்கித்தள்ளும் நோக்கத்தில் கதவைத் திறந்து கொண்டு ஆசிரியர்கள் அடுத்த வகுப்புக்குச் செல்வதற்குமுன் ஓய்வெடுத்துக்கொண்டிருக்கும் உள்அறையை அடைந்தார். ஒன்றிரண்டு சகாக்களோடு வெறுமனே எதையெதைப் பற்றியோ பேசினார். நேற்றைய அக்வாவிட்டின் பாதிப்பு இன்னமும் அவர் உடம்பையும் மூளையையும் விட்டு விலகியிருக்காததை உணர்ந்தார். அவருக்கு உடனே பியர் அருந்த வேண்டும் போலிருந்தது. இல்லை, அவ்வளவு சீக்கிரம் கூடாது. தன்னை நிதானப்படுத்திக்கொண்டார். வேறு எந்த வேலையும் செய்வதற்கு இல்லாததால், அடுத்த நாளைக்கான தயாரிப்புகளை வீட்டிலேயே செய்துகொள்ளலாம் என்று நினைத்துக் கிளம்ப முடிவெடுத்தார். முன்வாசலை அடைந்தபோதுதான் மழை பெய்யத் தொடங்கி விட்டிருப்பது தெரிந்தது. பெரிய மழையெல்லாம் இல்லை, சிறு தூறல்தான். குடையை விரிக்காமல் சென்றால்கூட, வீட்டுக்கு சிறு நடை தூரம்தான் என்பதால் அதிகம் நனைந்துவிடாமலே சென்றுவிடலாம். ஆனால் குடையை எடுத்து வந்திருப்பதால் பயன்படுத்திக்கொள்வது என்று முடிவெடுத்து, அதை விரிப்பதற்கான பொத்தானை அழுத்தினார். விரியவில்லை. மீண்டும் பொத்தானைப் பலமாக அழுத்தினார். எதுவும் நிகழவில்லை. இதற்குக்கூட இவ்வளவு திமிரா என்று வெறியேற்பட்டது. மூன்றாவது முறையாக முயன்றபோதும் திறக்கவில்லை. அதன்பின் கையாலேயே திறக்க முயன்றார். குடை அதற்கும் எதிர்த்தது. பிரயத்தனத்துக்குப் பிறகு கொஞ்சமாகத் திறந்தது. அதற்குமேல் அவரால் அடக்கமுடியவில்லை. உணவு இடைவேளையில் பார்கபோர்க் மேல்நிலைப் பள்ளியின் முற்றத்தில் நின்றுகொண்டு குடையைத் திறக்க முயன்றுகொண்டிருந்தார். அவரால் முடியாததை அங்கு நூற்றுக்கணக்கில் இருக்கும் மாணவர்களில் சிலராவது பார்த்துக்கொண்டிருப்பார்கள் என்று உறைத்ததும், வேகமாகக் குடிநீர்த் தொட்டியை நோக்கி விரைந்தார். குடையை இறுகப் பிடித்துக்கொண்டு தொட்டியின்மீது ஓங்கி அடித்தார். வெறியோடு திரும்பத் திரும்ப அடித்தார். குடையின் உலோகக் குழாய் சற்று இளகுவதையும், கம்பிகள் உடைவதையும் உணர்ந்தார். சந்தோஷத்தோடு மீண்டும்மீண்டும் அடித்தார். மாணவர்கள் அவரை மெதுவாக,

சத்தமின்றி நெருங்குவது விழியோரத்தில் தெரிந்தது. தயங்கித் தயங்கி அவருக்குச் சற்று தூரத்தில் அரைவட்டமாக, மரியாதையான ஒரு தூரத்தில் நின்றிருந்தனர். அவரது உக்கிரமான தாக்குதலில் வளைந்திருந்த குடைக்குள் கம்பிகள் கழன்று கொள்வதை உணர்ந்து அடிப்பதை நிறுத்தி, குடையைத் தரையில் எறிந்தார். அதன் மேல் குதித்தார். குதிகாலால் நசுக்கினார். மீண்டும் குடையை எடுத்து குடிநீர்த் தொட்டியின்மீது அடித்தார். இப்போது எல்லாக் கம்பிகளும் பிய்த்துக்கொண்டு எல்லாத் திசைகளிலும் துருத்திக்கொண்டன. அவற்றில் சில அவருடைய கையைக் கிழித்தன. சிராய்ப்புகளிலிருந்து ரத்தம் மெதுவாக வந்துகொண்டிருப்பதைப் பார்த்தார். அவரைச் சுற்றிலும் மாணவர்கள் நின்றிருப்பதைக் கவனித்தார். எதுவும் புரியாமல் வாய்பிளந்து, அசைவற்று, மரியாதையான தூரத்தில் நின்று கொண்டு அவரையே வைத்தகண் வாங்காமல் பார்த்துக் கொண்டிருந்தனர். அவர்களில் பலரிடம் கையில் லஞ்ச் பாக்ஸ் இருந்தது. அது மதிய உணவு இடைவேளை நேரம். அந்தக் குழப்பநிலையிலும் அந்த மாணவர்களில் அருகில் நின்றிருந்தவர்களின் முகங்கள் மிகத் தெளிவாகவே அவருக்குப் புலப்பட்டன. பொன்நிறக் கூந்தல் கொண்ட ஓர் உயரமான மாணவி அவரைத் திகைப்புடன் வெறித்துக்கொண்டிருப்பதைக் கவனித்தார். பள்ளி இறுதி வகுப்பு மாணவர்களில் ஒருசிலரும் இருந்தனர். அவர்கள் முகத்தில் தெரிந்த கேலியும் திகைப்பும் அவரை மேலும் வெறியேற்றியது. அந்த உயரமான பொன்நிறக் கூந்தல் பெண்ணை நோக்கித் திரும்பினார். "*Damn twat!*"என்று கத்தினார். "போய்த் தின்னு! குண்டுப் பன்றி!" என்றவாறே குடையை எடுத்தார். அடிப்பதுபோல ஓங்கிக்கொண்டே அவர்களை நோக்கிச் செல்ல, மாணவர்கள் சட்டென்று ஒரு பக்கமாக ஒதுங்கினர். அந்த இடைவெளியில் அவர்களிடமிருந்து திரும்பி நடந்தார். ஈரமான பள்ளி முற்றத்தின் வழியாகப் படுவேகமாக நடக்கும்போது அது அவரது மனக்கொந்தளிப்புக்கு இதமாக இருந்தது. ஆனால் அவர் நடந்துகொண்ட விதம் மெதுவாக உறைக்கத் தொடங்கியபோது மனம் கலங்கியது.

பார்கபோர்க் வீதி அவர் எப்போதும் சென்றுகொண்டிருக்கும் பாதை. ஆனால் இப்போது ஜாகோப் ஆல்ஸ் வீதிக்கு வலப்புறம் திரும்பாமல் வளைந்துவளைந்து செல்லும் பார்கபோர்க் வீதியில் தொடர்ந்து நடந்து பிலஸ்திரேடத்தில் அது இணையும் இடம்வரை வந்து பிலஸ்திரேடத் வழியாக ஸ்ரென்ஸ் பூங்காவைக் கடந்து நூராபக்கனைத் தாண்டி பிஸ்லேத்தை நோக்கி கால்போன போக்கில் தொடர்ந்து நடந்துசென்றார். இந்தக் குழப்ப நடை அவருடைய கலைந்த மனநிலையின் அடையாளம். இது அவருடைய வீட்டை

அடைவதற்கான வழி அல்ல. அந்தச் சாலைகளே அவருடைய பாதங்களை ஜாகோப் ஆல்ஸ் வீதிக்கும், நகர மையத்துக்கும் செலுத்தி வந்திருப்பதைப் போலிருந்தது. நகர மையப் பகுதியின் நெரிசல் அவரை விழுங்கி காணாமற்போக வைக்கக்கூடாதா வென்று நினைத்தார். அவருடைய கால்கள் தள்ளாட்டத்துடன் பின்னின. ஆனால் ஒன்று மட்டும் அவருக்குத் தெளிவாகப் புரிந்தது. நார்வேஜிய கல்வித் துறையில் இருபத்தைந்து வருடங் களாகப் பணியாற்றிவந்த ஆசிரியப் பணி இத்துடன் முடிவுக்கு வந்துவிட்டது. அவரது மகத்தான வீழ்ச்சி இதுதான். பார்கபோர்க் பள்ளியோடு அவருக்கு இருந்த தொடர்பு இத்தோடு முடிந்துவிட்டது என்று உணர்ந்தார். இனி ஒருபோதும் அவர் பாடம் கற்பிக்கமாட்டார். அவர் பரிபூரணமாகச் சரிந்து விட்டார். மீண்டெழுவதில் அவருக்கே ஆர்வம் இருக்க வில்லை. அவர்கள் இவரைத் தூக்கி நிறுத்தினாலும் காலூன்றி நிற்பதில் ஆர்வம் இருப்பதாகத் தெரியவில்லை. பள்ளி முதல்வரும் சகாக்களும் நடந்த சம்பவத்தைப் பெரிதாக எடுத்துக்கொள்ளா மல், எல்லோருக்கும் நடக்கக்கூடியதுதான் என்று சொல்லி அழைத்தாலும்கூடத் திரும்பச் செல்வதற்கு சாத்தியமே இல்லை. இது யாருக்கோ நடந்தவொன்றல்ல. அவருக்கு நிகழ்ந் திருப்பது. சக ஆசிரியர்கள் அந்தக் காட்சியைப் பார்த்திருப்பார் களா? இதைப்பற்றி மேலும் நினைக்க, நினைக்க, அவர் உடம்பு இறுகியது. ஒரு கணம் அவர் அசைவற்று நின்றார். "கடவுளே" என்று வாய்விட்டு அரற்றினார். "இது உண்மையாக இருக்கக் கூடாது!" ஆனால் இது உண்மைதான். அவருடைய அனுபவத்தி லிருந்து ஒன்று மட்டும் நிச்சயமாகத் தெரியும். ஓய்வறையில் சௌகரியமாக உட்கார்ந்திருக்கும் ஆசிரியர்களுக்கு வெளியே பள்ளிமுற்றத்தில் நடக்கும் எந்தவொரு அசம்பாவிதச் சம்பவமும் உடனே தெரிந்துவிடும். அது கண்ணில் படாத இடத்தில் அவர்கள் உட்கார்ந்து பேசிக்கொண்டிருந்தாலும்கூட அவர்கள் எல்லோ ருடைய செவிகளும் கூர்மையாகத் தீட்டப்பட்டிருக்கும். வெளியே கேட்டுக்கொண்டிருக்கும் பொதுவான, அடங்கின ஓசைகளும் அவ்வப்போது ஒலிக்கும் கீச்சொலிகளும் சிரிப்பு களும் சட்டென்று நின்று ஒட்டுமொத்த நிசப்தம் உண்டானால், யாராவது ஒரு ஆசிரியர் சட்டென எழுந்து சன்னலுக்கு வெளியே பார்ப்பார். உடனே இரண்டாமவர், மூன்றாவர் என்று ஒவ்வொருவராகச் சன்னல்களுக்கு வந்து பார்ப்பார்கள். அப்படி இன்றும் அவர்கள் எல்லோரும் வந்து பார்த்திருந்தால்... நோ, நோ, என்று சிந்தனையை அறுத்துக்கொண்டார். இதையே யோசித்துக்கொண்டிருப்பதில் பலன் இல்லை. இதுதான் முடிவு. எப்படியிருந்தாலும் இந்தக் கழிசடைக் குடையை வீசியெறிய வேண்டும் என்று குப்பைத்தொட்டிக்காகச் சுற்றுமுற்றும்

நோக்கினார். ஆனால் அவர் சத்தமாகக் கத்தியதை அவர்கள் கேட்டிருக்கமாட்டார்கள் என்று நினைத்துக்கொண்டார். கேட்டிருக்காவிட்டாலும் அவர் உச்சரித்த அந்த வசைச்சொல் எப்படியும் அவர்கள் செவிகளை வந்து அடைந்துவிட்டிருக்கு மென்றும் தோன்றியது. இது பெரும் நாசம்தான். உண்மையிலேயே துரதிருஷ்டவசமானது. வேறு எப்படியும் சொல்ல முடியாது. அவருடைய சிந்தனைகள் மேலும் சிக்கலாகின. என்ன மாதிரியான குழப்பத்தை உண்டாக்கிக்கொண்டேன்! அவர் கோபத்துடன் பிதற்றினார். நான் நிஜமான முட்டாள். அவர் தன்னை முட்டாள் என்று அழைத்துக்கொண்டது சூழ்நிலையைக் கணக்கில் எடுத்துக்கொண்டு சொன்னதாகத் தெரியவில்லை. ஆனாலும் இந்த முட்டாள்தனமான நடத்தை மாற்ற முடியாதது. இதைவிட மோசமாக எதுவும் நடந்திருக்க முடியாது என்று தனக்குள்ளேயே சொல்லிக்கொண்டார். அவரது சொற்களை அவராலேயே நம்பமுடியாத அளவுக்கு அந்நியமாக உணர்ந்தார். இனி எனக்கு என்ன ஆகும்? அவருக்கு விரக்தி அதிகரித்தது. எனக்கு மனைவி என்று ஒருத்தி இருக்கிறாளே, அவளுக்கு என்ன ஆகும்? அவளிடம் இதை எப்படிச் சொல்வேன்? காலுக்கடியில் உள்ள நிலம் திடீரெனப் பிளந்துவிட்டது, அதற்கு நான்தான் காரணம் என்றா சொல்வது? இனி எப்படி வாழப்போகிறோம்? அவமானம்! இல்லை, வாழ்க்கை பழையபடி இருக்கப்போவதில்லை. அவருக்கு உடல் நடுங்கியது. பார்கபோர்க் வீதியெங்கும் அமைதி யாக இருந்தது. பிலஸ்திரேடத்தும் அதைப்போலவே அமைதி யில் ஆழ்ந்திருந்தது. மெலிதான தூறல். அவரது கண்ணாடியில் ஈரம் படர்ந்து பார்வை பனிமூட்டமாகியது. தலை இப்போது முழுவதும் நனைந்துவிட்டிருந்தது. மழை ஈரத்தில் மேலும் கருப்பாகியிருந்த தார்ச்சாலையிலும், அமைதியான குடியிருப்புப் பகுதிகளின் சாலையோர வாகனங்களின் மண்டையிலும் பழுப்பு இலைகள் ஒட்டியிருந்தன. வானம் ஒரே சீரான சாம்பல் நிறத்தில் மந்தமாக விரிந்திருக்க, இப்போது மழை வலுத்தது. ஸ்ரென்ஸ் பூங்காவை தாண்டிச் செல்லும்போது தலையுச்சியிலும் கண் கண்ணாடியிலும் சிறுமுட்கள்போலத் தாக்கத் தொடங்கியிருந்த மழைத்துளிகள் அவரைப் பாதித்ததாகத் தெரியவில்லை. தூறலில் நடந்துபோவதைப்போலச் சென்றார். நோராபேக்கென் னின் கடைசியில் ஒரு குப்பைத் தொட்டி கண்ணில்பட, அந்த பாழாய்ப்போன குடையை அதில் வீசியெறிந்தார். அது கையை விட்டுப் போனவுடனேயே பெரிய சுமை நீங்கியதைப்போல இலகுவாக உணர்ந்தது அவருக்கு ஆச்சரியத்தையளித்தது. அந்த உடைந்த குடையை இவ்வளவு நேரம் சுமந்துகொண்டிருந்தது இவ்வளவு பெரிய வித்தியாசத்தை ஏற்படுத்துமா? கையை விரித்துப் பார்த்தார். இன்னமும் கசிந்துகொண்டிருந்த ரத்தத்தைத்

உடைந்த குடை ❋ 43 ❋

துடைத்தார். பிஸ்லெத்தை அடைந்ததும் போக்குவரத்து சிக்னல் அருகே நின்றார். எங்கே செல்வது? ஹோமன்ஸ் பீயன் பகுதியில் நுழைந்து, அழகான யொசேஃபின வீதி ஓரமாகவே நடந்து போக்ஸ்தாத்வையன் சிக்னல் வரை போகலாம். அங்கிருந்து யொசேஃபின வீதி வழியிலேயே உரேனியன்போர்க் தேவாலயம், பிரிஸ்க்பி வரை செல்லலாம். அல்லது போக்ஸ்தாத்வையனி லிருந்து லாரிக்குப் போய் (பியர், பியர் அருந்தலாம். இந்த நேரத்தில் பியர் அற்புதமாக இருக்கும்.) பின் அங்கிருந்து வேர்கலண்ட்ஸ்வையன் வழியாக ஆர்டிஸ்ட்ஸ் ஹவுஸ் போகலாம். பக்கத்திலேயே மேல்நிலை ஆசிரியர் சங்கக் கட்டிடத்துக்கு (இல்லை, இல்லை அங்கு போகவே கூடாது). நகர மையம் அல்லது ஸ்லொத்பார்க்கன், பேலஸ்பார்க். இப்போது இலைகளெல்லாம் உதிர்ந்து மரங்கள் நிர்வாணமான கிளை களை விரித்தபடி நிற்பது இந்த மங்கிய வானப் பின்னணியில் கம்பீரமான நிழல் வடிவங்களாகத் தெரியும். அங்கே போகலாம். இந்த மயங்கும் சாம்பல் நிற அந்தியொளியில் தாழ்வான கிளைகள் விநோதமாக உருவெடுத்திருப்பதைப் பார்ப்பது அபூர்வமாக இருக்கும். ஸ்லொத்பார்க்கன் சாலைகளின் வழியாக தலைநகரின் பிரதான வீதியான கார்ல் ஜோகனுக்கோ, அல்லது போக்ஸ்தாத்வையனிலிருந்து மயூஸ்துவா வரை சென்று புகழ் பெற்ற உணவகமான வல்கிரிக்குச் செல்வதையோ மனதில் கற்பனைசெய்து பார்த்தார் (வால்கா? அது ரொம்பவும் சுற்றுவழி யல்லவா? யாரும் என்னைக் கவனித்திருக்கப் போவதில்லை யென்றாலும் அவ்வளவு தூரத்துக்கு சுற்றிச் சென்று வீட்டை அடைவது கேலிக்குரியதாக இருக்கும்.) அல்லது பிலஸ்திரேடத் வழியாகவே தொடர்ந்து நடந்து நகரின் மைய நெரிசல் வீதிகளுக்கு வந்தடையலாம். பிலஸ்திரேடத்தை நோக்கி பார்வையைச் செலுத்துகையில், ஆஸ்லோவுக்கு இதற்குமுன் நான் வந்திருக்காத வனாக இருந்தால் இங்கு வந்து இப்படி நின்றுகொண்டிருப் பேனா என்று அவருக்குள் யோசனை ஓடியது. பிலஸ்திரேடத்தில் தொடர்ந்து நடந்துசென்றால் அபாயகரமான முட்டுச் சந்துகளில் முடியவேண்டிவரும் அழுக்கான மோட்டார் கிடங்குகள் சுற்றி யிருக்கும். பழுதடைந்த டயர்கள், துருப்பிடித்த ஓட்டைக் கார்களை குவித்துவைத்திருப்பதற்கான இடம். துறைமுகத்தை யொட்டியுள்ள சதுப்புப் பகுதி அது. அவர் நின்றிருந்த இடத்தி லிருந்து பார்க்கும்போது இடது பக்கத்தில் அழுக்கான தொழிற் சாலைக் கட்டிடமும், முன்னால் மது வடிப்பாலையும் வலப் புறத்தில் வரிசையான பழைய அடுக்ககங்களும் தெரிந்தன. பிலஸ்திரேடத் இதற்கு மேல் மிகவும் குறுகலாகச் செல்லும். அதில் தொடர்ந்து செல்வதும் கடினம். மாறாக, தெரேசஸ் வீதி போகும் வழி உற்சாகமான அழகான வீதி. அவர் இப்போது

நின்றிருக்கும் இடத்திலிருந்து வழிதவறிப் போனவன் யாராவது பார்க்கும்போது தெரேசஸ் வீதிக்கான சாலையை நோக்கிச் செல்வதற்குத்தான் கால்கள் திரும்பும். அந்த வீதியின் பரபரப்பும் உற்சாகமும் நகரத்தின் மிக நெரிசலான பகுதியை அணுகுவதை உணர்த்தும். செங்குத்தாக உயரும் தெரேசஸ் வீதியின் முடிவில் நகர மையம். அங்கிருந்து கிளைக்கும் அற்புதமான நிழற்சாலைகளில் நடந்தால் அரண்மனையும், நாடாளுமன்றமும் நேஷனல் தியேட்டரும் ஓபெரா ஹாலும் வரும். ஏறக்குறைய நூற்றாண்டுகளாக மேல்நாட்டு மோஸ்தரில் செல்வச்செழிப்போடு மற்றவர் பொறாமைப் படும்படியாகத் தழைத்திருந்தவர்கள் வாழ்ந்திருந்த தலைநகர்ப் பகுதி. எனவே பிலஸ்திரேடத்துக்கு வரும் நீல நிற ட்ராம், பீஸ்லெத்தின் டிராபிக் வளையத்தைத் தாண்டி தெரேசஸ் வீதியில் மேலேறும்போது, அந்த வண்டி ஆஸ்லோவின் ஏழ்மையான புறநகர்ப் பகுதியிலிருந்து, ஜகஜோதியான நகரமையத்துக்கு வருவதைப்போல ஓர் எண்ணத்தைத் தோற்றுவிக்கும். ஆனால் உண்மை அதற்கு நேரெதிரானது. ஆடம்ஸ்டுவா என்பது உண்மையில் வசதியற்ற பகுதியல்ல. நகரத்தின் இதயம் அங்கிருந்துதான் தொடங்குகிறது. ஆடம்ஸ்டுவாவிலிருந்து வெகுதூரம் சென்றபிறகுதான் கிராமப் பகுதி, அதன் பண்ணை வீடுகளோடும் பாரம்பரிய வீட்டு வரிசைகளோடும் கண்ணில்படும். இந்த யோசனை வளர்ந்துகொண்டிருக்கும்போதே, திடீரென அவருக்குத் தன் மீதே கோபம் வெடித்தது. இங்கேயே நின்றபடி கற்பனையில் ஆழ்ந்திருக்க இதுவா நேரம்? உன் மனைவியிடம் நடந்ததை எப்படிச் சொல்லப்போகிறாய்? உனக்கு முதல் ஓய்வூதியக் காசோலை கிடைப்பதற்கு இன்னும் பதினைந்து வருடங்களாகும். அதுவரை எப்படிக் காலத்தை ஓட்டப்போகிறாய்? சரி, அவர் எங்கேதான் போக வேண்டும்? பிஸ்லெத்தைத் தாண்டி, டல்ஸ்பெர்க்ஸ்தைன், செயின்ட் ஹன்ஸ்ஹாவ்கன்வரை சென்று, அந்தப் புகழ்பெற்ற உணவகமான ஷ்ரோடருக்குப் போகலாம் (பியர்! ஷ்ரோடருக்குச் சென்று ரொம்ப நாளாகிவிட்டது.) சாலையைக் கடக்க முற்பட்டார். பிஸ்லெத் நீச்சல்தடாகத்தைத் தாண்டும்போது மறுபக்கத்திலிருந்த பிஸ்லெத் ஸ்டேடியத்தின் அபாரமான அழகு அவரைச் சுண்டியிழுத்தது. உண்மையாகவே மிக அழகான அரங்கம். கலையரங்கம். நகரத்திற்கு இது ஓர் ஆபரணம். ஒரு ஐரோப்பிய நாட்டின் தலைநகரில் இருக்கவேண்டிய அளவுக்குச் சற்று சிறியதுதான், ஆனாலும் என்ன வசீகரமான வடிவமைப்பு! அற்புதமான கேட்பொலியமைப்பு. கான்கிரீட் சுவர்களில் மோதி திரும்பத்திரும்ப எதிரொலிக்கும் பார்வையாளர்களின் உற்சாக ஓசைகள். இந்த இனிய எண்ணத் தொடரை அவரது தற்போதிய யதார்த்தம்

மீண்டும் அறுத்தது. என்ன காரியம் செய்துவிட்டேன்! எதை வைத்து இனி காலத்தைத் தள்ளப்போகிறோம்? மனமுறிவில் தன்னைத்தானே கேட்டுக்கொண்டார். அவள் கதி என்னாவது? அவள் தன்னையும் நொந்துகொண்டு என்னையும் நோகடிக்கப் போகிறாள். அதை என்னால் சமாளிக்க முடியப்போவதில்லை. அவர் எண்ணங்களில் இருள் சூழ்ந்தது. இதுதான் நிதரிசனமா? துரதிருஷ்டவசமாக, ஆம் இதுதான். அப்படியானால் எல்லாம் முடிந்தது! தலையைப் பலமாகக் குலுக்கிக்கொண்டே உள்ளுக்குள் மௌனமாகக் கூக்குரலிட்டார். கடந்து செல்பவர்கள் அவரை ஓரக்கண்களால் விசித்திரமாகப் பார்த்தபடி சென்றனர். அந்த பிஸ்லெத் சாலைச் சந்திப்பில், எந்தத் திசையில் செல்வது என்பதை இன்னமும் தீர்மானிக்க முடியாமல் குழப்பத்தில் நின்றுகொண்டிருந்த அவர் மீண்டும் கையை உயர்த்திப் பார்த்தார். ஆழமான வெட்டுக்காயம். இன்னமும் ரத்தம் கசிந்துகொண்டிருந்தது. கைக்குட்டையை எடுத்து அதன்மேல் ஒற்றினார்.

எலியாஸ் ருக்லாவுக்கு இத்தகையதொரு வேதனை மிகுந்த கட்டத்தில் சிக்கிக்கொண்டிருப்பதால் தன்னுடைய மனைவியை நினைத்துதான் அதிகக் கவலையாக இருந்தது. தனது மொத்த சமுதாய இருப்பையும் அவர் விடைகொடுத்து அனுப்பியாக வேண்டும். இப்போது அவர்மீது பெரும் பனிப்பாறைச் சரிவாக வீழ்ந்து அவரை முடக்கியிருக்கும் நிலையிலிருந்து தப்பித்து வெளியில் வருவதற்கு வேறெந்த வழியும் சாத்தியமாகத் தெரியவில்லை. அவரால் இயன்றாலும்கூட, அது எதனையும் மாற்றிவிடப்போவதில்லை. ஏனென்றால் எந்த மாற்று யோசனையை அவர்முன் வைத்தாலும், அவர் வெறுமனே தோள்களைக் குலுக்கிக்கொண்டு உறுதியான குரலில் ‘முடியாது’ என்றுதான் சொல்லியிருக்கப்போகிறார். அவருடைய மனைவியின் பெயர் ஏவா லிண்டே. அவளை முதன்முதலில் எலியாஸ் ருக்லா சந்தித்தபோது அவள் சந்தேகத்திற்கு அப்பாற்பட்ட அழகியாக இருந்தாள். எட்டு வருடங்கள் கழித்து அவளை மணமுடிக்கும் போதும் அப்படியேதான் இருந்தாள். அவர் அவளை முதன் முதலாகப் பார்த்ததற்கும், திருமணம் செய்துகொள்வதற்கும் இடைப்பட்ட எட்டு வருடங்களில் அவருடைய நெருங்கிய நண்பரின் மனைவியாக இருந்தாள். அப்படித்தான் அவளை அவர் சந்தித்திருந்தார். ஜோஹான் கார்னெலியூஸனின் மனைவியாக. அது 1960களின் இறுதி. அவர்கள் மூவரும் தமது இருபதுகளில் இருந்தனர். எலியாஸ் ருக்லா கல்லூரி மாணவனாக முப்பதுகளை நெருங்கிக்கொண்டிருந்தான். அந்த இரு காதல் ஜோடிகளும் இருபத்து நான்கில்.

எலியாஸ் ருக்லா, ஜோஹான் கார்னெலியூஸனை சந்தித்தது ப்ளின்டெர்னில் உள்ள ஆஸ்லோ பல்கலைக்கழகத்தில் உள்ள

'இன்ஸ்டிட்யூட் ஆஃப் பிலாஸபி'யில். வருடம் 1966ஆக இருக்க லாம். எலியாஸ் தனது மொழி, இலக்கியத்தில் பட்டப்படிப்பை முடிப்பதற்காக அங்கு வந்திருந்தான். அதே நேரத்தில் நார்வேஜிய இலக்கியத்தில் தனது ஆய்வுநூலையும் தயாரித்துக்கொண்டிருந் தான். நார்வேஜியனிலும் சரித்திரத்திலும் குறும்பாடங்களை முடித்தபிறகு பிரதான பாடமாக சரித்திரத்தை எடுப்பதா நார்வேஜியனை எடுப்பதா என்று அலைபாய்ந்துகொண்டிருந் தான். நார்வேஜியனில் அவனது ஆய்வேட்டைத் தயாரிக்க ஆரம்பித்த பிறகும் குழப்பம் நீடித்துக்கொண்டிருந்தது. அப்போது மூன்றாவது பாடமாக ஒன்றைத் தேர்ந்தெடுக்க வேண்டியிருந்த தால் ஆரம்ப நிலைத் தத்துவப் பாடத்தை எடுத்துக்கொண்டான். கல்லூரியில் தத்துவத்தில் முனைவர் பட்டப்படிப்பில் சேர்ந்திருந்த ஜோஹான் கார்னெலியூஸனை அப்போதுதான் சந்தித்தான். எந்த காரணத்தாலோ அவர்கள் இருவரும் நல்ல நண்பர்களாகி விட்டனர். உண்மையில் மிக நெருக்கமான நண்பர்களாக, எப்போதும் சேர்ந்தே காணப்படுகிறவர்களாகவே மாறிவிட்டனர். கல்லூரிப் பருவத்தில் மாணவர்களிடையே அப்படித்தானே ஆகிவிடும். ஆனாலும் அவர்கள் இருவரும் இயல்பில் முற்றிலும் வேறுபட்டவர்கள். அவர்களுடைய மனப்போக்கு, தோழமை யுணர்வு எல்லாமே வெவ்வேறாக இருந்தன. அதனால் மற்றவர் களுக்கு அவர்களுடைய நட்பு விசித்திரமாகத் தெரிந்திருக்கும். ஒரே பாலினத்தைச் சேர்ந்த இளைஞர்கள் நெருக்கமான நட்பில் இருந்தால் மற்றவர்களுக்கு விநோதமாகத்தான் தெரியும்.

ஜோஹான் கார்னெலியூஸனை வித்கென்ஸ்தைனில் நடந்த ஒரு விரிவுரைக் கூட்டத்தில்தான் எலியாஸ் ருக்லா முதன்முதலில் பார்த்தான். தத்துவ ஆய்வின் தொடக்கநிலை மாணவனும், பிஹெச்.டி மாணவனும் கலந்துகொண்ட அக்கூட்டத்தில்தான் எலியாஸ் ருக்லாவுக்கு தனது தகுதிக்கு மீறிய ஒரு விஷயத்தைக் கையில் எடுத்துக்கொண்டிருப்பது புரிந்தது. அந்த விரிவுரை யின் முடிவில், ஜோஹான் கார்னெலியூஸன் எழுந்து ஒரு கேள்வி யெழுப்பினான். புகழ்பெற்ற விட்ஜென்ஸ்டீன் அறிஞரான அந்த விரிவுரையாளர் அந்தக் கேள்வியை வெகு தீவிரமாக எடுத்துக்கொண்டார். எலியாஸ் ருக்லாவுக்கு அந்தக் கேள்வி மிகவும் சாதாரணமாகத்தான் தெரிந்தது. இரண்டு கருத்தாக்கங் களுக்கிடையேயுள்ள வித்தியாசத்தைப் பற்றிக் கேட்கப்பட்டது, அவனுக்கு மிகவும் எளிமையான வேறுபாடு என்றுதான் தோன்றியது. ஆனால் அந்த விரிவுரையாளர் திடுக்கிட்டுப் போனவராகக் காணப்பட்டார். குறைந்தது இரண்டு நிமிடங் களுக்கு எதுவும் பேசாமல் அமைதியாக நின்றிருந்தார். பின் கேள்வியைக் கேட்ட மாணவனை நோக்கித் திரும்பி அவனிடம் நேரடியாக விளக்கத் தொடங்கினார் – மீதமிருந்த ஒரு மணி

நேரத்திற்கும் அதிகமாக. அடுத்த வகுப்பிற்காக இன்னொரு மாணவர் குழு வரும்வரையிலும் அந்த விளக்கம் தொடர்ந்தது. இந்தச் சம்பவமே அந்த மாணவன் மற்ற எல்லோரையும்போல ஒருவனல்ல என்பதை எலியாஸ் ருக்லாவுக்கு உணர்த்திவிட்டது. அவனுக்கு மகத்தான எதிர்காலம் இருப்பதாகக் கல்லூரியில் பேசிக்கொண்டார்கள். இம்மானுவேல் கன்ட் பற்றிய அவனது முனைவர் ஆய்வுநூல் வெளியீடு மிக முக்கிய நிகழ்வாக இருக்கப் போகிறது என்றார்கள். அதற்குப் பிறகு அவன் இன்ஸ்டிட்யூட் ஆஃப் பிலாஸபி அமைந்துள்ள பிளின்டேர்னில் உள்ள நீல்ஸ் ட்ரேஷோ இல்லத்தின் ஒன்பதாவது தளத் தாழ்வாரத்தில் அலைந்துகொண்டிருப்பதை அடிக்கடி பார்க்க நேர்ந்தது. அப்போதெல்லாம் அவனுக்குள், ‘இதோ, என் வயதில் உள்ள இவன், பிற்காலத்தில் ஒரு மகத்தான தத்துவ அறிஞனாக உருவெடுக்கப் போகிறான்’ என்று ஓர் எண்ணம் ஓடும். ஒரு நாள் அவனைச் சுற்றி மாணவர்கள் சூழ்ந்திருக்க, அவன் உற்சாகமாக அவர்களுடன் விவாதித்துக்கொண்டிருப்பதைப் பார்த்தான். சக மாணவர்களின் சிலாகிப்பையும் பிரமிப்பையும் அவன் வெகுவாக ரசித்துக்கொண்டிருப்பதாகத் தோன்றியது. அந்தக் கும்பலில் மாணவிகளும் இருந்தார்கள். அவன் உதிர்க்கும் ஒவ்வொரு வாசகத்தையும் அவர்கள் உன்னிப்பாகக் கவனித்துக் கொண்டிருப்பதைப் பார்த்தால், அவனுக்கருகில் நின்றுகொண்டு அவன் பேசுவதைக் கேட்பதே பெரிய சுகம் என்று அவர்கள் நினைப்பது தெளிவாகப் புலப்பட்டது. அவன் சொல்லும் விஷயங்கள் மட்டுமல்ல, அதைச் சொல்லும் அவனது குரல். அவர்கள் ஒரு விவாதத்தின் மத்தியில் இருந்தார்கள். ஜோஹான் கார்னெலியூஸன் பேசி முடித்ததும் இன்னொரு மாணவன் ஜோஹான் கார்னெலியூஸன் சொன்னவற்றோடு மேலும் சிலவற்றைச் சேர்ப்பதற்காகவோ அவனை மறுத்துப்பேசுவதற் காகவோ மேடையேறினான். ஆனால் அங்கிருந்த மாணவர்கள் எல்லோரும் பேசி அமர்ந்துவிட்ட ஜோஹான் கார்னெலியூஸ னையே பார்த்துக்கொண்டிருந்தார்கள். அவன் எழுந்து பதிலளிக்க வேண்டுமென்பதற்காக, மேலும் விளக்கமளிக்க வேண்டுமென்பதற்காக அவர்கள் காத்துக்கொண்டிருந்தார்கள். குறிப்பாக மாணவிகள். அவன் இவையெல்லாவற்றையும் ரசித்துக் கொண்டிருப்பதாகவே எலியாஸ் ருக்லாவுக்குத் தோன்றியது. ஆனால் இப்படித் தனக்குத் தோன்றுவதுகூட பொறாமையால் எழுவதல்ல என்பதை உணரும்போது அவனுக்கு வியப்பாக இருந்தது. விவாதித்துக்கொண்டிருக்கும் மாணவர்களின் மத்தியில் நிறைவோடும் மகிழ்ச்சியோடும் நின்றிருக்கும் அவனது தோரணை அவனுக்குப் பிடித்திருந்தது. அந்தத் தோரணையில் ஒரு வெளிப்படைத் தன்மையும் உயிர்ப்பும் இருந்தது. விவாதிக்கும்

மாணவர்களின் கூட்டத்திலிருந்து விலகி, ஒரு பெஞ்ச்சில் எலியாஸ் ருக்லா தனியாக அமர்ந்திருந்தான். அவர்கள் பேசுவது எதுவும் தெளிவாகக் கேட்காவிட்டாலும், அந்தக் குழுவில் தானும் இணைந்திருக்கக்கூடாதா என்று அவனுக்கு ஏக்கமாக இருந்தது. இதைப்போன்ற எண்ணங்களெல்லாம் அவனுக்கு இயல்பான வையே அல்ல. அவனும் இந்தத் துறையில் தொடக்கநிலையில் இருப்பவன்தான். அவனிடம் பங்களிப்பதற்கென்று எதுவும் இல்லை. வெறுமனே வேடிக்கை பார்ப்பதற்காக அந்தக் குழுவில் சேர்ந்தாலும்கூட அது ஒரு குறுக்கீடு போலத்தான் தெரியும். சிறிது நேரம் கழித்து விவாதம் முடிந்து அந்தக் குழு கலைந்ததும் ஜோஹான் கார்னெலியூஸன் இரண்டு மாணவர்க ளோடு தீவிரமாகப் பேசியபடியே அவனைக் கடந்து செல்ல, அந்த இருவரின் மீதும் அவனுக்குப் பொறாமையாக இருந்தது. ஜோஹான் கார்னெலியூஸனோடு பேச்சுப் பழக்கம் வைத்துக் கொண்டாலே வாழ்க்கை செறிவுள்ளதாகி விடுமென்று தோன்றி யது. எனவே சில நாட்கள் கழித்து எலியாஸ் ருக்லா அதே பெஞ்ச்சில் தனியாக உட்கார்ந்திருந்தபோது, தாழ்வாரத்தைக் கடந்துவந்த ஜோஹான் கார்னெலியூஸன் அதே பெஞ்ச்சில் அவனுக்குப் பக்கத்தில் அமர்ந்தபோது எலியாஸ் ருக்லாவுக்கு கூச்சத்தில் உடம்பு இறுகியது. சிகரெட் இருக்குமா? ஜோஹான் கார்னெலியூஸன் கேட்டான். எலியாஸ் ருக்லா தலையசைத்து தனது சிகரெட் பெட்டியை நீட்டினான். ஜோஹான் கார்னெலி யூஸன் அதிலிருந்து சிகரெட்டை உருவியெடுத்துக்கொண்டு நட்பார்ந்த தலையசைப்புடன் சிகரெட் பெட்டியைத் திருப்பித் தந்தான். அவர்கள் இருவரும் அருகருகே அமர்ந்து புகைத்துக் கொண்டிருந்தனர். இருவருமே எதுவும் பேசவில்லை. கடைசியில் எலியாஸ் கேட்டான், நீங்கள் எதற்காகத் தத்துவத்தைத் தேர்ந்தெடுத்தீர்கள்?

ஜோஹான் கார்னெலியூஸன் எலியாஸ் ருக்லாவை உற்றுப் பார்த்தான். அவனுடைய முகத்திலோ குரலிலோ சிரிப்பின் அறிகுறி எதுவும் தென்படாததால், நீ எதற்காக தத்துவம் படிக்கிறாய் என்று சொல், என்றான். நான் ஆரம்பநிலைத் தத்துவம் மட்டும்தான் படிக்கிறேன் என்று பதிலளித்தான் எலியாஸ் ருக்லா. "நார்வேஜியனில் எனது ஆய்வேட்டுப் பணிகளை ஆரம்பிப்பதற்கு முன்பாக எனது சிந்தனைகளைத் தெளிவாக்கிக்கொள்ள வேண்டுமென்பதற்காகத் தத்துவப் படிப்பு தேவைப்படுகிறது. என் சிந்தனையொழுங்கில் குறைபாடு இருக்கிறது." "ம்ஹ்ம், சிந்தனையொழுங்கைச் சரிசெய்து கொள்வதற்காகத் தத்துவமா? விநோதம்! இதைப்போல நான் கேள்விப்பட்டதேயில்லை. எதில் ஆய்வு செய்யப்போகிறாய்? இப்சன்?" "ஆம்" என்றான் எலியாஸ் ருக்லா. "எதில் ஆய்வு

செய்வதென்று நன்றாக யோசித்து வைத்திருக்கிறேன்.” “ஜேக்கப்பின் விட்ஜென்ஸ்டீன் கருத்தரங்கில் உன்னைப் பார்த்திருக்கிறேனோ?” “ஆம், நான் வந்திருந்தேன்” என்றான் எலியாஸ் ருக்லா. கருத்தரங்கை நடத்திய புகழ்பெற்ற விட்ஜென்ஸ்டீனின் சீடனை அவன் முதல் பெயரிட்டுச் சொல்வதைக் கவனித்தான். இது அவனுக்கு இயல்பாக வருகிறது. இப்சனையும் வித்கென்ஸ்தைனையும் அணிமையாகப் பொருத்தி வைத்துப் பயில்வது ஜோஹான் கார்னெலியூஸனுக்கு ஆர்வத்தை எழுப்புவதாக இருந்தது. அதைப்பற்றி மேலும் விவாதிப்பதற்காக (மாணவர்களின் கேன்டீனாக, பாராக, ரெஸ்டாரன்ட்டாக, உணவறையாக இருக்கும்) ஃபிரெட்ரிக்கிற்குப் போய் பியர் அருந்தலாம் என்றான். அவர்கள் சென்றனர். பல மணி நேரங்களுக்கு அங்கேயே அமர்ந்து தொடர்ந்து அருந்திக் கொண்டிருந்தனர். இருட்டத் தொடங்கியதும், ஜோர்டால் ஆம்ஃபி தியேட்டரில் *GIC*க்கு எதிரான *VIC* ஐஸ் ஹாக்கி ஆட்டத்தைப் பார்க்கப் போகலாம் என்றான் ஜோஹான் கார்னெலியூஸன்.

மங்கிவரும் மார்ச் மாத வெளிச்சத்தில் நகர வீதிகளில் சென்றார்கள். பனியும் சேறும் சகதியும் திட்டுத்திட்டாகத் தேங்கி யிருந்தன. ட்ராமிலிருந்து இறங்கி பேருந்துக்கு மாறும்போது மெலிதாகத் தூறியது. மார்ச் காற்று. தனிமையில் உறைந்திருக்கும் அடுக்கக வீடுகள். அடுத்ததாக ஜோர்டால் ஆம்ஃபி தியேட்டர். ஆஸ்லோ நகரின் ஈஸ்ட் எண்ட் பகுதியில் இருக்கும் ஐஸ் ஹாக்கி ஸ்டேடியம். இரவு ஆட்டங்களுக்காகப் பரப்பு விளக்குகள். அரங்கின் மேலடுக்கு வரிசையிலிருந்து முன்னூறு, நானூறு ஐஸ் ஹாக்கி ரசிகர்களோடு (எலியாஸ் ருக்லா ஐஸ் ஹாக்கி அபிமானியல்ல) அவர்கள் ஆட்டத்தைப் பார்த்தார்கள். சொரசொரப்பான சாம்பல் நிறத்தில் உறைபனிப் படுகை. தலைக்கவசங்களும் இறுக்கமான முழுக்காற்சட்டைகளும் அணிந்து சிறு மூட்டைகளைப் போலிருந்த விளையாட்டு வீரர்கள், கூன் வளைந்து பனிச்சறுக்கு ஹாக்கி காலணிகளில் பாலன்ஸ் செய்தபடியே வர்ணமயமாக வழுக்கிக்கொண்டிருந் தனர். அந்த ஹாக்கி மட்டைகள். (அவற்றைப் பார்வையிலிருந்து தப்பவிடாமல் பின்தொடர்வது மிகவும் கடினமாக இருப்பதாக எலியாஸ் ருக்லா நினைத்த தட்டையான கருப்பு வளைகோல்கள்.) பனித்தரை மேல் விளையாட்டு வீரர்கள் ஓடும் ஒலி. அவர்கள் ஒருவர்மீது மற்றவர் மோதி விழும்போது எழும் ஒலி. ஹாக்கி மட்டைகள் பனித்தரையில் மோதும் ஒலி. அவர்கள் *GIC* ஆதரவாளர்கள் மத்தியில் இருந்தனர். அது ஒப்பீட்டளவில் சிறிய குழு. ஆஸ்லோ நகரின் உட்பகுதியில் உள்ள கம்லபீயன் பகுதியில் வசிப்பவர்களின் ஐஸ் ஹாக்கி கிளப் *GIC*. மிகவும் மதிப்புவாய்ந்த பழைய கிளப் அது. ஆனால் இப்போது சரிவில் இருக்கிறது. *VIC*

என்ற வோலரங்கா, நகரின் வடகிழக்குப் பகுதியான வோலரங்கா வில் வசிப்பவர்களுடையது. கம்லபீயன் அதன் அந்திமக் காலத்தில் இருந்தது. வோலரங்கா இன்னும் பல உச்ச வருடங்களைக் காணப்போகிற துடிப்பான அணி. ஜோஹான் கார்னெலியூஸன் ஆஸ்லோவைச் சேர்ந்தவனல்ல. கிழக்கு வட்டாரத்தில் உள்ள ஒரு இரயில்வே நிலைய ஊரிலிருந்து இங்கு வந்தவன். எனவே *GIC*க்கு ஆதரவாளனாகியிருந்தான். எலியாஸ் ருக்லாவுடன் சேர்ந்து மேலடுக்கு வரிசையில் நின்றுகொண்டு உற்சாகக் குரலெழுப்பிக் கொண்டிருந்தான். இடுப்பில் கட்டியிருந்த சிறிய ஃபிளாஸ்க்கிலிருந்து எலியாஸுக்கு ஒரு மிடறு அளித்துவிட்டு, அவனும் கொஞ்சம் அருந்தினான். பக்கத்தில் இருந்தவர்களிடம் ஃபிளாஸ்க்கை நீட்டினான். பிறகு எலியாஸிடம் பேசும்போது, எனக்கு கால்பந்தைவிட ஹாக்கிதான் அதிகமாகப் பிடிக்கும், ஆனால் யாரிடமும் சொல்லிவிடாதே. புரிந்ததா? என்றான். எலியாஸ் எதற்காக அவனுக்குக் கால்பந்தைவிட ஹாக்கி பிடித்திருக்கிறது என்று கேட்டான். (எலியாஸுக்கு நேரெதிர்). மிகவும் எளிமையான காரணம்தான். அதன் ஒழுங்கமைவு, என்றான் ஜோஹான் கார்னெலியூஸன். ஹாக்கியின் ஒழுங்கமைவு நமக்குப் பொருந்தி வருகிறது. – நமக்கா? – ஆம், நமக்குத்தான், என்றான் ஜோஹான் கார்னெலியூஸன். *1960*களின் அலட்டிக் கொள்ளாத மனிதர்களான நமக்கு. ராக் அண்ட் ரோலுக்கு விளையாட்டு அளித்த மாற்று ஹாக்கி. அவர்கள் அப்போது 'ஸ்டார்டார்வெட் இன்'னில் இருந்தார்கள். விளையாட்டரங்கில் அருந்தியது போதாதென்று மேலும் பியர் அருந்திக்கொண் டிருந்தார்கள். உணவகம் மூடும் நேரம் வரை அங்கேயே இருந்து விட்டு, பிறகு ஸொங் மாணவர் கிராமம் என்றழைக்கப்பட்ட பிராந்தியத்தில் அவர்கள் தங்கியிருக்கும் மாணவர் விடுதிக்குத் திரும்பினார்கள். அவர்கள் இருவரின் அறைகளும் வெவ்வேறு பகுதிகளில் இருந்தன. ஆனால் அவர்கள் சென்றது அறைக்கு அல்ல. அங்கு நடந்துகொண்டிருந்த ஒரு விருந்துக்கு. ஜோஹான் கார்னெலியூஸனுக்கு அங்கே விருந்து நடைபெற்றுக்கொண் டிருந்த குடியிருப்பைத் தெரிந்திருந்தது. அழைப்பு மணியை அடித்து, கதவு திறக்கப்பட்டதும் ஜோஹான் கார்னெலியூஸனை உற்சாகமிக்க முகங்கள் வரவேற்றன. அவர்கள் அந்தக் கூட்டத்தில் சுலபமாகக் கலந்துவிட்டனர். ஒரு பியருக்கு அடுத்து இன்னொரு பியர் என்று இறங்கிக்கொண்டிருந்தது. நள்ளிரவு தாண்டியதும் ஜோஹான் கார்னெலியூஸன் ஒரு பெண்ணோடு அறை ஒன்றிற்குள் சென்று மறைவதைக் கவனித்தான். சிறிதுநேரம் கழித்து அந்தக் குடியிருப்பின் பொது சமையலறையிலிருந்த மாபெரும் மேசை ஒன்றின் மேலேறி படுத்துக் கைகளைத் தலைக்கடியில் வைத்துக்கொண்டு எலியாஸ் ருக்லா தூங்கத்

தொடங்கினான். முதலில் சற்று நேரத்திற்கு சமீபத்திய சப்தங்கள் கேட்டுக்கொண்டிருந்தன. பிறகு அமைதி. யாரோ அவனுடைய தோளைத் தொடுவதை உணர்ந்து, விழித்து தலையை உயர்த்திப் பார்த்தான். ஜோஹான் கார்னெலியூஸன். ஸொங் மாணவர் பிராந்தியத்தில் இருந்த அந்த விடுதிச் சமையலறை சன்னல் வழியே பலவீனமான வெளிச்சம் கசிந்துகொண்டிருந்தது. ஜோஹான் கார்னெலியூஸன் கையில் நுரை ததும்பும் அக்வாவிட் வைத்திருந்தான். காலை உணவு, என்றான். குளிர்ப்பதனப் பெட்டியைத் திறந்து ஸாண்ட்விச், ஹெர்ரிங் மீன் துண்டு, பாலாடைக்கட்டிகளை எடுத்தான். வேகவைத்த முட்டைகளைத் தட்டில் வைத்தான். எலியாஸ் ருக்லா குளியலறைக்குச் சென்று முகத்தைக் கழுவிக்கொண்டான். அங்கு தங்கியிருக்கும் முதல் தொகுதி மாணவர்கள் ஒவ்வொருவராக அறைகளிலிருந்து ஊர்ந்து வந்தனர். அவர்கள் எல்லோரும் முந்தைய நாள் இரவு விருந்தில் கலந்துகொண்டிருந்தவர்கள். காலை உணவுக்காக அந்த மாபெரும் உணவு மேசையில் மாணவர்களும் மாணவிகளும் கலந்து அமர்ந்தனர். ஒரு நாட்பொழுதை வீணடிக்கும் முயற்சியில் சிலர் அந்த குளிர்ந்த அக்வாவிட்டையும் ஒரு கோப்பை பீரையும் தமக்குள் இறக்கிக்கொள்ள, சிலர் மட்டும் வகுப்புகளைத் தியாகம் செய்ய மனமின்றித் தீர்மானமாக மறுத்துவிட்டு பிளின்டெர்ன் செல்ல வெளியேறினர். காலை உணவுக்கு உட்கார்ந்தவர்களில் ஒரு பெண்ணைப் பார்த்தபோது அவள்தான் நேற்றிரவு ஜோஹான் கார்னெலியூஸன் அறைக்குள் அழைத்துச் சென்றவள் என்று எலியாஸ் ருக்லாவுக்குத் தோன்றியது. அவள் எதுவும் பேசாமல், எதுவும் குடிப்பதற்கு வேண்டாம் என்று வெறும் காலை உணவை மட்டும் சாப்பிட்டுக்கொண்டிருந்தாள். ஜோஹான் கார்னெலியூஸனுக்குப் பக்கத்தில்தான் அமர்ந்திருந் தாள். ஆனாலும் அவர்களுக்கிடையே எந்தத் தொடர்பும் இல்லாததைப்போல, அவர்களுக்கிடையே நேற்றிரவு எதுவுமே நடக்காதது போன்ற தோரணை இருவரிடமும் இருந்தது. ஜோஹான் கார்னெலியூஸன் அவளோடு சகஜமான நட்புரீதியில் பேசினான். நேற்றிரவின் போதை இறங்கியிருக்காத 'ஹேங்க் ஓவர்' பற்றி வேடிக்கையாகப் பேசினான். இப்போது அது அடங்கி யிருக்காத நிலையிலும் மேலும் குடிப்பது என்பது ஸொங் மாணவர் கிராமத்தின் விடுதிச் சன்னலில் மார்ச் மாத சூரியனின் வெயில் மெதுவாக ஏறிக்கொண்டிருப்பதுபோல போதை ஏறுவது, என்றான். அவள் வெடித்துச் சிரித்தாள். நேற்றிரவு அவனோடு அவள் இருந்திருக்கவில்லை என்பதுபோலச் சிரித்தாள், அல்லது, நேற்று அவனோடு ஒன்றாக இருந்திருந்தா லும், இப்போது காலை நேரம், சூரியன் உதித்த ஒரு புதிய தினம்; இந்தத் தினம் என்பது பிளின்டேர்னில் படிக்கச் செல்வதற்கான

தினம் என்பதுபோல இருந்தது. ஜோஹானைப் பொறுத்தவரை இப்புதிய தினம் மேலும் போதையேற்றிக்கொள்வதற்கும் பிற்பகலில் போதையடங்கி கடுமையான அயர்ச்சியை வரவழைத்துக் கொள்வதற்குமான தினம். ஆனால் அதற்கு இன்னும் நிறைய நேரமிருக்கிறது. இப்போது அவர்கள் – ஜோஹான் கார்னெலியூஸன், எலியாஸ் ருக்லா, இவர்களுடன் மேலும் ஒரு மாணவனும் மாணவியும் – ஸொங் மாணவர் கிராமத்தில் அக்வாவிட்டும் பியரும் அருந்திக்கொண்டிருந்தனர். மணி பனிரெண்டானதும் ஜோஹான் கார்னெலியூஸன் பதற்ற மடையத் தொடங்கினான். கிளம்ப வேண்டும், நீயும் வருகிறாயா என்றான். வெளியே வந்ததும் பகல் வெளிச்சம் பிரகாசமாகக் கண்களைக் கூசச் செய்ய, ஸொங் மாணவர் பிராந்தியத்திலிருந்து கீழே சரிந்து செல்லும் பாதையில் அவர்கள் புதிய அனுபவங்களைத் தேடி விரையத் தொடங்கினர். ஜோஹானிடம் ஒரு பாட்டில் அக்வாவிட் இருந்தது. பாதி காலியானது. அதைப் பாதி நிரம்பி யுள்ளது என்று சொல்லமாட்டான். அதை உள்பாக்கெட்டில் வைத்துக்கொண்டு அந்தச் சரிவான பாதையில் நகரை நோக்கி எலியாஸுடன் சேர்ந்து ஏறக்குறைய ஓடினான். அது மிகமிக நீளமான சரிவுப்பாதை. ஆஸ்லோ நகரின் மையத்தில் சென்று முடியும் அந்தப் பாதையில் அவர்கள் தட்டுத்தடுமாறி, வழுக்கி, விழுந்து, எழுந்து ஓடினார்கள். பாதையின் முடிவில் பரந்து விரிந்திருந்தது ஒரு மாநகரம். நார்வே என்றதொரு சிறிய நாட்டின் தலைநகரம். அவர்களுக்கு இருந்த மொழியியல் அறிவினால் எல்லாத் திசைகளிலிருந்தும் அந்நகருக்கு வந்து குவிகின்ற மக்கள் பேசுகின்ற மொழி எதுவென்று தெரியும். பூர்வகுடிகள் பேசும் மொழியின் தொனியை வைத்தே சொல்லி விடலாம். வாக்கியத்தின் முடிவில் அவர்களுடைய ஸ்தாயி உயரும். அதைக் கேட்கும் வல்லுநர்கள் உடனே ஒரே குரலில் அறிவித்து விடுவார்கள்: இது நார்வேஜியன். நாம் இருப்பது நார்வேவில். ஆம், அவர்கள் நார்வேவில்தான் இருந்தார்கள். அரண்மனையும் செயற்கைக் குகைகளும் பாராளுமன்றமும் நிர்வாகமும், எனிவோல்ட் ஃபால்ஸென், ஆறாம் ஃபிரெடரிக், பல்கலைக் கழகம், தேசிய அரங்கம், நியான் விளக்குகள், பலசரக்கு அங்காடிகள், கொடிகள் வரிசையிட்ட வீதிகள் என நிறைந் திருக்கும் நார்வேவின் தலைநகரில். ஆம், கொடிகள் கார்ல் ஜோஹான்ஸ் வீதியில் பறந்துகொண்டிருந்தன. கொடிகளும் பதாகைகளும் அங்கங்கே தென்பட்டன. அதோ நார்வேஜியக் கொடி. ஜெர்மன் கொடியும் இருக்கிறது. இல்லை, அது பெல்ஜிய நாட்டுக் கொடி. எதுவாயிருந்தாலும் கொண்டாட்டம் மிகுந்திருக்கும். அவ்வீதியில் எல்லாக் கொடிகளும் ஒன்றன் அருகில் ஒன்றாகத் தொங்கிக்கொண்டிருக்கின்றன. திடீரென

உற்சாகப் பேரொலிகள் எழுந்தன. மேடும் பள்ளமுமாக இருந்த கார்ல் ஜோஹான்ஸ் வீதி வழியாக வருகின்ற இரண்டு கருப்பு நிற லிமோஸன் கார்களை நோக்கி மக்கள் தமது நாட்டுக் கொடிகளை உற்சாகமாக ஆட்டிக் குதூகலிப்பதைக் கண்டு ஜோஹான் கார்னெலியூஸனும் எலியாஸ் ருக்லாவும் பக்கத்துச் சந்தில் ஒதுங்கினர். குறுக்குவெட்டாகச் சென்ற அந்த சந்துக்குப் பொருத்தமாகவே பெயரிட்டிருந்தார்கள்: கிரென்ஸன். எல்லைக் கோடு. ஆம், அவர்கள் எல்லைக்கோட்டை அடைந்துவிட்டனர். அங்கே நீல நிற ட்ராமும் அப்போது வந்துவிட்டது. அவர்கள் ஓடிப்போய் ஏறுவதற்குள் தானியங்கிக் கதவுகள் (ஜோஹானின் முகத்தில் அடித்து) மூடிக்கொண்டது. தடுமாறி விழுந்த ஜோஹானை எலியாஸ் தூக்கி நிறுத்தினான் (கதவு இடித்ததும் தலைக்குள் சூரியனும் நட்சத்திரங்களும் தெறித்தன என்று அவன் பின்னர் எலியாஸிடம் சொன்னான்). ட்ராம் நின்றது. ஓட்டுநர் பதறியபடி அவர்களை நோக்கி ஓடிவந்தார். இப்போது ஜோஹான் சமாளித்துக்கொண்டு நின்றுவிட்டான். அவன் கோட் திறந்திருந்தது. கவலையோடு ஓட்டுநர் விசாரித்தார். தனக்கு ஒன்றும் அடிபடவில்லையென்று அவன் சொன்னதும் திருப்தியடைந்து மீண்டும் பெட்டிக்குச் சென்று அவர்களுக் காகக் கதவைத் திறந்தார். அவர்களை ஏற்றிக்கொண்டு சரிவில் ட்ராம் இறங்கி, பின் மேடேறத் தொடங்கியது. வண்ணமிழந்த அடுக்ககங்கள் இருமருங்கிலும் தொடர்ந்து வந்தன. திடீரென்று காட்சி மாறியது. சமீபத்தில் வளர்ச்சியடைந்த புறநகர்ப் பகுதிக்குள் ட்ராம் நுழைந்தது. முடிவேயற்று போய்க்கொண் டிப்பதைப் போலிருந்த அப்பயணம் இறுதியாக நின்றது. கடைசி நிலையம். ஓட்டுநர் இறங்கிவந்தார். ஜோஹானும் எலியாஸும் அவரோடு சேர்ந்துகொண்டனர். அவருடன் சுவையான உரையாடல் ஆரம்பித்து நீண்டது. அவருக்கு பாறைகள் அடுக்கமைவு, பாறைகளின் வெவ்வேறு விதங்கள், அவற்றின் தன்மைகள், அவர்கள் நின்றிருக்கும் இடத்திலிருந்து அறுபது மைல்கள் சுற்றளவுக்குப் படிந்திருக்கும் எரிமலைக் குழம்புப் படிவங்கள் போன்றவற்றில் நல்ல ஞானம் இருந்தது. ட்ராம் திரும்பிச் செல்வதற்கான நேரம் வந்ததும் அவர்களுடைய புதிய இனிய நண்பருக்கு விடை கொடுத்துவிட்டு நடக்கத் தொடங்கினர். தனியார் வீடுகள் வரிசையிட்ட வீதிகள். சிறிது நேரத்திலேயே துரதிருஷ்டம் தாக்கியது. வழியைத் தொலைத்து விட்டனர்! அந்த வீடுகள் ஒன்றுபோலவே இருந்தன. ஒரே அகலத்தில் இருந்த எல்லா வீதிகளிலும் கலப்பையில் வாரிக் குவித்திருந்த உறைபனிக் குவியல்கள் ஒரே உயரத்தில் குவிக்கப் பட்டிருந்தன. ஒரேயொரு மனித ஜீவன்கூட கண்ணில் பட வில்லை. அந்த வீதிகள் ஒன்றோடொன்று பின்னிப்பிணைந்து

திருகு வழிகளாகி அவர்களைத் திகைப்படைய வைத்தன. மணிக்கணக்காக வழி தெரியாமல் அலைந்த பிறகு, மாலை நெருங்கும் நேரத்தில் வேலையிலிருந்து திரும்புகிறவர்களின் கார்கள் வரத் தொடங்கின. அவர்களில் ஒருவர் வண்டியை நிறுத்திவிட்டு இருபது மீட்டர் தொலைவிலிருந்த அவரது வீட்டுக்குள் ஓடுவதற்குள் தடுத்து நிறுத்தினார்கள். அவரைப் பார்த்தால் நம்பிக்கைக்குரியவராகத் தெரியாவிட்டாலும், ட்ராம் நிறுத்தத்திற்கு அவரிடம்தான் வழி கேட்க வேண்டியிருந்தது. நேரமும் அதிகமில்லை. இன்னும் ஒருமணிநேரத்தில் தொலைக்காட்சியில் செயின்ட் ஆன்டன் ஆரம்பித்துவிடும். ஓட வேண்டும் என்றான் ஜோஹான் கார்னெலியூஸன், அப்படியே ஓடிச்சேர்ந்து விட்டார்கள். ஜோஹான் கார்னெலியூஸனின் அபிமான உணவகமாக அப்போது இருந்த க்ரொல்லே ரெஸ்டாரன்ட்டுக்கு செயின்ட் ஆன்டன் என்ற பனிச்சறுக்குப் போட்டி தொலைக்காட்சியில் ஆரம்பிப்பதற்கு ஐந்து நிமிடத் துக்கு முன்பாகவே வந்துசேர்ந்துவிட்டார்கள் உணவகம் அடித்தளத்தில் இருந்தது. தொலைக்காட்சிப் பெட்டி சுவரில் ஒரு பிறைக்குள் வைக்கப்பட்டிருந்தது. இருவர் அமரும் மேசையில் தொலைக்காட்சியை நேராகப் பார்க்கும்படி ஜோஹான் கார்னெலியூஸன் உட்கார்ந்துகொள்ள, எலியாஸ் எதிர்ப்புறம் உட்கார்ந்துகொண்டதால் கழுத்தைத் திருப்பித்தான் தொலைக்காட்சியைப் பார்க்கமுடிந்தது. செயின்ட் ஆன்டனின் பனிச்சறுக்குப் போட்டி. தலைக்கவசங்கள், பனிச்சறுக்கு சாதனங்கள் சகிதமாக ஒருவர்பின் ஒருவராகத் திரையில் தோன்றினர். ஆல்ப்ஸ் பனிச்சிகரங்களில் சரிவுகளில் (அவற்றிற் கிடையிலும்) வழுக்கிக்கொண்டு விரையத் தொடங்கினர். ஹெய்னி மெஸ்னர், ஆஸ்திரியா. ழீன்–கிளாட் கில்லி, பிரான்ஸ். பிரான்ஸ் வோக்லர், மேற்கு ஜெர்மனி. எட்மண்ட் ஹஸ்ஸர்ல், ஜெர்மனி. எலியாஸ் கானெடி, ருமேனியா. ஆலன் கின்ஸ்பெர்க், யுஎஸ்ஏ, வில்லியம் பர்ரோஸ், யுஎஸ்ஏ. அன்டோனியோ கிராம்ஸி, இத்தாலி. ழீன்–பால் சார்த்தர், பிரான்ஸ். லுத்விக் விட்ஜென்ஸ்டீன், ஆஸ்திரியா. பனிச்சறுக்கு வீரர்கள் ஒவ்வொருவரின் பலம், பலவீனங்களும் ஜோஹான் கார்னெலியூஸனுக்குத் தெரிந்திருந்தது. எலியாஸிடம் அவ்வப் போது சொல்லிக்கொண்டேயிருந்தான். இப்போது, இப்போது பார், இந்தச் சரிவில் கவனி, ழீன்–பால் சார்த்தருக்குச் சிக்கலாக இருக்கும் பார், ஆனால் இப்போது பார் லுத்விக் விட்ஜென்ஸ்டீன் அந்த நீண்ட சமதளப்பரப்பில் எப்படி லாவகமாகப் போகப் போகிறாரென்று கவனி. அந்த வளைவில் நொடியில் பத்தில் ஒரு பங்கு நேரத்தை ரோமானியர் கானெடி எப்படிச் சேமிக்கிறார் என்று பார், கிட்டத்தட்ட பிரான்ஸைச் சேர்ந்த ழீன்–கிளாட்

கில்லி அளவுக்குத் திறமையாக. போட்டி முடிந்ததும் அயர்ச்சி அவர்களை ஆட்கொள்ளத் தொடங்கியது. காலியான பியர் கோப்பைகளைப் பார்த்ததும் பசி வயிற்றைக் கிள்ளியது. அவர்களிடம் சுத்தமாகப் பணமே இல்லை. ஆனால் ஜோஹான் கார்னெலியூஸனிடம் ஒரு திட்டம் இருந்தது. பரிசாகரிடம் சென்று நைச்சியமாகப் பேசினான். வழக்கமாக வருகின்ற வாடிக்கையாளரான தனக்கு இப்போது இக்கட்டான சூழ்நிலை என்றான். அங்கே இருப்பது அவனுடைய அருமை நண்பனான எலியாஸ் ருக்லா என்றான். கொஞ்ச நேரத்திலேயே இரண்டு கிளாஸ்களில் பியரும், இரண்டு தட்டுகளில் ஹம்பர்கர், வெங்காயம், உருளைக்கிழங்கு, பட்டாணி, கேரட் என்றும் நிரப்பிக்கொண்டு வந்தான். இவை போதாதென்று ஒரு சுவைப் பொருள் ஜாடி பொருத்திய நிலைப்பேழையில் பல்வேறு நறுமணத் திரவியங்களும், சாஸ்களும் வந்துசேர, கருப்பு ஹெச்.பி. சாஸும் மஞ்சள் நிற புளிக்காடிப் புட்டியும், சிவப்பு கெட்ச்சப்பும், கடுகும் அவற்றில் இருப்பது தெரிந்தன. அவர்கள் சாப்பிடத் தொடங்கினர். உண்டனர். அருந்தினர். அந்த பாட்டிலிலிருந்து ஒன்றிரண்டு மிடறாக ஜாக்கிரதையாக அருந்தினர். பார்த்த திரைப்படங்களைப் பற்றி ஆழமாக விவாதித்தனர். '*Last year in Marienbad*' படத்தில் வரும் பெண்களின் மீது அதீத வெண்ணொளியைப் பாய்ச்சிப் படம் எடுத்திருப்பதைப் பற்றியும், பெலினியின் 8½இல் விடியற்காலை நேரத்தில் காலியாக இருக்கும் காபி மேசைகளில் அதேபோல வெளிச்சம் 'ஓவர் எக்ஸ்போஸ்டாக' இருப்பதைப் பற்றியும் பேசினர். ஜோஹான் கார்னெலியூஸன் தன்னுடைய இளம் வயதில் பெரும் ஆதிக்கத்தை செலுத்தியிருந்த காங்ஸ்பெர்க்கைச் சேர்ந்த ஒருவரைப் பற்றிப் பேசத் தொடங்கினான். சற்றுநேரம் கழித்துத் தான் அவன் இம்மானுவேல் கன்ட்டைப் பற்றிப் பேசிக்கொண் டிருக்கிறான் என்று எலியாஸுக்குப் புரிந்தது. கோனிஸ்பெர்க்கைத் தான் அவன் காங்ஸ்பெர்க் என்கிறான். உடனே எலியாஸ், கலினின்கிராடைச் சேர்ந்த மனிதர் என்றான். ஜோஹான் கார்னெலியூஸன் தனக்கு எளிய வாக்கியங்களின் மீதிருக்கும் அபிமானத்தைச் சொன்னான். ஒரு வாக்கியம் சொல்லப் பட்டால், அது சொல்வதைத் தாண்டி வேறு எதனையும் சொல்லாததாக இருந்தால் எனக்குப் பிடிக்கும், என்றான். வாக்கியத்தின் முதல் பகுதியும் கடைசிப் பகுதியும் ஒன்றுபோல இருக்க வேண்டும். காலமும் இடமும் கண்முன்னே விரியும் போது சில நேரங்களில் அற்புதமான, தவிர்க்கவியலாத அழகோடு திறந்திருக்கும் கதவு என்ற வாக்கியத்தைத் திறந்திருக்கும் கதவு என்றே உச்சரிக்க முடிந்துவிடும். இதே

நிலையில் அவர்கள் பல மணிநேரம் அங்கேயே அமர்ந்திருந்தார்கள். பின் ஜோஹான் கார்னெலியூஸன் அமைதியிழக்கத் தொடங்கினான். வேறோர் இடத்தில் நடக்கும் விருந்துக்குப் போக வேண்டுமென்றான். மீண்டும் ஸொங் என்ற இடத்திலுள்ள மாணவர் கிராமத்திற்கு. இம்முறை வேறொரு கட்டிடத்திலுள்ள, வேறொரு குடியிருப்பில் நடக்கும் வேறொரு விருந்து. வேறு புதிய வெகுமதிகள் காத்திருக்கின்றன என்றான். அவர்கள் அந்த இடத்தை அடைந்தனர். ஜோஹான் கார்னெலியூஸன் அழைப்புமணியை அடித்தான். கதவைத் திறந்தவன் ஜோஹானைக் கண்டதும் மகழ்ச்சியில் கூவிக்கொண்டே ஆர்ப்பாட்டமாக வரவேற்றான். அந்த இடத்தின் கதகதப்பிலும், நிரம்பியிருந்த சங்கீதத்திலும் அவர்களிருவரும் கலந்தனர். அந்த இடம் மாணவர்களால் நிரம்பியிருந்தது. எல்லோரிடமும் கோப்பைகளும் குப்பிகளும். எலியாஸ், ஜோஹான் கார்னெலியூஸனை விட்டுவிலகாமல் ஒட்டிக்கொண்டே இருந்தாலும், திடீரென்று அவன் நழுவிக் கூட்டத்தில் கரைந்து போயிருந்தான். தன்னிடம் ஒரு கோப்பையும் இன்னொரு கையில் பாட்டிலும் திணிக்கப்பட்டிருந்ததை உணர்ந்தான். பாட்டிலைச் சரித்து கோப்பையை நிரப்பிக்கொண்டான். பாட்டில் காலியானதும், கைக்கு வேறொரு பாட்டில் வந்தது. இதைப்போல எப்போதாவது நடந்திருக்கிறதா! இரண்டு கைகளிலும் இரண்டு! விருந்து தடங்கலின்றி அவனைக் கடந்து சென்றுகொண்டிருந்தது. ஏறக்குறைய திகட்டுமளவுக்குச் சந்தோஷம். ஜோஹான் கார்னெலியூஸன் ஒரு கணம் கண்ணெதிரே வந்தான், மறுகணம் மறைந்து, மீண்டும் தோன்றி, மீண்டும் மறைந்தான். சுன்மூரி லிருந்தும் ஸொங்கின் உட்பிரதேசங்களிலிருந்தும் வந்திருக்கும் கருங்கூந்தல் பெண்கள், த்ரீசில்லின் வெண்ணிறக் கூந்தல் அழகிகள். எல்லோரும் ஒன்றுசேர்ந்திருக்கும் மகத்தான திகட்டல். அந்தக் கொண்டாட்டத் திரளில் பங்கெடுத்துக்கொள்ள முயன்றாலும் அவனால் யாரையும் அழைத்து சேர்த்துக்கொள்ள இயலவில்லை. அவன் கைவிடப்பட்டிருப்பவன். கைவிடப்பட்டவன். ஜோஹான் கார்னெலியூஸன் எங்கே? ஏன் யாரை அழைத்தாலும் அவர்கள் தன்னோடு பேச மறுக்கிறார்கள்? அவன் விழித்தெழுந்தபோது நிசப்தமாக இருந்தது. இருட்டு. அவன் ஸொங் மாணவர் வட்டாரத்தின் வேறொரு குடியிருப்பின் வேறொரு உணவு மேசையில் படுத்திருந்தான். யாரோ கருணை கூர்ந்து விளக்குகளை அணைத்துவிட்டுச் சென்றிருந்தார்கள். சமையலறை இருட்டாக இருந்தது. ஆனால் இருட்டின் ஊடாக வெளியிலிருந்து ஒரு மெல்லிய ஹீனமான ஒளி தெரிந்தது. இரவு முடிந்துகொண்டிருக்கிறது என்று உணர்ந்தான். அவனுக்குத்

தெரிவது மார்ச்சின் விடியற்போதின் சாம்பல் நிற வெளிச்சம். பக்கத்தில் ஜோஹான் கார்னெலியூஸனும் படுத்துத் தூங்கிக் கொண்டிருப்பது தெரிந்தது. தலைக்கு அடியில் எதுவும் வைத்துக் கொண்டிராமல் மல்லாந்து படுத்தபடி வாயைப் பிளந்து குறட்டை விட்டுக்கொண்டிருந்தான். அவனது குறட்டையைத் தவிர வேறெந்த சப்தமும் இல்லாத முழு அமைதி. எலியாஸ் ருக்லா இப்போது எல்லாச் சக்தியையும் இழந்து முழு அயர்ச்சியில் இருந்தான். விருந்து முடிந்துவிட்டிருந்தது. அவன் உடலெங்கும் கருப்பாகக் கறைகள். ஜோஹான் கார்னெலியூஸனும் எல்லாவற்றையும் முடித்துக்கொண்டு அவனுக்குப் பக்கத்தில் வந்து தூங்கிவிட்டிருந்தது எலியாஸுக்குப் பிடித்திருந்தது. ஒரு நல்ல நண்பன் கிடைத்திருக்கிறான் என்று நினைத்துக் கொண்டான். ஜோஹான் கார்னெலியூஸனை உசுப்பினான். கண்விழித்துப் பார்த்தான். – நான் கிளம்புகிறேன். நீயும் வருகிறாயா? ஜோஹான் தலையை ஆட்டிவிட்டு மீண்டும் தூக்கத்தில் ஆழ்ந்தான். எலியாஸ் அவனை மீண்டும் எழுப்பி னான். – இதோ பார், நாம் கிளம்ப வேண்டாமா? ஜோஹான் ஆம் என்று தலையசைத்துவிட்டு விலுக்கென்று எழுந்து உட்கார்ந்தான். கூடத்தில் அவர்கள் மாட்டியிருந்த ஓவர் கோட்டுகளை எடுத்து அணிந்துகொண்டு வீதியில் இறங்கினர். முன் விடியற்காலையின் கடுங்குளிர், களைப்புற்றிருந்த அவர்களின் உடல்களை நடுங்கவைத்தது. அவர்கள் இருவரும் பிரிய வேண்டிய சாலைப் பிரிவை அடைந்தனர். – மீண்டும் சந்திப்போம், என்றான் ஜோஹான். – ஆம், சந்திப்போம் என்றான் எலியாஸ்.

அவர்கள் சந்தித்தனர். அடிக்கடி சந்தித்துக்கொண்டனர். எலியாஸ் ருக்லா ஜோஹான் கார்னெலியூஸனின் நெருங்கிய நண்பனானான். எப்போதும் ஒன்றாகவே இருந்தனர், எல்லா இடங்களுக்கும் ஒன்றாகவே சென்றனர். எலியாஸ், தனது அடிப்படை தத்துவப்பாடத்தை நிறைவு செய்துவிட்டு மையப் பாடமான நார்வேஜியனுக்குத் திரும்பிய பிறகும்கூட நூர்டிக் இன்ஸ்ட்டிட்யூட்டின் நூலகத்திற்குச் சென்றுகொண்டிருந்தான். தத்துவப் பாடத்தை அவனால் முற்றிலுமாகத் துறக்கவும் முடிய வில்லை. எலியாஸ் ருக்லாவுக்கு அவனுடைய புதிய நண்பன்மீது அலாதியான மதிப்பு ஏற்பட்டிருந்தது. அதை மறுக்கவே முடியாதுதான். ஆனால் அதை அவனுடைய நண்பனிடமும், மற்றவர்களிடமும் வெளிக்காட்டாமலிருக்கப் பெரிதும் முயன்று கொண்டிருந்தான் என்பதும் உண்மைதான். ஆனால் அதில் அவனால் வெற்றிபெற முடிந்ததா என்பதுதான் கேள்வி. ஆனால் அதைத் தன்னிடமிருந்தே அவன் மறைத்துக்கொண்டதில்லை. அவனுடைய பிரிக்கமுடியாத நண்பன்மீது அவனுக்குப்

பெரும் பாராட்டுணர்வு இருந்தது. உண்மையைச் சொன்னால் அவனோடு எப்போதும் கூடவே இருப்பதைப் பெருமை யாகவே நினைத்தான். எலியாஸைப் பார்ப்பவர்கள் உடனே பக்கத்தில் ஜோஹான் கார்னெலியூஸன் இருக்கிறானா என்று பார்ப்பதை அவன் கவனித்திருக்கிறான். அதைப்போல ஜோஹான் கார்னெலியூஸன் இருக்கும் இடத்தில் எலியாஸும் இருப்பான் என்று மற்றவர்கள் பார்வை தேடும். இது எலியாஸுக்குப் பெருமையாகவே இருந்தது. மற்றவர்கள் எல்லோரும் அவனை ஜோஹான் கார்னெலியூஸனின் நிழலில் வாழ்பவன் என்று நினைப்பதை அறிந்தே இருந்தான். ஜோஹான் கார்னெலியூஸனின் நெருங்கிய நண்பன் எலியாஸ் ருக்லாதான் என்று எல்லோருக்கும் வெளிப்படையாகத் தெரியும்போது, அவர்கள் எலியாஸைப் பற்றியும் ஏதோவொரு அபிப்பிராயத்தை வைத்திருப்பார்கள்தானே. எலியாஸுக்கு அவர்கள் தன்னைப் பற்றி என்ன நினைக்கக்கூடும் என்று அவ்வப்போது தோன்றும். அவனைவிடக் கலகலப்பான, வேடிக்கையான, வெளிப்படை யான நண்பர்களை விடுத்து ஜோஹான் கார்னெலியூஸன் எலியாஸை அதிகம் விரும்புவதற்கு அவனிடம் ஏதோவொன்று இருக்கவேண்டும். ஆனால் அது என்னவாக இருக்குமென்று அவனுக்குப் புதிராக இருந்தது. – அதைப்பற்றி அவன் அதிகம் கவலைப்படக்கூடாது என்றும் நினைத்துக்கொள்வான் – அது என்னவென்று நான் கண்டுபிடித்துவிட்டால், அது ஒருவேளை மறைந்து போகலாம், அல்லது அதற்கு நேரெதிரானவொன்றாக மாறி எரிச்சலை உண்டாக்கக் கூடியதாகிவிடுமென்ற பயம். அதற்குப்பிறகு தானும் முற்றிலும் வேறான வகைளில் நடந்து கொள்ளத் தொடங்கிவிடுவோமோ, அதனால் தன்னோடு சேர்த்து ஜோஹானுக்கும் மரியாதைக் குலைவு ஏற்பட்டுவிடுமோ என்ற தயக்கம். அதனால் ஜோஹானை எந்தளவுக்கு மதித்தாலும் அதை வெளிக்காட்டாமல், தானும் அதனை அலசி ஆராயாமல் இருப்பதே உசிதம் என்று எலியாஸ் நினைத்தான். இந்த ரீதியில் அவன் சிந்தனை வளர்ந்துகொண்டிருக்கும் நேரங்களில் அவனுக்குப் பெரும் சங்கடவுணர்வு பீடித்துவிடும். அதுவும் அவன் நண்பன் ஜோஹான் கார்னெலியூஸனோடு இருக்கும் போது இந்தச் சங்கடவுணர்வு ஏற்பட்டுவிட்டால், அவனுக்கு மனம் விழுந்துவிடும். பக்கத்தில் ஜோஹான் கார்னெலியூஸன் உற்சாகத்துடன் வாழ்க்கையைப் பிரகாசமாக்கிக்கொண்டு துடிப்பாகப் பேசிக்கொண்டிருப்பான், ஆனால் எலியாஸ் முகம் இருண்டு உம்மென்று இருப்பான். கலகலப்பான ஜோஹான் கார்னெலியூஸனும், அவனது சிடுசிடுப்பான நிழலுருவாக எலியாஸும் அப்போது பார்ப்பதற்குப் பொருத்தமில்லத ஜோடிகளாகத் தெரிவார்கள். ஆனால் அவனது சிடுசிடுப்புக்குக்

காரணம் ஜோஹான் கார்னெலியூஸன் தன்னை நண்பனாக ஏற்றுக்கொண்டிருப்பதை நன்றியோடு நினைத்துப் பார்க்கையில் உண்டாகும் பரவசத்தை அடக்கிக்கொள்ள முயல்வதும், அவனுக்குத் தன்மீது இருக்கும் அன்பை நினைத்துப் பார்க்கையில் ஏற்படும் வெட்கமும் மனச்சோர்வும்தான். ஜோஹானின் ஆதுரமான நட்பு எலியாஸை அலையாக அடித்து அந்தக் காபி மேசையைத் தாண்டி இழுத்துச் செல்வதைப்போல உணர்ந்தான். ஜோஹான் கார்னெலியூஸனின் நட்பு அவனைச் செறிவூட்டிக் கொண்டிருந்தது. ஜோஹான் கார்னெலியூஸனுக்கு வாழ்க்கை மீதிருந்த தாகம் அளப்பரியது. அது அவர்கள் இருவருடைய மாணவ வாழ்வுக்குச் சுவை கூட்டி, இடைநில்லா ஓட்டமாக மாற்றியிருந்தது. படிப்பு, விருந்துகள், விவாதங்கள், வாழ்க்கையையும் சந்தோஷங்களையும் துரத்திக்கொண்டு ஓடும் கட்டற்ற ஓட்டங்கள். ஜோஹான் கார்னெலியூஸனுக்கு பலதரப்பட்ட ஆர்வங்கள். எல்லாவற்றிலும் தயக்கமின்றி ஈடுபடுவான். அவனோடு ஒட்டிக்கொண்டிருந்த எலியாஸ் ருக்லாவுக்கு உயிர்த்திருத்தல் என்பது அவ்வளவு முனைப்புக்குரியதாக அதற்கு முன் இருந்ததில்லை. ஜோஹான் கார்னெலியூஸன் ஐஸ் ஹாக்கியிலிருந்து தத்துவவியலாளர் இம்மானுவேல் கன்ட்டுக்கும், விளம்பர போஸ்டர்கள் ஆர்வத்திலிருந்து பிராங்க்பர்ட் தத்துவ பாணிக்கும், ராக் அண்ட் ரோலிலிருந்து செவ்வியல் இசைக்கும் தடங்கலின்றி உலவிக்கொண்டிருந்தான். ஆபரெட்டா என்ற ஓரங்க இசை நாடகங்களிலிருந்து ஆர்னி நார்ட்ஹீமின் சங்கீதம் வரை எதிலும் முழுசாக மூழ்கிவிடுவான். மூளை படுவேகமாகச் செயல்படும். ஒரே சமயத்தில் தீவிரமாக ஒன்றை அலசிக் கொண்டே, புளகாங்கிதத்தில் கூச்சலிடவும் செய்வான். இசை, ஐஸ் ஹாக்கி, இலக்கியம், திரைப்படம், கால்பந்து, விளம்பரங்கள், அரசியல், ஸ்கேட்டிங்; எல்லாவற்றையும்விட விசேஷமானது பனிச்சறுக்கு. பழைய புத்தகக் கடைகளும் பிஸ்லெத் விளையாட்டரங்கமும். திரைப்படக் கிளப்புகளும் தொலைக்காட்சிப் பெட்டிகளும். அடிப்படையில் அவன் ஒரு பார்வையாளன் மட்டுமே. விளையாட்டுகளில் தன்னை அதிகமாக ஈடுபடுத்திக்கொள்பவன் அல்லன். விளையாட்டைப் பார்ப்பதில்தான் அதீத ஆர்வம் அவனுக்கு. பிஸ்லெத் அரங்கின் மேற்தளத்தில் அமர்ந்து ரசிப்பதிலும், ஜோர்டால் ஆம்ஃபி தியேட்டரில் அருகிவரும் கேம்லிபைன் ரசிகர்களோடு சேர்ந்து களிப்பதிலும், உலகின் வடக்கு உச்சியில் உள்ள நார்வேவின் தொலைக்காட்சிகளில் ஒளிபரப்பாகும் ஆல்ப்ஸ் பனிச்சறுக்குப் போட்டிகளைக் காண்பதிலும் மட்டுமே திருப்தியடைந்துவிடுவான். ஜோஹான் கார்னெலியூஸனைப் பொறுத்த வரை இந்தத் தொலைக்காட்சியைப் பார்க்கும் இடமென்பது

க்ரோல் உணவகம்தான். உரேனியன்போர்க் தேவாலயத்திற்குப் பக்கத்தில் உள்ள தரையடி உணவகம். அது எலியாஸும் அவனும் முதன்முதலாக சந்தித்த நாளிலிருந்து அடுத்துவந்த பல வருடங்களுக்கு இருவர் மட்டும் அமரும் ஒரு மேசையில், தொலைக்காட்சிக்கு நேராக ஜோஹானும், அதற்குச் சற்று திரும்பியவாக்கில் சுவரைப் பார்த்தபடி எலியாஸும் உட்கார்ந் திருந்த இடம். இப்படிப் பாதித் திரும்பி உட்கார்ந்திருப்பதால் எலியாஸுக்கு பனிச்சறுக்கு வீரர்கள் மலைச்சரிவில் வழுக்கிச் செல்வதையும் பார்க்க முடியும், ஜோஹான் கார்னெலியூஸனின் ஆணித்தரமான வல்லுநர் வர்ணனையையும் முகம்கொடுத்து கேட்க முடியும். ஜோஹான் கார்னெலியூஸனிடம் எலியாஸ் ருக்லாவைப் பெரிதும் கவர்ந்தது அவனுக்கு ஒரே நேரத்தில் தத்துவத்திலும் விளையாட்டிலும் ஆர்வம் இருந்தது அல்ல. இதைப்போல பலரும் இருந்திருக்கிறார்கள்; எலியாஸுக்குக் கூட ஓரளவு உண்டு. அவனைப் பெரிதும் கவர்ந்தது, ஜோஹான் தனது ஆர்வத்தை உணர்வுரீதியாகவோ, அறிவுரீதியாகவோ தரவரிசைப்படுத்திக்கொள்ளாமல் இருந்ததுதான். மலைச் சரிவில் லாவகமாகவும் நேர்த்தியாகவும் சறுக்கிவந்த அழகை ரசிப்பதைப்போலவே, ழீன்–லுக் கோடாரின் அற்புதமாக எடுக்கப்பட்ட திரைப்படத்தையும் சமமான அளவுக்கு ஆழமாகச் சென்று அணுஅணுவாக அலசுவான்.

எலியாஸ் ருக்லாவுடன் தத்துவப்பாடங்களை மிகவும் அரிதாகவே விவாதித்தான். அதுவும் அடிப்படைத் தத்துவத் தேர்வை அவன் நெருங்கும் சமயத்தில் ஜோஹான் அவனுக்கு பயனுள்ள குறிப்புகளைச் சொல்லித் தந்திருக்கிறான். இம்மானுவேல் கன்ட்டைப் பற்றிப் பேசுவதற்கு அவன் தயங்கினான். ஆனால் அவனது முனைவர்பட்ட ஆய்வேடு எந்தளவுக்கு எதிர்பார்ப்புகளைக் கிளப்பியிருக்கிறது என்பதை எலியாஸ் ருக்லா அறிவான் (ஆனால் அது எப்போது வெளியாகு மென்றுதான் தெரியவில்லை.) எனவே எலியாஸ் ருக்லாவுக்கு அவனிடம் புரிந்துகொள்ள முடியாத தன்மை ஏதோவொன்று இருப்பதாக (அவ்வப்போது) தோன்றும். ஜோஹான் கார்னெலி யூஸன் தன்னோடு சேர்ந்துகொண்டு, படிப்புக்கு சம்பந்தமில்லாத காரியங்களைச் செய்துகொண்டு மிக அதிகமாக நேரத்தையும் சக்தியையும் வீணடித்துக்கொண்டிருப்பதாக உணர்ந்தான். அவனுக்கு வாழ்க்கையின் மீதிருக்கும் தாகத்தை எலியாஸால் புரிந்துகொள்ள முடிந்ததேயில்லை. வாழ்க்கையின் மீது அவ்வளவு பிடிப்பும் தாகமும் கொண்டிருக்கும் ஓர் இளைஞன், தத்துவம் பயில்வதற்கு எப்படி வந்தான்? துடிப்பும் சுவாரஸ்யமும் மிக்கவர்கள் தத்துவத்தைத் தேர்ந்தெடுப்பார்களா? அப்படி யானால் வாழ்வின்மீது மகத்தான ஈடுபாட்டைக் கொண்டிருப்

பவர்கள் எதற்காக தமது ஆய்வுக்களமாக மனிதர்களின் எண்ணப் பரப்பைத் தேர்ந்தெடுக்கிறார்கள்? அவர்கள் பொறியியல் படிக்கச் செல்லாமல் இங்கே ஏன் வர வேண்டும்? எலியாஸ் ருக்லா இதைப்பற்றி யோசித்துக்கொண்டிருக்கும்போது, பொறியியல் படிப்பைத் தேர்ந்தெடுத்துச் சென்ற அவனுடைய மேல்நிலைப் பள்ளி சகாக்களின் ஞாபகம் வந்தது. துடிப்பான செயலூக்க மிக்க பணியை எதிர்பார்க்கும் பொறியியல் துறைக்குச் சென்ற அவர்களில் யாரும் துடிப்பான, சுவாரஸ்யமான இளைஞர்கள் அல்லர் என்பதும் கூடவே நினைவுக்கு வந்தது. அவர்கள்தான் கட்டிடங்களைக் கட்டியெழுப்புபவர்கள், சக்கரங்களைச் சுழல வைப்பவர்கள், எந்திரங்களை இயக்குபவர்கள், தமக்குக் கீழே பணிபுரிபவர்களை ஆணைகளுக்கு அடிபணியவைப்பவர்கள். அந்த ஊழியர்கள் மனது வைக்காவிட்டால் சக்கரங்கள் சுழலாது, எந்திரங்கள் இயங்காது, கட்டிடங்கள் எழும்பாது. ஆனால் இப்போது யோசிக்கும்போது, பொறியியலாளர்களான வகுப்புத் தோழர்கள் யாரும் சுவாரஸ்யமானவர்களாக, துடிப்பானவர் களாக இல்லை என்பதும் அவர்கள் வெறுமனே நன்றாகப் படிப்பவர்களாக மட்டும் இருந்தார்கள் என்பதும் எலியாஸ் ருக்லாவின் நினைவுக்கு வந்தது. கற்பனை வளமற்றவர்கள். மரபொழுக்கவாதிகள். அந்த வருங்கால பொறியியலாளர்களிடம் இலேசாக இருந்த ஆர்வம், துரொன்ஹைமில் மாணவர்களால் நடத்தப்படும் நையாண்டி நாடகங்களில் இடம்பெறும் பாடல் களைப் பாடுவதும், நகைச்சுவைத் துணுக்குகளைச் சொல்வதும் மட்டுமே. ஆனால் ஜோஹான் கார்னெலியூஸன் இதைப்போன்ற நகைச்சுவைத் துணுக்குகள், லாவணிகள் என்று எதிலும் ஈடுபட்டதில்லை. அவன் வாழ்க்கையை முழுதாக அனுபவித்து வாழ்ந்தான். இம்மானுவேல் கன்ட் என்ற மகத்தான தத்துவ அறிஞர் குறித்த, கடும் உழைப்பைக் கோரும் ஆய்வில் ஆழ்ந்திருந் தான். ஆசிரியர்களிடமும், சக மாணவர்களிடமும் அவன் அவ்வப்போது கசியவிட்ட அவனது ஆய்வுக்குறிப்புகள், கண்டு பிடிப்புகள் பெரும் எதிர்பார்ப்பை எழுப்பியிருந்தன. எல்லா வற்றையும் அனுபவித்துவிட விழையும் (நிரந்தர) இளைஞன் அவன். ஸொங் மாணவர் கிராமத்தில் நடப்பதாகக் கேள்விப்படும் எல்லா விருந்துகளிலும் தலையைக் காட்டிவிட்டு வராமல் இருக்கமாட்டான். திடீரென அவனுக்கு கன்ட்டில் சந்தேகம் வந்துவிடும். உடனே தனது அறைக்கு ஓடுவான். பாதி விருந்தி லிருந்தும்கூட. அவனுக்குச் சந்தேகம் வந்த கன்ட்டின் பகுதியை எடுத்துப் படித்து சந்தேக நிவர்த்தி செய்துகொள்வான். உடனே அன்றிரவு அவனுக்கு வழங்கவிருக்கும் சாத்தியங்களைத் தேடிக்கொண்டு விருந்துக்குத் திரும்புவான். எல்லோருடனும் இசைவாக இருக்க முடியும் அவனால். பிளின்டேர்னிலும்

ஸொங்நிலும் மாணவ நண்பர்களின் எல்லா அரட்டைகளிலும் வம்புப்பேச்சுகளிலும் கலந்துகொள்வான். ஸ்கீயிட் பனிச்சறுக்கு விளையாட்டில் முக்கியமான விளையாட்டு (அவனுடைய அணி அதுதான். வோலரெங்கா அல்ல), இருக்கும் நாளில் அவனுக்கு வேறு வேலை ஏதாவது வந்துவிட்டால் பதற்றமாகிவிடுவான். அதேபோல கோடைக்காலத்தில் 'டெலிவிஷன் தியேட்டர்' நடத்தும் அபத்த நாடகமோ, மோல்டே நகரில் வருடாந்திர ஜாஸ் விழாவோ நடக்கப்போவதாகத் தெரிந்தால் கூடாரம் அமைப்பதற்கான சாதனங்களைச் சேகரித்துக்கொண்டு கிளம்பிவிடுவான். ஆனால் இவற்றுக்கு மட்டும் எலியாஸை சேர்த்துக்கொள்ள மாட்டான். மூன்று குடிகாரத் தடியர்கள் வந்துவிடுவார்கள். அவர்களோடு டென்மார்க்கிற்கு கப்பலில்தான் போவார்கள். அதில் கப்பல் மேற்தளத்திலேயே படுத்துத் தூங்குவார்களாம். இந்த இளைஞனுக்கு வாழ்வின் ஆதாரம், அவனது இருப்பின் நிலையான இடம் என்பது பால்டிக் கரையோரம் அமைந்த கிழக்குப் புரூஸிய நகரமான கோனிஸ்பெர்கைச் சேர்ந்த பதினெட்டாம் நூற்றாண்டுச் சிந்தனையாளர் இம்மானுவேல் கன்ட் மட்டுமே. எலியாஸ் ருக்லாவுக்கு இதை நினைத்து ஏற்படும் வியப்பு அடங்கியதே யில்லை. இந்தப் பரிமாணத்துக்குப் பின்னால் அவன் ஓர் அமைதியான, ஆன்மிக வாழ்க்கையை அவன் வாழ்ந்துவருவதாக எலியாஸ் ருக்லா நினைத்தான். எனவே இம்மானுவேல் கன்ட்டுடனான அவனது ஆன்மிகத் தொடர்பைப் பற்றி ஜோஹான் கார்னெலியூஸனிடம் அடிக்கடி கேட்டுக்கொண் டிருந்தான். ஜோஹானுக்கு இப்படித் தன்னிடம் துருவித் துருவிக் கேட்பதில் சில சமயங்களில் எரிச்சல் வரும். ஆனால் அதற்காகவெல்லாம் எலியாஸ் ருக்லா கவலைப்பட்டதில்லை. தொடர்ந்து கேட்டுக்கொண்டேயிருந்தான். ஆனால் ஜோஹான் அவற்றுக்கெல்லாம் வேறு எதையெதையோ பதிலாகச் சொல்லிக்கொண்டிருந்தான். நடக்கப்போகும் ஏதோவொரு நிகழ்ச்சியைப் பற்றி, அல்லது அன்று மாலையே ஏற்பாடு செய்யப்பட்டுள்ள ஏதோவொன்றைப் பற்றிச் சொல்வான். ஆனாலும் அவ்வப்போது தனது வாழ்க்கை எதனை ஆதாரமாகக் கொண்டது என்பதைப் பற்றி ஜோஹான் பேசியிருக்கிறான். அப்போதெல்லாம் எலியாஸ் செவிகளை நன்றாகத் தீட்டி வைத்துக்கொள்வான். இம்மானுவேல் கன்ட்டைப் பற்றிய அறிவு எலியாஸுக்கு ஆரம்பக்கட்டத்தைத் தாண்டியதில்லை. ஆனால் தத்துவப்பாடத்தில் தொடக்கப் பாடத்தைப் புரிந்துகொள் வதற்கே அவனுக்குப் பெரும் பிரயத்தனம் தேவைப்பட்டிருந்தது. ஆனாலும் செவிகளைத் தீட்டிக்கொண்டு கேட்டான். அவனுக்குப் புரிந்ததெல்லாம் ஜோஹான் கார்னெலியூஸன்

காலத்தோடும் வெளியோடும் பிணைந்திருக்கிறான் என்பது தான். இவ்விரு வகையினங்களும் நாம் சிந்திக்கும் ஒவ்வொரு எண்ணத்திலும் விலக்க முடியாமல் பிணைந்திருப்பதாக எலியாஸுக்குப் புரிந்தது. இங்கே அனைத்தும் அதன் வரம்பெல்லையில் முட்டி மோதிக்கொண்டிருக்கின்றன. முன்கூட்டி வழங்கப்பட்டிருக்கும் அதைத்தான் ஜோஹான் கார்னெலியூஸனின் மூளை பிய்த்துப் பிடுங்கி அலசிக் கொண்டிருப்பதாக எலியாஸ் ருக்லா ஊகித்தான். இத்தகைய சிந்தனைப் போக்குகளில் ஆழ்ந்திருக்கும் யாராவது ஒருவரால் தன்னிலை குலையாமல், உள்ளார்ந்த நிதானத்துடன் அவர் சுயமாற்றம் அடைவதை வெளிப்படுத்த முடியுமா? எலியாஸ் ருக்லா எதிர்பார்ப்புடன் இன்முகமும் பெருந்தன்மையும் கொண்ட அவன் நண்பன் ஜோஹான் கார்னெலியூஸனின் முகத்தைப் பார்த்தான். ஜோஹான் எந்த பதிலும் சொல்ல வில்லை. அவனது முடிவான தீர்க்காலோசனைகளையும், அவனது முடிவான சுயமாற்றங்களையும், அவனது விலை மதிப்பற்ற, அநேகமாக கடும் முயற்சியில் அடைந்திருக்கும் அகஅமைவடக்கத்தையும் தனக்குள்ளே வைத்துக் கொண்டான். ஆனால் கன்ட்டை மட்டும் தனியாகப் பிரித்து வைத்து அவரால் தான் கவரப்பட்டதாகச் சொல்லமுடியாது என்றான். கன்ட்தான் ஆதாரம். ஆனால் அவனது பிஹெச்.டி ஆய்வு அதுவல்ல. அவனது முனைவர் பட்ட ஆய்வை முடிக்க இன்னும் பல ஆண்டுகள் ஆகலாம். அவனுக்கு மற்ற எல்லோர் மீதுமே கவனம். கன்ட்டை முன்வைத்து இயங்கிய, சிந்தித்த ஆயிரக்கணக்கான தத்துவ அறிஞர்கள். அது கன்ட் இலக்கியம். கன்ட்டைப்பற்றிய இலக்கியம். நவீன மனிதனின் ஆவணத் திரட்டு அது. அதைப் பயில்வதனால் ஒருவன் உண்மையிலேயே மனித சிந்தனையின் சாத்தியங்களைப் பயில்கிறான். வேறு எதையும் பயில வேண்டிய அவசியம் இல்லை. அறிவார்வமும் திறனும் கொண்ட இருபதாம் நூற்றாண்டு மனிதன் ஒருவன் தனக்குத் தானே கேட்டுக்கொள்ள விரும்பும் அனைத்தையும் தன்னகத்தே கொண்டிருப்பது கன்ட் *பற்றிய* இலக்கியம். மார்க்ஸ் வழியாக கன்ட்டை அணுகும்போது நீ அனைத்தையும் அறிந்துகொள்கிறாய். இவ்வழியில் மட்டுமே உன்னால் மார்க்ஸிஸத்தைப் புரிந்து கொள்ள முடியும். விட்கன்ஸ்டைனையும் அப்படித்தான். விட்கன்ஸ்டைன் எவ்வாறு கன்ட்டை பயன்படுத்துகிறார் என்று பார்க்கும்போது – அவர் உண்மையில் கன்ட்டிடமிருந்து நழுவுகிறார் அல்லவா? – விட்கன்ஸ்டைனின் ரகசியத் தடத்தை உன்னால் அடைந்துவிட முடியும். அந்த எண்ணற்ற அறிஞர்களின் வரிசையில்தான் அவனும் இணைவதற்கு முயன்றுகொண் டிருந்தான். அவனது முனைவர் ஆய்வேடு நிறைவுசெய்யப்பட்ட

தும் காலத்தால் அழியாது நிலைத்திருக்கும் மானுடச் சிந்தனைகளின் ஆவணத் திரட்டில் அதுவும் சேர்ந்துவிடும் என்று அவன் நம்பினான். இந்த உயர்ந்த இலட்சியத்தைப் பற்றிப் பேசுவதற்கு அவனுக்குத் தயக்கம் இருந்தது. அவன் ஒன்றும் தற்புகழ்ச்சிக் கிறுக்கன் அல்ல. பாசாங்கு செய்பவனாக அவனை யாரும் நினைத்துவிடக்கூடாது என்பதில் கவனமாக இருப்பான். தன்னைக் கிழக்கு நார்வேவைச் சேர்ந்த ஒரு இரயில்வே நிலைய நகரத்தைச் சேர்ந்த இருபத்தெட்டு வயது இளைஞனாக மட்டுமே காட்டிக்கொள்வதில் ஆர்வம் இருந்தது. ஆனால் நிச்சயமாக அவன் உண்மையைக் கண்டடைந்து விடவில்லை. வேறு யாராவது அதைக் கண்டறியக்கூடுமென்று அவன் நம்பினான். இருந்தாலும் இருநூறு வருடங்களாக கன்ட் குறித்துத் தொடர்ந்துவரும் மகத்தான ஆய்வுப் பாரம்பரியத்துக் குள் தானும் நுழைந்து, ஒருசில பணிவான சாத்தியப்பாடுகளைச் சுட்டிக்காட்ட தன்னால் முடியும் என நம்பி முயன்றுகொண் டிருந்தான். ஆயினும் இதனைச் சரியாகச் செயல்படுத்துவதற்கு அவனுக்குக் கால அவகாசம் வேண்டும். அதனால்தான் அவன் அவசரமில்லாமல் நிதானமாக முன்னேறுகிறான். எந்தளவுக்கு நிதானம் என்றால், அவன் ஏவா லிண்டேவை சந்தித்தபோது எட்டாவது வருடமாகத் தத்துவம் பயின்றுகொண்டிருந்தான். அப்போதுகூட அவனது முனைவர் ஆய்வு நிறைவடையும் கட்டத்தை நெருங்கியிருக்கவில்லை. அது எங்கோ வெகு தூரத்தில் இருந்தது.

ஆனால் அந்த நேரம் வருவதற்குள் எலியாஸ் ருக்லா அவனுடைய படிப்பின் முடிவை அடைந்துவிட்டான். 1968இன் இலையுதிர்காலத்தில் வாழ்வியலில் அவனது பல்கலைக்கழகப் பட்டத்தைப் பெற்றான். 1969இன் வசந்தத்தில் மேல்நிலைப் பள்ளியில் (ஜிம்னாஸியம்) பணியில் சேருவதற்காக ஆசிரியியல் கருத்தரங்கில் கலந்துகொண்டான். ஸொங் மாணவர் கிராமத்தி லிருந்து வெளியேறி ஜாகோப் ஆல்ஸ் வீதியில் இருந்த, ஓரளவுக்கு கட்டுப்படியாகக்கூடிய விலையில் இருந்த ஒரு மூன்று –அறை குடியிருப்பை, இன்னும் அவன் சம்பாதிக்கத் தொடங்காத நிலையிலேயே, வங்கிக் கடன் பெற்று வாங்கிக் குடியேறினான். அதே பருவத்திலேயே பார்கபோர்க் பள்ளியில் பயிற்சிபெற்ற முதுநிலை ஆசிரியராக அவனுக்கு வேலையும் கிடைத்தது. கோடையில் கலந்துகொண்ட ஆசிரியியல் கருத்தரங்க அனுபவம் அதற்கு உதவியிருந்தது. ஜோஹான் கார்னெலியூஸன் எப்போதும் போல சக மாணவ மாணவிகளைப் பிரமிப்பில் ஆழ்த்திக் கொண்டு அவர்களின் நடுவே நாயகனாக உலவிக்கொண்டிருந் தான். அந்தக் காலகட்டத்தில் ஐரோப்பியப் பல்கலைக்கழகங்களில் புரட்சி அலை வீசிக்கொண்டிருந்தது. ஜோஹான் மாணவர்

தலைவராகத் தேர்ந்தெடுக்கப்பட்டான். அது அவனை ஒரு அங்கீகரிக்கப்பட்ட மார்க்ஸிஸ்டாக அறிவித்தது. மார்க்ஸ், கன்ட்டின் கொள்கைகளைச் சார்ந்தவர் என்பதால் ஜோஹான் கார்னெலியூஸனின் படிப்பில் அது பெரிய பாதிப்பு எதனையும் உண்டாக்கிவிடவில்லை. பழையபடியே இருந்தான். அவனும் எலியாஸும் எப்போதும் போலவே ஒன்றாகச் சுற்றிவந்தார்கள். எலியாஸ், ஜோஹானை மாணவர் கிராமத்துக்கு அடிக்கடி சென்று பார்த்துக்கொண்டிருந்தான். அங்கிருந்து அவர்களுக்குச் சொந்தமான உண்மையான உலகத்துக்குச் சாகசப் பயணத்தைத் தொடங்குவார்கள். ஒரேயொரு விஷயம் மட்டும் வித்தியாசமாக நடந்தது. ஓர் இளம்பெண்ணைச் சந்தித்திருப்பதாகவும் அவளை எலியாஸ் ருக்லாவுக்கு அறிமுகப்படுத்த வேண்டுமென்றும் திடீரெனக் கூறினான். இது மிகவும் புதிது. இதற்கு முன் ஜோஹான் கார்னெலியூஸன் பெண்களை அவனுடைய நட்பு வட்டாரத்திலிருந்து 'தூரத்திலேயே' வைத்திருந்ததுதான் வழக்கமாக இருந்திருக்கிறது. வாழ்வின் திருகுவழிப்பாதை களில் ஒன்றாகப் பயணிக்க நேர்ந்த, மாணவர் விருந்துகளில் சந்திக்க நேர்ந்த பெண்கள் பலரோடும் அவன் 'பிணைக்கப் பட்டிருக்கிறான்.' ஒருசில முறை ஒரேயொரு பெண்ணைத் தேர்ந்தெடுத்து சில வாரங்களுக்கு ஒன்றாகச் சுற்றியுமிருக்கிறான். பெரும்பாலும் அது சக மாணவியாகவே இருக்கும். அந்தப் பெண்ணோடு மாணவர் உணவகத்திலும் மற்ற இடங்களிலும் ஒன்றாகவே காணப்படுவான். எலியாஸைப் பார்த்தால் எதுவுமே நடக்காததுபோல, அந்தப் பெண்ணையும் அருகில் வைத்துக் கொண்டே அவனிடம் சகஜமாகப் பேசுவான். ஏதோ அவர்கள் மூவருமே பழைய நண்பர்கள்போல வெளியிலிருந்து பார்ப்பவர் களுக்குத் தெரியும். சில வாரங்கள் கழித்து அந்தப் பெண் இருக்க மாட்டாள். அவளைப் பற்றி அவனிடம் கேட்டால், மிகவும் இயல்பாக, அவள் ஒரு நல்ல சிநேகிதி என்பான். இப்போ தெல்லாம் நாங்கள் அடிக்கடி சந்தித்துக்கொள்வதில்லை என்பான். இப்படி இருக்கையில் ஒருநாள் எலியாஸை ஸொங் மாணவர் கிராமத்தில் இருந்த அவனது சிறிய குடியிருப்புக்கு வரும்படி அழைத்தான். அவனுக்கு அறிமுகமாகியிருந்த இளம்பெண் ஒருத்தியை எலியாஸ் சந்திக்க வேண்டுமென விரும்புவதாகச் சொன்னான்.

மாணவர் கிராமத்தை அவன் அடைந்தபோது அவர்கள் அவனுக்காகக் காத்துக்கொண்டிருந்தார்கள். ஜோஹான் கார்னெலியூஸனின் அடைசலான சிறிய குடியிருப்பின் சோபாவில். மேசைமேல் வெண்ணிற விரிப்பு நேர்த்தியாகப் போர்த்தப்பட்டுத் தட்டுகளும் கண்ணாடிக் கோப்பைகளும் காகிதக் கைக்குட்டைகளும் வைக்கப்பட்டிருந்தன. விருந்துச்

சூழல். எலியாஸ் ருக்லா, ஏவா லிண்டேவை முதன்முதலாகப் பார்த்தது அப்போதுதான். ஜோஹான் கார்னெலியூஸன் வசித்து வந்த அச்சிறிய அறைக்குள் எலியாஸ் ருக்லா எதைச் சந்திக்கப் போகிறோமோவென்ற யோசனையுடன் உள்ளே நுழைந்த வுடன் தெரிந்த காட்சி: சோபாவில் அமர்ந்திருந்த அந்த ஜோடி. ஜோஹான் கார்னெலியூஸனுக்குப் பக்கத்தில் உட்கார்ந்திருந்த அந்தப் பெண் எழுந்துவந்து எலியாஸ் ருக்லாவின் கையைப் பற்றிக் குலுக்கினாள். அந்தக் 'கூடுதலான' (சற்று கெஞ்சலும் சேர்ந்திருந்த) கைக்குலுக்கலில் சிநேகிதம் தெரிந்தது. அந்தப் புதிய ஜோடி பரபரப்பாக இருந்தனர். ஜோஹான் கார்னெலியூஸனிடம் எதிர்பார்ப்பு இருந்தது. அவனுடைய கவலையை எலியாஸ் புரிந்துகொண்டான். அந்தப் பெண்ணின் அழகு அந்தச் சூழலைக் கனவுபோலாக்கியிருந்தது. மாலுமியின் சிற்றறை அளவுக்கே இருந்த அந்த இடத்தில் அவளது அருகாமை அவனுக்கு விநோதமான அனுபவமாகத் தொந்தரவு செய்ய, அவள் எழுந்து சமையலறைக்குப் போக மாட்டாளா என்று இருந்தது, ஆனால் ஜோஹான்தான் உள்ளே சென்றான். எல்லாவற்றையும் முன்கூட்டியே தயாரித்து வைத்திருந்தார்கள்போல. ஜோஹான் அதிக நேரம் சமையலறைக் குள் இல்லை. ஆனால் அந்தக் குறுகிய நேரத்தில் எலியாஸ் அவளோடு தனியாக இருந்தபோது, மென்று விழுங்கிக் கொண்டு அவள் என்ன செய்கிறாள் என்று கேட்டான். பல்கலைக்கழகத்தில் சேர்வதற்காகத் தகுதித்தேர்வு எழுதி யிருப்பதாகச் சொன்னாள். அப்படித்தான் இருக்கும் என்று நினைத்தேன் என்றான் எலியாஸ். அவனது அபத்தமான ஆச்சரிய எதிர்வினையால் பாதிக்கப்படாமல் அவள் அழகாகப் புன்னகைத்தாள். எலியாஸ் ருக்லா தன்னை ஜோஹான் கார்னெலியூஸனின் மாணவி என்று நினைத்திருக்கக்கூடும் என்று அவள் நினைத்திருக்கலாம். தத்துவப்பாடத்தில் அவன் அபாரமான முனைவர் பட்டப்படிப்பு மாணவன் என்பதால் மாணவர்களுக்கு தத்துவப் பிரிவில் சேர்வதற்கான நுழைவுத் தேர்வுக்குப் பல வருடங்களாகத் தனிப்பயிற்சி அளித்து வருகிறான். அதில் அவனுக்குக் கொஞ்சம் பணமும் கிடைத்து வந்தது. பாடப்பிரிவுகளுக்கான விண்ணப்பப் படிவத்தில் இவன் பெயரை மற்ற பல்கலைக்கழக விரிவுரையாளர்கள், பேராசிரியர்களின் பெயர்களுக்கு நடுவில் 'மாணவர். ஜோஹான் கார்னெலியூஸன் ஆய்வுகளின் தர்க்கரீதியான அணுகுமுறைக்கு உதவுபவர், மேலாய்வு செய்பவர்' என்ற குறிப்போடு சேர்த்திருப்பார்கள். அவள் புன்னகைக்கும்போது அவனை முகத்துக்கு நேராகப் பார்க்காமல் சன்னலை நோக்கித் தலையைத் திருப்பிக்கொண்டு பக்கவாட்டில் கள்ளத்தனமாகப்

பார்த்துப் புன்னகைத்தாள். அதற்குக் காரணம் ஜோஹான் அறையில் இல்லாததுதான் என்று எலியாஸ் நினைத்தான். அதற்காக அவளை அவனுக்குப் பிடித்திருந்தது. ஜோஹான் உணவுவகைகளைச் சுமந்தபடி நுழைந்தான். ஜோஹானே சமைத்த பெர்னேஸ் சாஸில் தோய்த்த மாட்டிறைச்சிக் கண்டம். எல்லா வேலைகளையும் அவன்தான் செய்திருக்கிறான். சிவப்பு ஒயின், பியோழே தோரின். ஜோஹான் கார்னெலியூஸன் தனது குடியிருப்புக்கு விருந்துக்கு எலியாஸை அழைத்தது இதுதான் முதல் (மற்றும் ஒரே) முறை. அவர்கள் அருந்தத் தொடங்கும்போது, வர்ணிக்க முடியாத அளவுக்கு அழகாக இருந்த ஏவா லிண்டேவும் தனது கோப்பையை உயர்த்தி எலியாஸுக்காக என்று சற்று அடங்கின குரலிலும், பின் ஜோஹானுக்காக என்று பிரகாசமாகவும் அறிவித்துவிட்டு ஜோஹானுடன் ஒட்டிக்கொண்டாள். நெருக்கமாக, மிக நெருக்கமாக. பிறகு சாப்பாடு ஆரம்பித்தது. ஜோஹான் கார்னெலியூஸன் அவனை அழைத்ததற்கான சாப்பாடு. வர்ணிக்க முடியாத பேரழகுப்பெண் ஏவா லிண்டே, இருக்கும் இடம் தெரியாமல் சாப்பிட்டுக்கொண்டிருந்தாள். மிக மௌன மாக. எலியாஸுக்கு மூச்சை அடக்கிக்கொண்டு கவளங்களை விழுங்கவேண்டியிருந்தது. வாயிலிருந்து வெளிப்படும் சின்ன சத்தமோ, அல்லது சத்தமில்லாமல் மனதை ஒருமுகப் படுத்தி மெல்வதோகூட, அந்தப் பேரழகியை, ஜோஹான் கார்னெலியூஸனை தன் காதல் இணையாக பூலோகம் முழுமைக்கும் அறிவிப்பதைப்போல மெத்தையில் ஒட்டிக் கொண்டு உட்கார்ந்திருக்கும் அந்த மௌன தேவதையைப் புண்படுத்துமென்று அவன் பயந்தான். உணவருந்தும் வேளையில் அறையில் நிரம்பியிருந்த இறுக்கமான மௌனத்தை உணர்ந்து ஜோஹான் கார்னெலியூஸன் பேச ஆரம்பித்தான். அதுவும் அவனுடைய ஏவாவுடனல்ல. அவளிடம் பேசினால் அவளைக் காட்சியில் முதன்மைப்படுத்திவிடுவோமோ என்று அவன் நண்பனிடம் பேசத் தொடங்கினான். அவர்கள் வழக்கமாகப் பேசும் விஷயங்களை விட்ட இடத்திலிருந்து தொடர்வதைப்போல அவன் பேச்சை ஆரம்பித்தான். எலியாஸுக்கு, தானும் ஜோஹானைப் போலவே, அங்கே ஏவா என்றொரு பெண் இல்லவே இல்லாததைப் போன்ற பாவனையில், நடந்துகொள்ள வேண்டுமென்று புரிந்தது. அவர்கள் ஒருவரோடொருவர் எப்படிப் பேசிக்கொள்வார் களோ அதைப்போலவே பேச வேண்டும். எலியாஸ் புரிந்து கொண்டதில் மகிழ்வுற்று, ஜோஹான் கார்னெலியூஸன் உற்சாக மாக உரையாடலைத் தொடங்கினான். வழக்கமான அழுத்த மான, வற்புத்தும் ஆதிக்கம் செலுத்தும் பேச்சு. எலியாஸ்,

இயல்பாக இரு! ஏவா லிண்டேவைக் கவனிக்காதே! உன் நண்பனான, ஜோஹானாகிய என்னோடு பேசு! அனைத்தும் முன்புபோலவே இருக்க வேண்டும். ஜோஹான் தன்னிடம் வார்த்தையின்றிச் சொல்லிக்கொண்டிருப்பதை எலியாஸ் உணர்ந்தான். ஒரே வித்தியாசம். ஏவா அழகாக, நளினமாக அவர்களிடையே இருப்பது மட்டுமே. அவர்கள், இரண்டு நண்பர்கள், இதற்குமுன் ஆயிரம் முறைகள் பேசித்தீர்த்ததைப் போலவே இப்போதும் பேசிக்கொண்டிருக்க, ஏவா லிண்டே அமைதியாக அமர்ந்து செவிமடுத்துக்கொண்டிருந்தாள்.

அன்றைய மாலைப்பொழுது இப்படித்தான் கழிந்தது. அந்த இரு நண்பர்களும் அரசியல், இருவருக்கும் பொதுவான நண்பர்கள் (பற்றிய வம்பு), விளையாட்டுப் போட்டிகளின் முடிவுகள், நாடுகள், ராஜ்ஜியங்கள், எதிர்காலம் எங்கிருந்து, எந்த வடிவத்தில் வரும், என்ன செய்தியோடு வரும், என்றெல்லாம் பேசிக்கொண்டிருந்தார்கள். ஜோஹான் கார்னெலியூஸன், (தற்போதைக்கு ஒரு புரட்சிகர மார்க்ஸிஸ்டாக இருப்பதை மறந்து) பெரும் உற்சாகத்தில் இருந்தான். எலியாஸ் கொஞ்சம் சந்தேகத்தோடு அடக்கியே வாசித்துக்கொண்டிருந்தான். அவ்வப்போது சோகையாக ஜோக் அடித்துக்கொண்டிருந்தான் (அவை நகைச்சுவை என்றுதான் நம்பினான்). முன்பைப் போலவே. ஜோஹான் சோபாவிலும், எலியாஸ் அந்த ஒற்றை நாற்காலியிலும். ஆனால் சோபாவில் ஜோஹானுக்குப் பக்கத்தில் அவனுடைய ஜோடி ஏவா லிண்டே. எலியாஸின் நகைச்சுவை முயற்சிகளுக்கு, அவளுடைய வர்ணிக்க முடியாத அழகு முகத்தில் மெல்லிய புன்னகை நெளிந்து மறைந்தது. இந்த அபூர்வ அழகியிடமிருந்து பெறுகின்ற இலேசான எதிர்வினை யால் பாதிக்கப்படாமல் இருப்பதைப்போலத் தன்னைக் காட்டிக்கொள்வது அவனுக்குச் சிரமமாக இருந்தது. இதற்கு முன் இவ்வளவு கவர்ச்சியான பெண்ணோடு ஒரே அறையில் அவன் இருந்ததில்லை! ஏதோவொரு வகையில் அங்கே அத்துமீறி நுழைந்திருப்பவனாக உணர்ந்தான். நேரம் செல்லச் செல்ல, பலமுறை கிளம்புவதற்காக எழுந்தான். அந்தக் காதல் ஜோடி சுதந்திரமாக இருக்கட்டுமென்று முற்பட்டாலும் ஜோஹான் கார்னெலியூஸன் அவனை இருக்கச்சொல்லி வற்புறுத்தினான். எலியாஸ் ருக்லாவால் மறுக்க முடியவில்லை. ஏவா லிண்டேவின் மீது இரக்கமாக இருந்தது அவனுக்கு. ஜோஹானோடு தனித்து இருக்கத்தான் அவள் விரும்புவாள். இவ்வளவு மணிநேரமாக எதுவும் செய்யாமல் இவர்கள் பேசுவதைக் கேட்டுக்கொண்டிருப்பது அவளுக்குக் கொடுமை யாகத்தான் இருக்கும். அவளுடைய நேரத்தை எலியாஸ் எடுத்துக் கொண்டிருக்கிறான். ஆனால் இவை எதையும் அவனால்

உடைந்த குடை

வெளிப்படையாகச் சொல்லமுடியாமல் இருந்தான். இருந்தாலும் ஏவா லிண்டே சந்தோஷமாகவே தெரிந்தாள். இரண்டு நண்பர்களும் சுவாரஸ்யமாகப் பேசிக்கொண்டிருப்பதை ஆர்வமாகக் கவனித்துக்கொண்டிருந்தாள். பின்னர் ஷூக்களை கழற்றிவிட்டு, காலைத்தூக்கி சப்பணமிட்டுக்கொண்டு உட்கார்ந்தாள். பக்கத்தில் இருந்தாலும் ஜோஹானின் மேல் சாய்ந்து கொள்ளவில்லை. ஆனால் எலியாஸ் ருக்லாவை ஓரக்கண்ணால் பார்ப்பதையும், அந்தப் பார்க்கும் விதத்தையும், அவனைப் பார்த்து அவ்வப்போது புன்னகைப்பதையும் கண்டு பார்வையைத் தாழ்த்திக்கொள்ள வேண்டியிருந்தது. அந்தப் பார்வை, ஒரு சாதாரண மனிதனை நோக்கி, உள்நோக்கமில்லாமல், சாதாரணமாக வீசப்படும் பார்வையாக இருப்பதற்கும் சாத்தியம் உண்டு என நம்பிக்கொண்டான். அவள் ஜோஹான் கார்னெலியூஸனின் மேற்சட்டையின் கைப்பகுதியிலிருந்த (சிகரெட் சாம்பலோ, அல்லது வேறெதுவோ) தூசியைத் தட்டிவிட்டுத் துடைத்தபோது அந்தப் பேரழகுப்பெண் ஏவா லிண்டே, ஜோஹான் கார்னெலியூஸனிடம் முழுமையாக மனதைப் பறிகொடுத்திருக்கிறாள் என்பதை எலியாஸ் ருக்லா புரிந்துகொண்டான். அந்தப் புனித யதார்த்தத்தின் கண்கூச வைக்கும் பிரகாசத்தில் அவன் தலையைத் திருப்பிக்கொள்ள வேண்டியிருந்தது.

நள்ளிரவு தாண்டியபிறகுதான் எலியாஸ் ருக்லாவைக் கிளம்ப அனுமதித்தான் ஜோஹான் கார்னெலியூஸன். நாற்காலியிலிருந்து எழுந்த எலியாஸ் அப்போது நேரம் மிகவும் அதிகமாகி விட்டிருப்பதையும், மறுநாள் காலை சீக்கிரமே கல்லூரிக்குச் செல்ல வேண்டியிருப்பதையும் குறிப்பிட்டு இதற்கு மேல் கொஞ்சம் குடித்தாலும் சிரமமாகிவிடும் என்றான். ஜோஹான் கார்னெலியூஸனும் ஏவாவும் சோபாவிலிருந்து எழுந்து தாழ்வாரம்வரை கூடவே வந்தனர். ஜோஹானும் எலியாஸும் அவர்களுக்கு மட்டுமே புரியக்கூடிய சில அந்தரங்க வேடிக்கைப் பேச்சுகளைப் பரிமாறிச் சிரித்துக் கொண்டனர். ஏவா லிண்டே அவனிடம் அழுத்தமாகக் கைக்குலுக்கி விடையளித்தாள். சில மணிநேரங்களுக்கு முன் முதல்முறை கைக்குலுக்கியபோது இருந்த ‘கூடுதலான’ ‘கெஞ்சல்’ இப்போது இல்லாதது அவனுக்கு நிம்மதியாக இருந்தது. அங்கிருந்து கிளம்பி ஸொங்ஸ்வெயன் வழியாக மாணவர் கிராமத்தைத் தாண்டி ஜாகோப் ஆல்ஸ் வீதியில் இருந்த அவனது அறைக்கு நடந்தான். மனம் அவநம்பிக்கையிலும் வருத்தத்திலும் அலைக்கழிந்துகொண்டிருந்தது. வாலிபப் பருவம் திரும்பி வரமுடியாதபடி கடந்துவிட்டது. வாழ்க்கையில் காலூன்றவேண்டிய நேரம் வந்துவிட்டது. மிகவும்

தனியனாக உணர்ந்தான். ஆனால் ஜோஹான் கார்னெலியூஸன் எவ்வளவுதான் உற்சாக மனநிலையில் இருந்தாலும் அவனிடம் மிகவும் கரிசனத்தோடு நடந்துகொண்டான். அவனோடு செலவழித்த அந்த மாலைப்பொழுது முழுக்கவும், அவர்க ளுடைய நட்புக்கு இடையில் எதுவும், காதலும்கூட, குறுக்கிட்டு விட முடியாது என்பதை மறைமுகமாக வெளிப்படுத்திய படியே இருந்தான். அது மட்டுமன்றி, அவனது நேசத்தின் அடிப்படையே நட்பைப் பேணி வளர்த்துக்கொள்வதுதான் என்றும் சொல்லியிருந்தான். இவ்வளவு தெளிவாக, சிடுக்கில் லாமல் மனதை வெளிப்படுத்திக்கொள்ளும் ஜோஹான் கார்னெலியூஸனின் பாங்கு அவனை வெகுவாக நெகிழச் செய்தது. ஆனால் இதெல்லாம் உண்மை என்பதைவிட அவனது ஆசை என்றுதான் எலியாஸால் நினைக்க முடிந்தது. ஏவா லிண்டேவைப் போன்ற பெண்ணைக் காதலியாகப் பெற்றிருப்பவனுக்கு அவளை போஷிப்பதிலேயே மொத்த நேரமும் செலவாகிவிடும். ஜோஹான் கார்னெலியூஸன் அவளைப் பார்க்காமலும் அருகில் இல்லாமலும் இருந்தால் மோகத்தீயில் எரிந்து பஸ்பமாகிவிடுவான் என்று எலியாஸ் நினைத்தான்.

ஜோஹான் கார்னெலியூஸனின் மறைமுகமான வாக்குறுதிகள் – அவை எவ்வளவுதான் நம்பமுடியாதவையாக இருந்தாலும் – அவனை மிகவும் பாதித்து, பதிலுக்கு அவனுக்கு ஏதாவது செய்ய வேண்டும் என்று தோன்றவைத்தன. மறுநாள் ஜோஹான் கார்னெலியூஸனை தொலைபேசியில் (பல முயற்சிகளுக்குப்பின்) தொடர்புகொண்டு பேசும்வரை அமைதி யிழந்திருந்தான். ஸொங் மாணவர் கிராமத்தில் விடுதிக் கட்டிடத்தின் முகப்பறையில் இருக்கும் பொது தொலைபேசிக்குத் தான் அழைத்திருந்தான். நாள் முழுக்க தொடர்ந்து அழைத்துக் கொண்டேயிருந்தான். தொலைபேசியை எடுப்பவர்கள் அவன் அறைக்குச் சென்று பார்த்துவிட்டு அவன் இல்லை என்பதையே சொல்லிக்கொண்டிருந்தார்கள். மாலையில்தான் அவன் கிடைத்தான். எலியாஸ் எடுத்த எடுப்பிலேயே, என்னவொரு அற்புதமான பெண். உன்னைப் பார்த்தால் பொறாமையாக இருக்கிறது. அவளை நன்றாகப் பார்த்துக்கொள். நீ அவளைத் திருமணம் செய்துகொண்டேயாக வேண்டும் என்றான். ஜோஹான் கார்னெலியூஸன் அமைதியாக இருந்தான். பிறகு அவன் சிரிப்பது கேட்டது. சங்கடம் கலந்த சிரிப்பு. சங்கடத்திற்குக் காரணம் அவன் மகிழ்ச்சியாக இருந்தது. – சொல்லாதே, சொல்லாதே, ஹ... ஹ... என்றான். அவ்வளவுதான் வேறெதுவும் சொல்லாமல், – சரி பார்க்கலாம். சீரியோ, என்றான். – சீரியோ. எலியாஸ் தொலைபேசியை வைத்தான்.

ஜோஹான் கார்னெலியூஸன் அதற்குப்பிறகு அவனை அழைத்தது பல மாதங்கள் கழித்து. எலியாஸை தொலைபேசியில் அழைத்தது இலையுதிர்காலத்தின் தொடக்கத்தில். நண்பர்கள் கூட்டாகச் சேர்ந்து செய்யப்போகும் ஏதோவொரு வேலைக்காக எலியாஸை அழைத்தான். அவன் குறிப்பிட்ட வேலை என்பது குருரூவில் இருந்த ஒரு மூன்று – அறைக் குடியிருப்பைச் சுத்தம் செய்வது. அவன் குறிப்பிட்டிருந்த இடத்திற்கு, குறிப்பிட்டிருந்த நேரத்தில் சென்றபோது ஜோஹானின் நண்பர்கள் பத்துப் பன்னிரெண்டு பேர் அங்கே இருந்தார்கள். அது ஒரு சிறிய, குறுகலான, பழைய அபார்ட்மென்ட். ஜோஹான் கார்னெலியூஸனின் நண்பர்கள் அதனைப் புதுப்பித்தார்கள். காரை பெயர்ந்திருந்த இடங்களைப் பூசி, பெயின்ட் அடித்து, சுவர்க்காகிதம் ஒட்டி, தலை விரிப்பை அடித்து புதிதாக மாற்றி விட்டார்கள். என்னென்னவோ வீட்டுப் பொருட்கள் வந்து இறங்கிக்கொண்டிருந்தன. ஜோஹானுக்காக யார்யாரோ ஏற்பாடு செய்திருந்தார்கள். ஜோஹான் கார்னெலியூஸன் நடுவில் இருந்தபடி அனைத்தையும் இயக்கிக்கொண்டிருந்தான். அவன் விரல்களைச் சொடுக்கியதும் பளபளப்பான, கவர்ச்சியான, நவீன மூன்று அறை வீடு ஒன்று குருரூவின் அடுக்குமாடிக் கட்டிடத்தில் உருவாகிவிட்டது. இங்கேதான் ஏவா லிண்டே குடிவரப் போகிறாள். இந்தப் புதிய வீட்டைப் பற்றி எதுவும் அவளுக்கு இதுவரை தெரியாதாம். அன்றுமாலை அவன் அவளை அழைத்துவந்து காட்டப்போகிறான். இரண்டு நாட்கள் கழித்து ஜோஹான் கார்னெலியூஸனின் அதே பத்துப் பன்னிரெண்டு நண்பர்கள் மீண்டும் கூடினர். இப்போது அவர்கள் அறைகலன்களை இடமாற்ற வேண்டும். முதலில் ஸொங் மாணவர் கிராமத்தில் இருந்த ஜோஹான் அறையிலிருந்து பொருட்களை எடுத்துவந்தனர். பின், கார்ல் பெர்னர்ஸ் பிளேஸில் இருந்த ஏவா லிண்டேவின் அறையிலிருந்து குருரூவுக்கு பொருட்களை ஏற்றினர் (இவர்கள் சென்றிருந்தபோது ஏவா கண்ணில் படவில்லை.) டெலிவரி வேன்கள் விதவிதமான பொருட்களைச் சுமந்து வந்தன. சோபாக்கள், குளிர்ப்பதனப் பெட்டி, அடுப்பு, தொலைக்காட்சிப் பெட்டி, நாற்காலிகள், மேசைகள், திரைச்சீலைகள், மேசை விளக்குகள், இன்னும் என்னென்னவோ. அவர்கள் எல்லா பொருட்களையும் சரியான இடங்களில் அடுக்கினர் – புத்தகங்களைப் புத்தக அடுக்கில், துணிகளை ஆடைநிலையடுக்குகளில் – திரைச்சீலைகளைக்கூட அவர்களே மாட்டினர். மாலைக்குள் அந்தக் குடியிருப்பு கச்சிதமாகத் தயாராகிவிட்டது. ஏவா லிண்டே எந்நேரத்திலும் வந்துவிடுவாள் என்பதால் அவர்கள் கிளம்பினர். ஒருவாரம் கழித்துப் புதுமனை புகுவிழா விருந்து நடந்தது. ஏவா லிண்டேவை

அவர்கள் கடைசியில் பார்த்தேவிட்டார்கள். கூடத்தின் நடுவில் நின்றுகொண்டு விருந்தினர்களை வரவேற்றுக்கொண்டிருந்தாள். முதல்முறை பார்த்தபோது எப்படி அவள் உலகப் பொருட்களுக்கும், இயற்கைக்கும் அப்பாற்பட்ட அழகோடு இருந்தாளோ அப்படியே இப்போதும் இருப்பதாக எலியாஸ் ருக்லா (அவனுடன் இருந்த மற்ற சகாக்களைப் போலவே) நினைத்தான்.

ஜோஹான் கார்னெலியூஸனும் ஏவா லிண்டேவும் ஒன்றாக நுழைந்தார்கள். குருரூவில் இருந்த உயரமான கட்டிடம் அந்த மூன்றுஅறை அபார்ட்மென்ட். அது 1969ஆம் வருட இலையுதிர் காலம். 1970ஆம் வருடத் தொடக்கத்திலேயே அவர்கள் மண முடித்தனர். அவ்வருடக் கடைசியில் அவர்களுக்குப் பெண் குழந்தை, கமீலா, பிறந்தாள். 1972இல் ஜோஹான் கார்னெலியூஸன் 'மார்க்ஸ்ஸுக்கும் கன்ட்டுக்கும் இடையிலான தொடர்பு' குறித்த ஆய்வேட்டைச் சமர்ப்பித்துத் தத்துவத்தில் பிஹெச்.டி. பட்டம் பெற்றான். பல்வேறு காரணங்களுக்காக அவனுக்கு உடனடியாக வேலை கிடைக்கவில்லை. அதனால் அவர்களுக்குக் கடுமையான பொருளாதார நெருக்கடி இருந்திருக்கக்கூடும். 1976ஆம் வருடம் ஜோஹான் கார்னெலியூஸன் பிரச்சனைகளைச் சமாளிக்க முடியாமல் குருரூவில் இருந்த அந்த மூன்று–அறை அபார்ட்மென்ட்டையும், இன்னமும் பேரழகோடு இருந்த மனைவியையும், அவர்களுடைய ஆறுவயது மகள் காமிலாவையும் விட்டு காணாமற்போனான். திரும்பி வரவேயில்லை. இடைப்பட்ட காலத்தில் ஜோஹான் கார்னெலியூஸனின் நெருங்கிய நண்பன் என்ற முறையில் எலியாஸ் ருக்லா அவர்கள் வீட்டுக்கு அடிக்கடி வந்து சென்றுகொண்டிருந்தான். ஜோஹான் வீட்டைவிட்டு ஓடிப்போகும் செய்தியை அவனுக்கு ஃபோர்னேபு விமான நிலையத்திலிருந்து ஜோஹான் கார்னெலியூஸன் தொலைபேசியில் அழைத்துச் சொன்னான். எல்லாவற்றையும் விட்டு அவன் ஓடிப்போவதாகவும், அவன் அப்போது நியூயார்க் செல்வதற்கான விமானப் பயணச்சீட்டோடு நின்றுகொண்டிருப்பதாகவும், இன்னும் எட்டு மணிநேரத்தில் அமெரிக்காவில் தரையிறங்கி விடுவானென்றும் கூறினான். முற்றிலும் வேறுபட்ட எதிர்காலத்தைத் தேடிச் செல்வதாகவும், இம்முறை அது தத்துவத்தேடல் அல்லவென்றும் சொன்னான்.

எலியாஸுக்கு அந்த நேரத்தில் அந்தச் செய்தி அதிர்ச்சியாக இருந்தாலும், அப்படியொன்றும் ஆச்சரியத்தை ஏற்படுத்தவில்லை. ஜோஹான் கார்னெலியூஸனுக்கு எல்லா விஷயங்களும் முடங்கிப் போயிருந்த நேரம் அது. எலியாஸிடம் அவன் கடைசியாகச் சொன்ன வாக்கியம் அதன் வெளிப்பாடுதான். எலியாஸ் வாயடைத்துப் போயிருந்தான். சமாளித்துக்கொண்டு கடைசி

முயற்சியாக, அப்படியானால் ஏவா. . . காமிலாவின் கதி? என்றான். ஜோஹான் கார்னெலியூஸன் வெடுக்கென்று, அவர்களை உன் பராமரிப்பில் விட்டுச் செல்கிறேன் என்றான். எலியாஸ் அதிர்ந்தான். விஸ்தாரமாகத் திட்டமிட்டுத்தான் செயல்படுகிறான் என்று அவனுக்குத் தெளிவாகப் புரிந்தது. ஜோஹானுக்கு என்ன ஆயிற்று?

1970இல் குருரூவில் அந்நியோன்யமான, மகிழ்ச்சியான குடும்பமாகத்தான் அவர்கள் இருந்தார்கள் என்று சொல்ல முடியும். ஏவா, ஜோஹான், குட்டிப்பாப்பா காமிலா. 1972இல் ஜோஹான் தத்துவத்தில் முனைவர் பட்டம் பெற்றபோது, எதிர்பார்த்தபடியே இன்ஸ்டிட்யூட் ஆஃப் பிலாசஃபியில் அவனுக்குப் பெரிய பாராட்டு கிடைத்தது. ஆனால் அதன்பிறகு எதுவும் நிகழவில்லை. ஜோஹான் கார்னெலியூஸனுக்கு எந்த வேலையும் கிடைக்கவில்லை. அவர்களுடைய இன்ஸ்டிட்யூட்டில் பணியிடம் எதுவும் காலியாக இல்லை. அவனுக்கு ஒரு ஜெர்மன் பல்கலைக்கழகத்தில் நல்ல, பெரும் தொகை அளிக்கக்கூடிய ஆய்வுப் பணி கிடைப்பதற்கு வாய்ப்பு வந்தது. அதற்கு விண்ணப்பிக்கச் சொல்லி அவனை நாங்கள் வற்புறுத்தினோம். அவன் விண்ணப்பிக்கவில்லை. நடைமுறைச் சிக்கல்கள் இருப்பதாகச் சொன்னான். ஏவாவும் காமிலாவும் அவனோடு ஜெர்மனிக்கு வருவதாக இருந்தால் அந்த உதவித்தொகை போதாது. அவன் மட்டும் தனியாகச் சென்று ஒன்று அல்லது இரண்டு வருடங்கள் அங்கேயே தங்கியிருப்பதும் இயலாத காரியம் என்றான். அதனால் எங்கும் செல்லாமல் பகுதிநேர ஆய்வாளனாகப் பணியாற்றிக்கொண்டு, தத்துவவியலில் தொடக்கநிலைத் தேர்வுக்குத் தயாராகும் மாணவர்களுக்கு வகுப்பெடுத்துக்கொண்டு இருந்தான். இந்த வேலைகளோடு ஸ்கீயினில் உள்ள கொங்ஸ்பர்க், நோதெத்தென் நகரங்களுக்கும் தொன்ஸ்பேர்க், பிரெடிரிக்ஸ்டாட்டுக்கும் சென்று பல்கலைக் கழகச் சிறப்பு வகுப்புகள் எடுத்துக்கொண்டிருந்ததில் வீட்டில் அவன் இருக்கும் நேரமே மிகச் சொற்பமாக ஆகியிருந்தது. ஓரளவுக்கு வருமானம் கிடைத்தது, அவ்வளவுதான். ஆனால் ஏவாவின் படிப்பைப் பொறுத்தவரை தாறுமாறாகியிருந்தது. பெரிதாக எதுவும் படித்திருக்காததால், ஒரு முழுநேர காரியதரிசி வேலையைப் பார்த்துக்கொண்டிருந்தாள். முனைவர் பட்டத்துக்காக ஜோஹான் மும்மரமாகப் படித்துக் கொண்டிருந்த காலத்திலேயே அவள் வேலைக்குப் போக ஆரம்பித்துவிட்டிருந்தாள். ஒரு பக்கம் அவர்களிடையே மகிழ்ச்சி கூரையை எட்டும்வரை நிரம்பியிருந்தாலும், இருவரும் வேலை வேலையென்று அலைந்துகொண்டிருந்த அலைச்சலும் கூடவே இருந்து வந்தது. 1970இலும் இதுவேதான் நிலைமை.

இவையெல்லாம் நடந்துகொண்டிருக்கும் காலத்தில் எலியாஸ் அவர்களோடு எப்போதும் சேர்ந்தே இருந்தான். குடும்ப நண்பனாக, குறிப்பாக ஜோஹானின் அணுக்கமான தோழனாக. அவ்வப்போது ஜோஹான் அவனை குருரூவுக்கு வரச்சொல்லி அழைப்பான். எலியாஸ் ருக்லாவும் செல்வான். மயுஸ்துவாவி லிருந்து முதல் டிராம் வண்டியைப் பிடித்து நேஷனல் தியேட்டர் சுரங்க நிலையத்துக்குச் செல்வான். அங்கிருந்து கார்ல் ஜோஹான்ஸ் வரை நடந்து ரயில்வே சதுக்கத்தில் டி–பேன் பிடித்து குருரூவை அடைந்து, அவர்களுடைய பலமாடிக் கட்டிடத்தின் ஒன்பதாவது தளத்துக்கு லிஃப்டில் சென்றடையும் போது அவர்கள் அவனுக்காகக் காத்துக்கொண்டிருப்பார்கள். அவர்களுடைய எல்லாக் காரியங்களிலும் தான் பங்கெடுத்துக் கொண்டிருந்ததாக அவனுக்குத் தோன்றியது. அவர்களோடு சேர்ந்து உணவருந்தினான், அவர்களோடு சேர்ந்து உலாவச் சென்றான். அவர்களோடு சேர்ந்து குழந்தையைக் கவனித்துக் கொண்டான் (ஆனால் இவையெல்லாவற்றிலும் மௌனப் பார்வையாளனாகவே இருந்தான் என்பதையும் சொல்ல வேண்டும்). சூப்பர் மார்க்கெட்டுக்குக்கூட அவர்கள் இருவருடனோ, அல்லது அவர்களில் யாராவது ஒருவருடனோ சென்றிருக்கிறான். என்னென்ன வாங்க வேண்டுமென்று ஆலோசனையும் சொல்வான். பணம் செலுத்தும்போது அவனும் செலவைப் பகிர்ந்துகொள்ள முன்வருவான். பலநேரங்களில் அவர்கள் வீட்டிலேயே இரவு தங்கியும் இருக்கிறான். கூடத்தில் சோபாவில் படுத்துக்கொள்வான். பனிக்காலத்தில் அவர்கள் லில்லமார்காவில் பனிச்சறுக்காடச் சொல்வார்கள். ஏவா, ஜோஹான் (காமிலாவை ரெய்ன்டீர் பனிச்சறுக்கு வண்டியில் அமர்த்தி அழைத்து வருவார்கள்) எலியாஸ் ருக்லா. செல்லும் இடமெங்கிலும் எல்லோருடைய கவனத்தையும் ஈர்ப்பவளாக இருந்தாள் ஏவா – பனிச்சறுக்கிக்கொண்டிருக்கும் ஆண்கள், ஏவா கடந்துசெல்லும்போது திகைத்துப்போய் உடனே நின்று, வாய் திறந்து அவளைத் திரும்பிப் பார்த்துக்கொண்டிருந்தனர். அவர்களை, இம்மூவரும் – ஜோஹான், எலியாஸ், ஏவா – கண்டுகொள்ளாமல் நகர்ந்தாலும் ஜோஹானால் மட்டும் சிலநேரங்களில் சிரிப்பை அடக்க முடியாது. அவன் சிரிப்பதைப் பார்த்த மற்ற இருவருக்கும் சிரிப்பு வரும். சற்றுச் சங்கடமான சிரிப்பாக. ஆனால் எலியாஸுக்கு அவனது சிரிப்பில் உண்மை யான சங்கடத்தைக் கலந்து வெளிப்படுத்த சற்றுக் கடினமாகவே இருந்தது. அவனே ஏவா லிண்டாவின் இயற்கைக்கு மீறிய பேரழகில் மயங்கியிருந்ததுதான் அதற்குக் காரணம், அவர்கள் நடந்து செல்கையில் ஜோஹான், காமிலாவை பனிச்சறுக்கு வண்டியில் வைத்து இழுத்தபடி முன்னால் நடக்க, ஏவாவும்

எலியாஸும் பின்னால் ஒன்றாக நடந்து போவார்கள். காமிலாவின் முகத்தில் வெயில் படாமலிக்கும்படி அவள் பார்த்துக்கொள்வாள். மூவரும் பேசிக்கொண்டே நடப்பார்கள். அவள் பேசும்விதம் அவனுக்குப் பிடித்திருந்தது. அவள் பேசும் போது அந்தக் குரலுக்கு ஒரு தனியான அதிர்வு இருந்தது. குரல்வளைக்குள்ளிலிருந்து, திரையிட்டு மூடிய, அவனால் வார்த்தைகளால் விவரிக்க முடியாத, இதுவரை கேட்டிராத ஒரு ததும்பும் குரல். அந்தப் பேரழகி சொற்களைத் தேடி, பொறுக்கி யெடுத்து, உச்சரிக்கும் முன்பு அவற்றைச் சுவைத்துப் பார்த்து, தனக்குள்ளாகவே கேட்டுக்கொள்வதைப்போல உச்சரிப்பாள். மற்றவர்களுக்காக – பக்கத்தில் நடந்துவரும் எலியாஸுக் காகவோ, (குழந்தையை வண்டியில் இழுத்துக்கொண்டு) முன்னால் செல்லும் ஜோஹானுக்காகவோ பேசுவதைப்போல இருக்காது. 'நான் இதைச் சொல்லலாமா?' என்ற கேள்வி அவள் வார்த்தைகளுக்குப் பின்னால் மறைந்து இருப்பதைப் போலிருக்கும். அவ்வப்போது அவன் சொல்லும் எதற்காவது அவள் வாய்விட்டுச் சிரிப்பாள். எலியாஸுக்கு பெரும் மகிழ்ச்சியை உண்டாக்கும் தருணங்களாக அவை இருக்கும். ஆனாலும் அவளை அவன் 'புரிந்துகொண்டதாக'ச் சொல்ல முடியாது. இல்லை, அவளைப் பற்றி அவனுக்கு மிகக் குறைவாகவே தெரியும், அல்லது கொஞ்சமும் தெரியாது என்றே சொல்ல வேண்டும். இருந்தாலும் அவளுக்கு நெருக்கமானவனாகவே உணர்ந்தான். ஒரு நண்பனாக. ஆனால் இதைப்போன்ற சந்தர்ப்பங்களில் – லில்லமார்காவில் ஜோஹானும் (பனிச்சறுக்கு வண்டியில் காமிலாவும்) ஏவாவும் அவனும் பனிச்சறுக்குக்கு வந்திருக்கும் இடத்தில் அவளை மற்ற ஆண்கள் வாயைப் பிளந்துகொண்டு பார்க்கும்போது அந்நியமாக உணர்ந்தான். அந்த உன்னத அழகியை ஜோஹானின் நண்பன் என்ற முறையிலும், தனிப்பட்ட முறையிலும் பாதுகாக்க வேண்டியது தனது பொறுப்பு என்று நினைத்தான். அவள் தனது முகபாவங்களை வெளிப்படுத்தும் விதம் அவனைக் கிளர்ச்சியுற வைத்தது. ஆனால் அவன் வாயிலிருந்து எதுவும் தவறாக வெளிவந்துவிடக்கூடாதென்பதில் மிகவும் கவனத்துடன் இருந்தான். எந்த வார்த்தைச் சேர்க்கைகளாலும் அவள் முகத்தை அவன் பாராட்டிவிடக் கூடாது. அத்தகைய முகப்புகழ்ச்சியால் அவள் மகிழ்ந்துவிடுவாள் என்று அவனுக்குத் தோன்றவில்லை. அவளுக்கு எரிச்சல்தான் வரும். அதைவிட மோசம், அவனைப் பற்றி ஜோஹான் கார்னெலியூஸனிடம் தவறாகவும் சொல்லக் கூடும். அதனால் அவன் வெகு ஜாக்கிரதையாகவே நடந்து கொண்டிருந்தான். அவளுடைய தோற்றத்தைப் பற்றிய எந்த வார்த்தையும் ஆபத்தைக்கொண்டு வரலாம். எனவே அவளைப் புரிந்துகொள்வதற்கு முயலாமல், மேலோட்டமான சுவாரஸ்யப்

பேச்சுகளில் மட்டுமே ஈடுபட்டிருந்தான். எது எப்படியிருந் தாலும் அவளுடைய அழகு ஏதோவிதத்தில் உறக்கத்தோடு தொடர்புடையதாகவே தோன்றிக்கொண்டிருந்தது. அவனது அடிமனதில் ஏவா லிண்டேவின் அழகு தூக்கத்தோடு பிணைந்திருந்தது. லில்லமார்காவில் பனிச்சறுக்கிற்குச் செல்லும் போது இது தெளிவாகத் தெரியும், அவள் அழகின் ஆதாரம் உறக்கத்தோடு சேர்ந்திருப்பது. அதே நேரத்தில் அந்த அழகு அவளுக்குத் தொடர்பில்லாததாக, அந்த அழகுத் தோற்றத்திற்காக அவள் முனையாததாக அவனுக்குத் தெரியும். இந்த காரணத்திற் காகவே அதைப் பற்றி அவனுக்கு எது சொல்லவும் நா எழவில்லையோவென்று நினைத்தான். ஜோஹானுக்கும் அவனைப் போலவே தோன்றுவதால்தானோ என்னவோ அவள்மீது மேயும் பார்வைகளைக் கண்டு எரிச்சல் படாமல் பெருந்தன்மையாகச் சிரித்துக் கடந்துவிடுகிறான்போல. அதனால்தான் எலியாஸுக்கும் அவனோடு சேர்ந்து வலிய வரவழைக்கப்பட்ட அமைந்தடங்கிய சிரிப்பு அவன் பங்குக்கு வந்துவிடுகிறது. ஆனால் அவள் அழகின் ஆதாரம் உறக்கத்தின் அமைதியில்தான் இருக்கிறது என்று மட்டும் அவனுக்குத் தெளிவாகத் தெரிந்தது. ஒருவேளை அவனுக்கு இவ்வாறு தோன்றக் காரணம் குருரூவ் வீட்டுக்கு அவன் செல்லும் போதெல்லாம் பெரும்பாலும் அவள் ஜோஹானின் படுக்கை யறைக்குள் கதவை மூடிக்கொண்டு தூங்கிக்கொண்டிருந்ததாக இருக்கலாம். ஏவா லிண்டேவுடனும் ஜோஹான் கார்னெலியூஸ னுடனும் இப்போது அவன் சரிசமமாகப் பழக அனுமதிக்கப் பட்டிருப்பதற்குக் காரணமே அவர்களுடைய திருமணத்திற்கு முன்பிருந்தே அவன் ஜோஹானுக்கு நெருக்கமான நண்பனாக இருந்து வந்திருக்கிறான் என்பதுதான். அவர்கள் இருவரும் எப்போதும் துன்பத்திலும் இன்பத்திலும் ஒன்றாகவே இருந்திருக்கிறார்கள் என்பது அவளுக்கும் தெரியும். முன்பைப் போல அடிக்கடி இல்லாவிட்டாலும் இப்போதும் அவர்கள் ஒன்றாகச் சுற்றிக்கொண்டுதான் இருக்கிறார்கள். எலியாஸை நகரத்தில் வைத்து அவ்வப்போது ஜோஹான் சந்திப்பான். இருவரும் ஒன்றாகச் சேர்ந்து மது அருந்தகம் மூடும்வரை குடிப்பார்கள். அப்புறம் குருரூவ் வீட்டுக்கு எலியாஸை வருந்தி அழைத்துவந்து மீண்டும் குடிப்பார்கள். இவர்கள் வீட்டுக்கு வரும்போது ஏவா கூடத்தை ஒட்டியுள்ள படுக்கையறையில் கதவைச் சாத்திக்கொண்டு தூங்கிக்கொண்டிருப்பாள். ஜோஹானும் எலியாஸும் விவாதித்துக்கொண்டும் பேசிக் கொண்டும் இருப்பார்கள், பொதுவான வாழ்க்கை குறித்த உரையாடலாக இருக்கும் (அதாவது, தத்துவம், இலக்கியம், கலை, அரசியல், இத்யாதி. . . இவையெல்லாம் அவர்களுடைய

வாழ்க்கையை எப்படி பாதிக்கின்றனவென்று). அப்போ தெல்லாம் இரவு அவர்கள் வீட்டில்தான் எலியாஸ் தங்குவான். வசிப்பறை சோபாதான் அவனது படுக்கை. விடியற்காலையில் எழுந்து டிராம் பிடித்து பார்கபோர்கில் முதல் பிரிவேளை வகுப்புக்கு நேரத்திற்குச் சென்றுவிடுவான். அவன் அங்கிருந்து அவசரஅவசரமாகக் கிளம்பும்போதே ஜோஹானும் எழுந்து விடுவான். கூடவே காமிலாவும் எழுந்து வந்துவிடும். ஏவா தூங்கிக்கொண்டுதான் இருப்பாள். எலியாஸுக்கு அழகுத் தூக்கம் என்று தோன்றும். எனவே அவளை அவன் பார்க்க நேர்வதே ஞாயிற்றுக்கிழமைகளில் அவர்கள் லில்லமார்காவுக்கு பனிச்சறுக்கிற்குச் செல்லும்போது மட்டும்தான். அப்போது கூட உறக்கத்தின் பிரமை அவளைச் சுற்றிப் போர்த்தியிருப்ப தாகவே அவனுக்குத் தோன்றும். அவளது மென்மையான முகம் உறக்கத்தால் நிறைவுபெற்று மிருதுவாகியிருக்கும். அவள் தூக்கத்தின் நிச்சலனத்தில் இருப்பாள். அவள் அந்தப் பேரமைதியிலிருந்தே ஜனித்து வந்திருப்பவள். அவள் தூங்கிக் கொண்டிருந்ததை அவன் பார்த்ததில்லை. கூடத்தை ஒட்டிய படுக்கையறையில் மூடிய கதவுக்குப் பின்னால் படுத்திருக்கிறாள் என்பதை மட்டுமே அறிந்திருக்கிறான். கூடத்தின் சுவரில் அந்தச் செவ்வகக் கதவு தனியாகத் தெரியும். கதவுக்கு மத்தியில் இடப் புறத்தில் சற்று கீழே கைப்பிடி. அதை அழுத்தித் திறந்து ஜோஹான் கார்னெலியூஸன் அவ்வப்போது உள்ளே சென்று வருவான். குருரூவின் அந்த பல அடுக்கு மாடிக் கட்டிடத்தின் ஒன்பதாவது தளத்தில், பின்னிரவு நேரத்தில் அந்தக் கதவைச் சத்தமில்லாமல் சாத்திவிட்டு ஜோஹான் இவனிடம் வருவான். எதுவும் பேசமாட்டான். ஜோஹான் கார்னெலியூஸனின் வர்ணிக்க முடியாத பேரழகு மனைவி உள்ளே. ஜோஹான் கார்னெலியூஸனும் எலியாஸ் ருக்லாவும் வெளியே கூடத்தில். ஜோஹான் கார்னெலியூஸன் சன்னலுக்குச் சென்று வெளியே பார்ப்பான். கீழே விளக்குகள். நாற்கர நெடுஞ்சாலை அந்நேரத்தில் பிரகாசமாக இருக்கும். ஒரேயொரு கார்கூட தென்படாது. ஜோஹான் கார்னெலியூஸன் என்ற தத்துவ அறிஞன் எலியாஸ் ருக்லாவுக்கு பற்பல விஷயங்களைக் கற்றுத் தந்திருக்கிறான். ஜோஹான் கார்னெலியூஸன் பேசப்பேச, எலியாஸ் ருக்லா அவ்வப்போது சந்தேகங்களுடன் குறுக்கிடுவான். வறட்டுத்தன மாக எதிர்வினையாற்றுவான். ஜோஹான் கார்னெலியூஸனின் ஆழ்ந்த கருத்துக்களைக் கேள்விக் குட்படுத்துவதுபோல விவாதிப் பான். அவர்கள் அடங்கிய குரலில் பேசிக்கொள்வார்கள். அவ்வப்போது பேச்சு சுவாரஸ்யத்தில் குரல் உயர்ந்துவிடும். அப்போது அவர்களில் ஒருவர் மற்றவர் குரலை அடக்குவார்கள். ஆனால் ஒருமுறை அதைப்போல எலியாஸ், ஜோஹானின்

குரலை அடக்கியபோது அவன், பரவாயில்லை, அவள் ஒன்றும் தூங்கவில்லை. தூங்குவதுபோல நடித்துக்கொண்டு நாம் பேசுவதைக் கேட்டுக்கொண்டிருக்கிறாள். நாம் பேசினதை யெல்லாம் அப்புறம் அப்படியே திருப்பிச் சொல்கிறாள் என்றான். இது எலியாஸ் ருக்லாவுக்குப் பெரும் ஆச்சரியத்தை அளித்தது. அதற்குப் பிறகு அவன் எப்போதெல்லாம் குருரூவுக்கு வந்து ஜோஹானின் வீட்டில் தங்குகிறானோ, அப்போதெல்லாம் மூடிய கதவுக்குப் பின்னால் தூக்கத்தின் மெல்லிய ஓடு அவளை மூடியிருக்க, ஆழ்ந்த உறக்க நிலையில் அவர்கள் பேசுவதை நுட்பமாகக் கேட்டுக்கொண்டிருப்பதாக அவனுக்குக் கற்பனை எழும். இந்தப் பெண் இப்படித் தூங்கும் நிலையில் படுத்துக் கொண்டு, அவள் கணவனின் குரலும், கணவனின் நண்பன் குரலும் எழும்பி, தாழ்ந்து, அவள் ஆழ்மனதுக்குள் புதைந்து கொண்டிருப்பதை நினைக்கும்போது எலியாஸ் ருக்லாவுக்கு தனது மகத்தான தனிமை உறைத்து, இதயத்தில் சோகம் நிரம்பியது. ஜோஹான் கார்னெலியூஸன் திடீரென்று இப்படியொரு குண்டை தூக்கிப்போட்டது 1974ஆம் வருடமாகத்தான் இருக்க வேண்டும். அப்போது எலியாஸ் ருக்லா திருமணமாகாத முப்பத்து நான்கு வயது வாலிபன். தனக்கொரு வாழ்க்கைத் துணை கிடைப்பாள் என்ற நம்பிக்கையை வெகுகாலத்துக்கு முன்பாகவே கைவிட்டிருந்தான். அதனால் அவன் ஒன்றும் கவலைப்பட வில்லை. தனியாக இருப்பது பிடித்திருந்தது. பெண்களிடமிருந்து எப்போதுமே அவன் ஒதுங்கியிருப்பதற்கு ஒரு காரணம், பரிபூரண அந்நியளாக இருக்கும் ஒருத்தியிடம் முழுமையாகத் தன்னை ஒப்புக்கொடுத்து, எல்லாவற்றையும் பகிர்ந்துகொண்டு, அதன்பின் தன்னையே இழந்துவிடுவோமோ என்ற அச்சம். (அவர்களை 'டேட்டிங்'கிற்கு அழைத்து, வீடுவரை கூடவே சென்று, சாதாரண மாக எவரும் சற்று அத்துமீற உத்தேசிக்கும் தருணத்தில் எலியாஸ் முற்றிலும் மாறான ஒன்றைச் செய்துவிடுவான். இனிமையான மாலைப்பொழுதுக்காக நன்றி தெரிவித்துக் கையை நீட்டுவான். அந்த இளம்பெண்ணின் முகத்தில் வெடிக்கும் ஏமாற்றத்தைக் கவனித்தாலும், வீட்டுக்குப் போனபிறகுதான் அவனுக்கு உறைக்கும்). இதனால் உண்டாகும் அகக்கொந்தளிப்பு, இறுக்கம், இவையெல்லாம் தாங்கமுடியாதவையாக இருக்குமென்ப தாலேயே, தனியாக ஒற்றையாக இருந்துவிடலாம் என்று முடிவெடுத்திருந்தான். அது அவனுக்கு நன்றாகவும் பொருந்தி வந்தது. அவ்வப்போது துக்கம் ஆட்கொள்ளும். தன்னிடம் ஏதோ குறைபாடு இருப்பதைப்போன்ற எண்ணத்தால் எழும் துக்கம். மற்றவர் கண்களுக்கு வெறுக்கத்தக்கவனாக இருப்பதைப் போன்ற உணர்வு. அது உண்மைதான் என்றும் அவனுக்குத் தோன்றும். முப்பத்து நான்கு வயதில் ஒருவனுக்கு எதிர்ப்பாலினத்திடம்

ஈர்ப்பு இல்லாவிட்டால் அவன் 'பாதி–மனிதன்'தான் என்று நினைத்தான். எனவே, அவன் குருருவில் இருக்கும் ஒரு பலமாடிக் கட்டிடத்தின் ஒன்பதாவது தளத்தில், நண்பனின் குடியிருப்பில் நண்பனோடு உடனிருக்கையில், தான் ஒரு பாதி மனிதன்தான் என்றும், அவனால் ஒருபோதும் முழுமையானவனாக இருக்க முடியப்போவதில்லையென்றும் உணரும்போது, முழுமையானவனாக மாறமுடியாமலிருப்பதன் சோகம் அவனை ஆட்கொள்ள, ஜோஹான் கார்னெலியூஸனை முழுமையானவனாக்கியுள்ள ஜோஹான் கார்னெலியூஸனின் மனைவி கதவுக்குப் பின்னால் அவளுடைய கணவனின் குரலையும் (கணவனின் நண்பனின் குரலையும்) தூக்க மயக்கத்தில் கேட்டுக்கொண்டே படுத்திருக்கிறாள் என்ற நினைப்பு எழும்போது, ஜோஹான் கார்னெலியூஸனின் நிழலாக இருக்கும் அவன் ஒரு பெண்ணின் அரைமயக்க நிலைக்குள் புகுந்துகொண்டிருப்பதும் ஒருவகையில் திருட்டுத்தனம்தானே என்று நினைத்துக்கொள்வான். இப்படி நினைத்துக் கொள்ளும்போது அவனுக்கு எந்தக் கசப்புணர்வும் இருக்காது. அதுதான் யதார்த்தம் என்ற நிதரிசனம் அவனுக்கு இருந்தது. அப்படித்தான் அவன் வாழ்க்கை வாழப்பட்டு வந்திருக்கிறது. 1974இல் எலியாஸ் ருக்லாவின் மனவோட்டம் இப்படித்தான் இருந்தது. பயனுள்ளதாக அமைந்திருக்கும் ஒரு வேலை, வாய்த்திருக்கும் தனிப்பட்ட சுதந்திரம், சமூகக் கண்ணோட்டத்தில் அல்லாமல் வாழ்க்கை குறித்தும், வாழ்க்கை நிர்ணயிக்கும் சாத்தியங்கள் குறித்தும் அடங்காத ஆர்வம் என செழிப்பானதொரு வாழ்க்கை தனக்கு வாய்த்திருப்பதாகவே அவன் நம்பினான். எனவே ஜோஹான் கார்னெலியூஸன் கொடுக்கும் போர்வை, படுக்கை உறை, தலையணை உறைகளை எடுத்துக் கொண்டு சோபாவில் எப்போதும்போலப் படுத்துக்கொள்வான். ஜோஹான் கார்னெலியூஸன் வீட்டின் எல்லாப் பகுதியையும் சோதித்துவிட்டு, விளக்குகளை அணைத்துவிட்டு, எப்போதுமே அழகாக இருக்கும் அவன் மனைவி ஏவா லிண்டே படுத்திருக்கும் சயனஅறைக்குள் அரவமின்றி மறைந்துபோவான்.

இவ்வாறாகத்தான் சூழல் இருந்தது. 1974ஆம் வருடத்தில்தான் ஜோஹான் கார்னெலியூஸன் அவர்கள் உரையாடலை ஏவா லிண்டே கேட்டுக்கொண்டிருப்பதாகச் சொல்லி, அவர்களுக்கிடையே இதற்கு முன்பிராத ஒரு வித்தியாச சாயலை ஏற்படுத்தியிருந்தான். எலியாஸ் ருக்லா, ஏவா லிண்டாவை காதலித்தானா? ஜோஹான் கார்னெலியூஸனின் படுக்கையறைக் கதவுக்கு வெளியே சோபாவில் படுத்துக்கொண்டு ஏழுவருடங்கள் அவளுக்காகத்தான் காத்திருந்தானா? நிச்சயமாக அப்படியில்லை என்று எலியாஸ் ருக்லாவால் சத்தியமாகச் சொல்ல முடியும். அவனால் எண்ணியும் பார்க்க முடியாதது அது. அவளை

ஜோஹான் கார்னெலியூஸனின் மனைவியாக மட்டுமே அவன் பார்த்திருக்கிறான். அவளைப் பற்றித் தனியாகப் பிரித்துப்பார்த்து மதிப்பிட்டதேயில்லை. அது அனுமதிக்க முடியாதது மட்டு மல்ல, நினைத்தும் பார்க்க முடியாதது. அப்படியென்றால் அவள் மீது சிந்தனைக்கு அகப்படாத சாத்தியமற்ற ஒரு காதலில் இருந்தானா? இதை எலியாஸ் ருக்லாவால் ஒரேயடியாக மறுத்து விடவும் முடியாது. இது உண்மையாக இருக்கும்பட்சத்தில், சிற்சில சந்தர்ப்பங்களில், துயரமான, ஏன், துக்கமான தருணங் களிலும், (ஏவா லிண்டே அவர்கள் பேசுவதைக் கேட்டுக் கொண்டிருக்கிறாள் என்று ஜோஹான் கார்னெலியூஸன் சொன்னதைப் போன்ற) சில கிளர்ச்சியூட்டிய நேரங்களிலும் அவனுக்குள் சுரீரென்று குத்திய வலியை அவனால் விளக்க முடியும். ஒன்றை மட்டும் சொல்ல முடியும்: 1969லிருந்து 1976வரை, அதாவது அவனது இருபத்தெட்டு வயதிலிருந்து முப்பத்தாறு வயது வரையிலான காலத்தில், அவன் பார்கபோர்க் பள்ளியில் முதுநிலை ஆசிரியராகப் பணியில் சேர்ந்து, ஜாகோப் ஆல்ஸ் வீதியில் சொந்தமாக ஒரு குடியிருப்பை வாங்கி, வாழ்க்கையில் காலூன்றும் முனைப்பில் அரைமனதாகச் சிலரைக் காதலிக்க முயன்று – அதுகூட பார்கபோர்கில் அவனோடு பணியாற்றுகிற இளம் ஆசிரியைகளோ அல்லது வேறு பள்ளி ஆசிரியைகளோ அல்ல – எதுவும் கைகூடாமல், ஓய்வு நேரங்களில் பள்ளிக் காலத்துப் பழைய நண்பர்களைத் தேடிச் சென்று நேரம் கழித்துக்கொண்டு, ஜோஹான் கார்னெலியூஸனோடு நெருக்கத்தை மேலும் வளர்த்துக்கொண்டிருந்த காலத்திலும், உண்மையைச் சொல்லப்போனால் ஏவா லிண்டேவின் மீது சிந்தனைக்குப் பிடிபடாத காதலில் அவன் உள்ளுக்குள் அவதிப் பட்டுக்கொண்டிருந்தானென்றும், அவனது எல்லா முயற்சி களையும் அதுவே கட்டுப்படுத்திக்கொண்டிருந்தது என்பதை யும் ஒப்புக்கொள்ள வேண்டும். இது இப்படியிருந்தாலும் அந்த ஏழு வருடங்களில் இந்த விநோதமான காதலின் தடயம் எதுவும் அவனிடமிருந்து எப்போதும் வெளிப்பட்டதில்லை, எப்போதாவது உள்ளே வெட்டியிழுக்கும் அந்த சுரீர் வலித் தருணங்களைத் தவிர. ஜோஹானின் வீட்டில் அவன் தங்க நேரிடும்போதுகூட. எலியாஸ் ருக்லா, அவ்வப்போது ஜோஹான் கார்னெலியூஸனை நகரத்தில் சந்திப்பான். ஒவ்வொரு முறையும் ஜோஹான் அவனை குருரூவுக்கு இரவு தங்குவதற்காக அழைத்துச் சென்றுவிடுவான். எலியாஸின் வீடு இருக்கும் ஜாகோப் ஆல்ஸ் வீதியில் சந்தித்துப் பேசிக்கொண்டிருந்தாலும் கூட, இரவு தனது வீட்டுக்கு ஜோஹான் கூட்டிச் சென்றுவிடுவது தான் வழக்கமாக இருந்திருக்கிறது. அவர்கள் வழக்கமாக சந்திக்கும் ஆஸ்லோவின் புறநகர்ப் பகுதியான குருரூவ் குறைந்தது

ஆறுமைல் தூரத்தில் இருந்தது. ஜோஹான் வீட்டில் தங்கிவிட்டு, அடுத்த நாள் விடியற்காலையில் அவன் எழுந்து வேலைக்கு ஓடுவான். அவர்கள் ஜாகோப் ஆல்ஸ் வீதியில், எலியாஸின் குடியிருப்பில் இரவு தங்கினால் ஒரு பிரச்சனையும் இருக்காது. ஜோஹானுக்கு எந்த வேலையும் இல்லையென்பதால் விடியற் காலையில் எழுந்து ஓடவேண்டிய அவசியமும் இருக்காது. எலியாஸும் நிதானமாகக் கிளம்பி வேலைக்குச் செல்லலாம். ஆனால் ஜோஹான் பிடிவாதமாக அவனைத் தனது இடத்துக்குத் தான் கூட்டிச் செல்வான். அதற்கு ஒரு காரணமும் இருந்தது. குழந்தை காமிலா நள்ளிரவிலோ விடியற்காலையிலோ எழுந்து விட்டால் அவன்தான் (ஏவாவின் தூக்கத்தைக் கெடுக்காமல்) கவனித்துக்கொள்வான். அதனால் குருருவில்தான் அவர்கள் தங்க வேண்டும். எனவே எலியாஸ் ருக்லாவை அங்கு இழுத்தது உறங்கும் அழகி ஏவா அல்ல, ஜோஹான் கார்னெலியூஸனின் அணுக்கம்தான். இருந்தபோதிலும் ஏவா லிண்டேவின் மீது அவனுக்கிருந்த அந்தப் பெயரற்ற பிரேமத்தின் சாத்தியத்தை அவனால் புறந்தள்ளிவிடவும் முடியவில்லை. ஆனாலும் அது அவனை வெளிப்படையாக பாதிக்க அவன் அனுமதித்ததில்லை. அவனுடைய கட்டுப்பாட்டுக்குள் மட்டுமே அது இருந்தது. அவனது கட்டுப்பாட்டை மீறி, முற்றிலும் புதுநிலைமை எதனையும் தோற்றுவிக்கும்படியாக எதுவும் நடக்கவில்லை யென்றால், மெதுவாக அழகு மங்கிவரும் ஏவா லிண்டே கார்னெலியூஸன் என்பவள் மீது விளங்க முடியாத காதலில் அவன் பீடித்திருப்பதை உணர்ந்திராமலேயே மொத்த வாழ்க்கையையும், இந்தத் தினம் வரை, இது எழுதப்படும் இந்தக் கணம்வரை வாழ்ந்து வந்திருப்பான்.

*1974*இல்தான் எலியாஸ் ருக்லாவுக்குள் அந்த சுரீர் வலி குத்தியது. மூடிய கதவுக்குப் பின்னால் ஏவா லிண்டே தூங்கிக் கொண்டிருக்கும்போது, ஆழ்ந்த தூக்கத்திலும் செவிமடுத்துக் கொண்டிருக்கும் ஒரு பெண் இருப்பதை அறிந்துகொண்ட நேரம். அதுதான் அவனை உணர்ச்சிவசப்படவைத்து, பிறகு ஏக்கம் கொள்ளவும் வைத்தது. ஆனால் அதற்குள் ஜோஹான் கார்னெலியூஸன், எலியாஸ் ருக்லாவின் சாத்தியமற்ற காதலைச் சாத்தியமாக்கும் முடிவை அவனையும் அறியாமல் அடைந்து விட்டிருக்க வேண்டும். இதற்குச் சான்றாக அவன் ஹைடல்பர்க் பல்கலைக்கழக ஃபெலோஷிப்புக்கு விண்ணப்பிக்கப் போவதில்லையென்று எடுத்த அவனது விநோத முடிவும் இருந்தது. அது இரண்டுவருட ஆய்வுக்காலப் பணி. அவன் குடும்பத்தோடு செல்வதாகத்தான் முதலில் சொல்லிவந்தான். பிறகு, ஆய்வு உதவித்தொகை அவர்கள் மூவரின் பராமரிப்புச் செலவுக்குக் கட்டுப்படியாகாது என்றும், அவன் மட்டும்

அவர்களை இங்கேயே விட்டுவிட்டுச் செல்வதிலும் விருப்ப மில்லையென்றும் முடிவெடுத்துச் சொன்னான். எலியாஸும் மற்றவர்களும் எவ்வளவோ வற்புறுத்தியும் குடும்பத்தைக் காரணம் காட்டி மறுத்தது அவர்களெல்லோருக்கும் உடன்பாடற்றிருந்தது. அவனுடைய சிறிய குடும்பத்துக்கு அந்த மதிப்பூதியம் நிச்சயம் போதுமானதாக இருக்குமென்று அவர்களுக்குத் தெரியும். டாக்டர் கார்னெலியூஸன், பிஹெச்.டி. அவர்களுக்கு ஹைடல்பர்கில் அப்படியொன்றும் பொருளாதார நெருக்கடி ஏற்பட்டிருக்கப் போவதில்லை. ஆனால் அந்த விநோதம் வேறொன்றை, தீவிரமாக யோசித்து வைத்திருந்த பெரிய திட்டத்தை நோக்கமாகக் கொண்டிருந்தது சீக்கிரத்திலேயே வெளிப்பட்டது: ஜோஹான் கார்னெலியூஸன் இனி தத்துவ ஆய்வில் ஈடுபடப்போவதல்லையென்று அறிவித்தான். இந்த முடிவின் மூலம் ஜோஹான் கார்னெலியூஸன் தனது வாழ்நாளை மானுட சிந்தனைகளின் ஆவணத் தொகுதிக்குப் பங்களிப்பவனாகவும், இம்மானுவேல் கன்ட்டின் இலக்கிய ஆய்வாளனாகவும் கழிப்பதற்கு அர்ப்பணிக்கப் போவதில்லையென்று எல்லோருக்கும் காட்டிவிட்டான். (அந்நேரத்தில் அதை எவரும் கவனித்திருக்கவில்லை). எனவே ஜோஹான் கார்னெலியூஸனின் ஆழ்மனதில் புதைந்திருந்த ஏதோவொன்று வெளிக்கிளம்பி அவனை என்னவோ செய்து விட்டிருக்க வேண்டும்.

1972இல் தத்துவப் பாடத்தில் முனைவர் பட்டம்பெற்ற போது அவனுக்கு முப்பது வயது. கன்ட்டுக்கும் மார்க்ஸுக்கும் உள்ள தொடர்பைப் பற்றி மேற்கொண்ட அவனது ஆய்வு, அவன் திருமணம் செய்துகொண்ட பிறகு வேகம் பிடித்தது. ஆய்வை முடித்தவுடன் அவன் மிகவும் மகிழ்ச்சியில் இருந்தான். மதிப்பீட்டுக்குச் சமர்ப்பிக்கப்படுவதற்கு முன் ஆய்வேட்டைப் படித்துப்பார்க்கும்படி எலியாஸிடம் கொடுத்தான். எலியாஸுக்குப் பெருமையாக இருந்தது. தனக்கு கொஞ்சமும் தகுதியில்லை என்று தெரிந்திருந்தும் அந்த ஆய்வேட்டைப் படித்துப் பார்த்தான். ஜோஹான் கார்னெலியூஸனின் சிந்தனை ஆழமும் பலமும் எலியாஸை ஸ்தம்பிக்க வைத்தது. அதே நேரத்தில் சின்ன சந்தேகமும் அவன் மனதில் நுழைந்தது. அதை வெளிப்படையாகக் கேட்கவும் தயங்கினான். கன்ட்டிலிருந்து மார்க்ஸுக்குச் செல்லும் ஜோஹானின் நிலைப்பெயர்வு, எலியாஸிடமும் மற்றவர்களிடமும் அவன் முன்பெல்லாம் குறிப்பிட்டு வந்ததைப்போல அவ்வளவு இலகுவாக இந்த ஆய்வில் நடந்தேறியுள்ளதா? இந்த ஆய்வேட்டை மதிப்பீடு செய்வதற்கு எலியாஸ் ருக்லா முற்றிலும் தகுதியற்றவனாக இருந்தாலும், இதன் அடிப்படை ஆதாரமே தெளிவற்று

இருக்கிறதே என்று யோசித்தான். இந்த ஆய்வின் ஆரம்பத்தில் ஜோஹான் கார்னெலியூஸன் தனது நோக்கமாகக் குறிப்பிடும் கன்ட்டின் இலக்கிய பெறுமதியை ஆய்வு செய்வதாகத் தொடங்குகிறது. ஆனால் அங்கிருந்து விலகி, ஒரு கன்ட்டியராக வும் அல்லாமல் மார்க்ஸிஸ்டாகவும் அல்லாமல் குழம்பி அலைபாய்ந்தபடி விரிகிறது. இந்த ஆய்வில் ஜோஹான் கார்னெலியூஸனின் முக்கிய கவனம் கன்ட்டின் இலக்கியத்தின் மீதா (அதாவது கன்ட் – மார்க்ஸ் தொடர்பா)? அல்லது மார்க்ஸிஸம் என்பது விடுதலைக்கான தத்துவம் என்பதன் மீதா? எலியாஸ் ருக்லாவால் நிச்சயமாகச் சொல்ல முடியவில்லை. குழப்பமாகத்தான் உணர்ந்தான். ஏற்கனவே குறிப்பிட்டதைப் போல அவனது சந்தேகத்தை வெளிப்படுத்தத் தயங்குவதற்கு இரண்டு காரணங்கள் இருந்தன. அத்தகைய ஐயத்தை எழுப்புமளவுக்கு அவன் தகுதியானவனல்ல. அடுத்ததாக, அவன் நண்பனைப் புண்படுத்திவிடுவோமோவென்ற அச்சம். தகுதியற்ற ஒருவனிடமிருந்து அவனது ஆய்வைப் பற்றி சந்தேகம் எழுப்பப்பட்டாலும்கூட அவன் அப்போது இருந்த மனநிலையில் நிச்சயம் அதனால் புண்பட்டிருப்பான் என்று அவனுக்குத் தோன்றியது. ஆனாலும் ஜோஹான் கார்னெலியூஸ னுக்கு தான் ஒரு மார்க்ஸிஸ்ட் என்பதில் எவ்வித ஐயமும் இருக்கவில்லை. அவன் தற்போது மாணவர் இயக்கத் தலைவ னாகவோ, அரசியல் களப்பணியாளராகவோ இல்லா விட்டாலும்கூட, தன்னுடைய ஆதார சிந்தனையமைப்பில் அவன் ஒரு மார்க்ஸிஸ்ட்தான் என்று வலியுறுத்தினான். எப்படி யிருப்பினும், அவனது முனைவர் ஆய்வேடு பிளின்டேர்ன் இன்ஸ்டிட்யூட் ஆஃப் பிலாஸஃபியில் பெரும் வரவேற்பு பெற்றது. டாக்டர் கார்னெலியூஸனின் எதிர்காலம் பிரகாச மாகத் தெரிந்தது. இரண்டு வருடங்கள் கழித்து ஹைடல்பெர்கில் ஒரு பெரிய ஃபெலோஷிப்புக்கு விண்ணப்பிக்க அவனை எல்லோரும் வற்புறுத்தினார்கள். ஆனால் அவன் மறுத்தான். ஏன்?

எலியாஸ் ருக்லா என்ற தகுதியற்ற ஒருவனுக்கு அந்த ஆய்வேட்டை வாசிக்கும்போது ஏற்பட்ட சந்தேகத்தைப்போல அவனுக்கும் ஏற்பட்டிருந்ததா? அல்லது அந்த ஆய்வு உதவித் தொகை தனக்குக் கிடைக்கப்போவதில்லை என்று தெரிந்து தான் விண்ணப்பிக்கப் போவதில்லையென்று முடிவெடுத் தானா? இன்ஸ்டியூட் ஆஃப் ஃபிலாஸபியின் உயர்மட்டத்தி லிருந்து அவனது ஆய்வுக்குக் கிடைத்த எதிர்வினைகளில் ஏதோ ஒவ்வாமை அடிநாதமாக இருந்ததாக நினைத்தானோ? அவனது ஆய்வேடு வெளியானபோது அது ஏற்படுத்திய தாக்கத்திலும்கூட ஏதோ ஒரு தயக்கம் ஒளிந்திருந்ததோ? ஆய்வேடு சமர்ப்பிக்கப்பட்டபோது ஆய்வாளன் ஆற்ற

வேண்டிய உரை நிகழ்ச்சியின்போது எலியாஸ் ருக்லாவும் அங்கே இருந்தான். அவனது உரைக்குப் பிறகு கொண்டாட்டங் களும் பாராட்டுகளும்கூட இருந்தன. ஆனால் ஜோஹான் கார்னெலியூஸனுக்கு அளிக்கப்பட்ட புகழுரைகள் எல்லா வற்றுக்கும் பின்னால் ஏதோவொரு விலகல் இருந்தது. உண்மை யான பாராட்டாக அவை இல்லையென்று எலியாஸுக்கு தோன்றியபடியே இருந்தது. எல்லோருக்கும் இது பல வருடங் களாகக் காத்துக்கொண்டிருந்த ஆய்வு வெளியீடு என்ற அளவில் ஆர்வம் இருந்தது. ஆனால் உண்மையாகவே மனம் திறந்து அவனது ஆய்வைப் பாராட்டிக் கொண்டாடியவர்கள் கார்னெலியூஸனின் சக மாணவர்கள் மட்டுமே. அவர்கள் அவனது ஆய்வை மார்க்ஸிஸ்ட் அறிக்கை போலவே பார்ப்பவர் களாக இருந்தார்கள். அவர்களுடைய உற்சாகம் மட்டுமே அந்தக் கொண்டாட்டத்துக்கு உயிரூட்டுவதாகவும் இருந்தது. ஜோஹான் கார்னெலியூஸன் மார்க்ஸியத்தால் கைப்பற்றப் பட்டிருந்தான். அந்தப் பாராட்டுக் கூட்டத்தை நினைவுகூரும் போது வேறு எந்த வகையிலும் எலியாஸ் ருக்லாவால் அதனைப் பார்க்க இயலவில்லை. கன்ட்டின் இலக்கிய ஆய்வாளர்களோடு தன்னையும் இணைத்துக்கொள்ளும் அவனது பெருங்கனவில், ஆரம்பகாலத்தில் எந்தளவுக்கு அறிவு எழுச்சியோடு மார்க்ஸியத்தைத் தொடர்புபடுத்தி ஆய்வைத் தொடங்கி னானோ, அதனை வெற்றிகரமாக நிறைவுசெய்ய முடியாமற் போன இயலாமைதான் காரணமோ? அவன் மார்க்ஸிஸ்டாக இருந்தான் என்பதில் எந்த ஐயமும் இல்லை. ஆனால் கன்ட் இயலில் வல்லுநர்களாகத் திகழ்ந்த நீண்ட வரிசையில் வரும் தத்துவவியலாளர்களோடு தானும் சேர்ந்துகொள்ளும் முயற்சி யில் சிந்தனை எல்லைகளை முட்டிமோதி நீட்டித்துக்கொள்கிற திருப்தியை, நீடித்த பரவசத்தை மார்க்ஸியம் அவனுக்கு அளித்ததா? இந்த சந்தேகங்கள் எலியாஸை யோசிக்கவைத்தன. அதைவிட அதிகமாக அவனை யோசிக்கவைத்தது, இவை யெல்லாம் ஜோஹான் கார்னெலியூஸனுக்கும் தோன்றி யிருக்குமா என்ற சந்தேகம். ஒருவேளை இந்தச் சந்தேகங்கள் அவனுக்கும் எழுந்து, அவற்றை நிராகரித்திருப்பானோ, இந்த சந்தேகங்களை ஒதுக்கித் தள்ளிவிட்ட பின்பும் அவனது அடிமனதில் ஓர் ஏமாற்றமாக, ஊமை வலியாக மிச்சமிருந் திருக்குமோ? ஆரம்ப மாணவ தினங்களில் அவனது சிந்தனை எப்படி இருந்தது என்று யோசித்துப்பார்ப்பது இயலாததாக இருந்தது. மார்க்ஸின் வரலாற்றுரீதியான பொருள்மய வாதத்திற்கு அடிப்படை என்பது தன்னளவில் மிகவும் வெளிப்படைத்தன்மை கொண்டதாகவே இருப்பதாக அவன் கருதினான். இதை அப்படியே கண்மூடித்தனமாக ஏற்றுக்

கொண்டுவிட்டதாலேயே அவனுக்குச் சிந்தனைரீதியான நிறைவு வாய்க்காமல் போய்விட்டதாக எலியாஸ் ருக்லா நினைத்தான். ஜோஹான் கார்னெலியூஸன் வழக்கமாக பேசும் போது, உதாரணத்திற்கு குருரூவில் இருக்கும் ஒரு பலமாடிக் கட்டிடத்தின் ஒன்பதாவது தளத்திலிருந்த ஒரு மூன்று – அறை குடியிருப்பில் எலியாஸ் ருக்லாவுடன் நிகழ்த்திய இரவுநேர விவாதங்களில், மார்க்ஸியம் என்பதை முதலாளித்துவத்தைப் புரிந்துகொள்வதற்கான ஒருமுறை என்பதுபோலத்தான் பயன்படுத்தி வந்தான். நாளாக ஆக, ஜோஹான் கார்னெலி யூஸன் மார்க்ஸியத்தை விடுதலைக்கான மார்க்கமாகப் பேசிவந்ததைக் குறைத்துக்கொண்டான். உதாரணத்திற்கு 'உழைக்கும் வர்க்கம்' போன்ற சொல்லாடல்களை அவன் கணிசமாகக் குறைத்துக்கொண்டது எலியாஸ் ருக்லாவுக்கு நிம்மதியாக இருந்தது. ஆனால் அவனும் இதனால் தனிப்பட்ட முறையில் பலனடைந்திருக்கிறான் என்பதை மறுக்க முடியாது. ஜோஹான் கார்னெலியூஸனோடு நிகழ்ந்த கருத்துப் பரிமாற்றங்கள், விவாதங்களில் அறிந்துகொண்ட விஷயங் களை எலியாஸ் ருக்லா பின்னர் பார்கபோர்க் பள்ளியில் அவனது நார்வேஜிய, வரலாற்று வகுப்புகளில் உபயோகப் படுத்தியிருக்கிறான். அவனுடைய வகுப்பு மாணவர்களில் கணிசமானவர்கள் அக்காலகட்டத்தில் முனைவர் கார்னெலி யூஸன், பிஹெச்.டி. அவர்கள் வரித்துக்கொண்டிருந்த கொள்கைகளுக்கு நெருக்கமாக இருந்தனர். உலகில் அவர்கள் வசிக்கும் பகுதியில் ஆதிக்கம் செலுத்திவரும் சமூக அமைப்பைப் புரிந்துகொள்வதற்கு மார்க்ஸியம் பெரிதும் உதவிகரமாக இருப்பதுதான் அவனைக் கவர்ந்திருந்தது. வர்க்க உறவுகள், அதிகார அமைப்புகள் போன்ற புறவயமான அம்சங் களைப் பற்றி மட்டும் சிந்தித்துக்கொண்டிருக்கவில்லை. முதலாளித்துவம் ஆழமாக ஊடுருவிப் பாதித்திருக்கும் உள்ளார்ந்த கனவுகள், நம்பிக்கைகள், ஏமாற்றங்கள், ரகசிய அபிலாஷைகள் போன்றவற்றைப் புரிந்துகொள்ளவும் மார்க்ஸியம் ஒரு சாதனமாக அவனுக்கு உதவிக்கொண்டிருந் தது. அவனுக்கு விளம்பரத்துறையில் பெரும் நாட்டம் இருந்தது. விளம்பரங்களின் மொழியும் பிம்பங்களும் அவன் சிந்தனையை ஆக்கிரமித்திருந்தன. எலியாஸ் அவனுக்குப் பழக்கமான தினத்தி லிருந்தே அவன் அவ்வாறாகத்தான் இருந்தான். இந்தத் துவக்கப் புள்ளியிலிருந்து மார்க்ஸியத்துக்கு நகர்ந்தது அவனுக்கு இலகு வாகவே இருந்தது. உலகை ஆழமாகப் புரிந்துகொள்வதற்கு மார்க்ஸியம் அவனுக்கு உதவியது. 1960களின் மத்தியில் ஜோஹான் கார்னெலியூஸன் விளம்பரத்துறையில் காட்டிய

ஆர்வம் உச்சத்தை அடைந்திருப்பதை எலியாஸ் கவனித்திருந் தான். அவர்களிருவரும் ஆஸ்லோவின் மேற்தட்டுத் திரையரங்க மான கிம்லேவுக்கு அடிக்கடி சென்றுகொண்டிருந்த நேரம் அது. திரைப்படத்துக்கு முன்னால் போடப்படும் விளம்பரங்களை அநேகமாக பார்வையாளர்கள் யாருமே பொருட்படுத்த மாட்டார்கள். விளம்பரப்படம் ஆரம்பித்தவுடனேயே சிரிக்கத் தொடங்கிவிடுவார்கள். எலியாஸுக்கும் சிரிப்பு வரும். ஆனால் பக்கத்தில் அமர்ந்திருக்கும் ஜோஹான் கார்னெலியூஸன், முகத்தைத் தீவிரமாக வைத்துக்கொண்டு கூர்மையாகக் கவனித்துக்கொண்டிருப்பான். சுற்றிலும் எழுகின்ற நக்கல் சிரிப்புகள் அவனைக் கலைக்காது. விளம்பரம் என்பது தற்காலத்தின் கலைவெளிப்பாடு என்று அவன் நினைப்பதாகத் தோன்றியது எலியாஸுக்கு. பிற்பாடு ஜோஹான் அதை உறுதிப்படுத்தவும் செய்திருக்கிறான். விளம்பரப் படங்களின் பிம்பங்கள் நமது இன்றைய காலத்தை ஓவியக்கூடத்தின் கலைப்படைப்புகளைவிட அதிகமாகச் சித்திரிக்கின்றன என்றான். அதன் பிறகான காலத்தில், புரட்சிகர மார்க்ஸிஸ்டாக தனது கண்ணோட்டத்தை மேலும் பெருக்கிக்கொண்டான். ஓவியக்கூடங்களில் உள்ள கலைப்படைப்புகள் பெருநகரங் களில் வாழும் பெருஞ்செல்வந்தர்களின் ரசனைக்கேற்ப உருவாக்கப்படுபவை. விளம்பரத்தை அவன் வர்த்தகக் கலை என்று குறிப்பிடுவான். அதே பெருநகரவாசிகளில் பெரும்பாலானவர்களைக் கவர்ந்திழுக்கும்படியாக சாத்தியப் பட்ட எல்லா வழிகளையும் விளம்பரங்கள் பயன்படுத்தும் கவர்ச்சியைப் புரிந்துகொள்ள வேண்டும். முதலாளித்துவம் என்ற இருண்மையை நோக்கி நம்மை ஈர்க்கின்ற கவர்ச்சி அது. முதலாளித்துவத்தை ஒரு ஜொலிக்கும் அம்சமாக, பகட்டான தீர்வான, அழகான மாற்றாக முன்வைப்பதுதான் வழக்கமாக இருக்கிறது. நம் கண்களை அகலமாகத் திறந்து பார்த்தால்தான் உண்மை விளங்கும். ஜொலிப்பு, பகட்டு, அழகு – எந்தவொரு பெருநகரத்தையாவது பாருங்கள். நானே கூட, 1975ஆம் வருட டிசம்பர் மாத ஆரம்பத்தில் மெக்ஸிகோ நகரத்தில் நடந்த ஒரு பெரிய சர்வதேச தத்துவ மாநாட்டில் கலந்துகொண்ட பிறகு தான் இதில் கவனம் செலுத்த ஆரம்பித்தேன் என்பான். அந்த மாபெரும் நகரத்தின் கவர்ச்சியால் ஈர்க்கப்பட்டு, சாரிசாரியாக ஏழைமக்கள் அங்கே குடியேறும் நோக்கத்துடன் வருவதை அவன் அப்போது பார்த்திருக்கிறான். அவர்களுக்கு அதுவரை வாய்த்திருந்த துரதிருஷ்டம் பீடித்த கிராம வாழ்க்கையைத் துறந்துவிட்டு, இப்பெருநகரின் விளிம்பில் இருக்கும் சேரிகளுக்கு குடிபெயர்வார்கள். பிறகு அவர்களால் அங்கிருந்து ஒரு

உடைந்த குடை ❋ 87 ❋

போதும் தப்பிச்செல்லவே முடியாமற் போய்விடும். அவர்கள் இதற்குமுன்பிருந்த கிராமத்திலேயே இதைவிடச் சுகமாக இருந்திருப்பார்கள். ஆனால் பெருநகர வாழ்க்கைக்கு ஆசைப் பட்டு இந்தப் புதைகுழியில் வீழ்வதற்கு என்ன காரணம்? கவர்ச்சி. பெரிய கார்கள் சுற்றிலும் விரைகிற, பல்வேறு தொலைக்காட்சி நிகழ்ச்சிகள் காணக்கிடைக்கிற, நவீன உணவகங்கள் நிறைந்திருக்கிற, வாகன வரிசை ஊர்கிற, சினிமா விளம்பரங்கள் ஜொலிக்கிற, லாட்டரிச் சீட்டுகளின் சாத்தியங்கள் கொண்ட, ஆயுதம் தரித்த காவலர்கள் நிற்கும் மதில் உயர்ந்த மாளிகைகள் நிறைந்த ஓர் உலகத்தில் தாமும் வாழவேண்டு மென்ற கவர்ச்சி. அடிவயிற்றைப் பசி கிள்ளும். ஆனால் நவீன வாழ்க்கையின் அடையாளமான தொலைக்காட்சி நிகழ்ச்சிகள் பசியை மறக்கவைக்கும். தாகத்தை மறக்கவைக்கும் கனவுகள்! கனவுகள் தரும் திருப்தி! குருரூவின் அந்த மூன்று அறைகொண்ட வீட்டில் நட்டநடு ராத்திரி நேரத்தில் ஜோஹான் கூவுவான். உரத்த குரலில். எலியாஸ் பதற்றமாகி, உஷ் சத்தம்போடாதே என்று எச்சரிப்பான். அவர்களிருவருமே பேச்சு சுவாரஸ்யத்தில் உரக்கக் குரலெழுப்பி விடுவார்கள். அப்போதெல்லாம் மற்றவர் அடக்குவார். வழக்கமாக நடப்பது இது.

இவையெல்லாம் அவனுக்கு ஏற்கனவே தெரிந்தவையாக இருந்ததால், மெக்ஸிகோவிலிருந்து ஜோஹான் கார்னெலியூஸன் திரும்பி ஐந்து மாதங்கள் கழித்து ஆஸ்லோவின் ஃபோர்னேபு விமானநிலையத்திலிருந்து எலியாஸ் ருக்லாவைத் தொலைபேசி யில் அழைத்து, அவன் நியூயார்க்கிற்குச் செல்வதாகவும், திரும்பி வரும் உத்தேசமில்லையென்றும் சொன்னபோது அவன் வியப்படையவில்லை. ஜோஹான் அவனிடம் அப்போது முதலாளித்துவப் பணியில் சேரப்போவதாகச் சொன்னது ஒருவித எள்ளலாக, அல்லது முரண்நகையாகக்கூட இருந்திருக்க லாம். எலியாஸ் பெரிதாக ஆச்சரியப்படவில்லை. ஜோஹான் கார்னெலியூஸன் அப்போதும் ஒரு மார்க்ஸிஸ்டாகத்தான் இருக்கிறானா என்ற சந்தேகமே எலியாஸுக்கு எழவில்லை. இத்தகைய மாற்றங்களில் அவனால் செய்யக்கூடியது எதுவும் இல்லை என்று அவன் அறிந்திருந்தான். இருந்தாலும் ஜோஹானுக்கு மார்க்ஸியம் பற்றித் தனித்துவமான புரிதல் இருந்தது எலியாஸுக்குத் தெரியும். இந்தப் புரிதல் மனிதர்களின் கனவுகளைச் சரிவர அர்த்தப்படுத்திக்கொள்ள அவனுக்கு உதவுவதாக இருந்தது. மனிதர்களுக்கு இந்தச் சமூகத்தில் தான் இருக்கும் இடம் என்னவென்று கண்டறிந்துகொண்டால் இந்தப் புரிதல் அவர்களுக்கும் துலக்கமாகிவிடும்.

முதலாளித்துவ சேவைக்குள் நுழைந்தால்தான் அவனது இந்தத் திறமையை வைத்து எதுவும் சாதிக்க முடியும் என்று

தெரிந்துகொண்டான். ஏனென்றால் இத்தகைய கனவுகளை நிறைவேற்றக்கூடிய ஒரே அமைப்பு முதலாளித்துவம் மட்டுமே. அது கனவுகளுக்கு விளக்கவுரைகள் அளிப்பவர்களை சார்ந்திருப்பதில்லை. மார்க்ஸியத்துக்கு ஓர் அறம் சார்ந்த கல்வித்தன்மை உண்டு. இது பயன்பாட்டுக்குத் தகுந்தாற்போல தகவமைத்துக்கொள்ளும் திறன் கொண்டது. ஆனால் ஜோஹான் கார்னெலியூஸன் இங்கு அவனிடம் தனக்கு நியூயார்க்கில் மகோன்னதமான வேலை கிடைத்திருப்பதாகச் சொல்கிறான். அது மிகப்பெரிய வர்த்தக ஆலோசனை நிறுவன மாம். வர்த்தக முயற்சிகளை, திட்டங்களை, அமைப்புகளை அலசி மதிப்பீடு செய்வது அதன் முக்கிய பணி என்றான். இந் நிறுவனத்தில் வாடிக்கையாளர்களாக மிகப்பெரிய திரைப்பட கம்பெனிகள், விளம்பர ஏஜென்ஸிகள், பதிப்பாளர்கள் எல்லாம் இருக்கிறார்களாம். இந்த வேலையில் சேர்ந்தால் வெகுவிரைவில் பணக்காரனாகிவிடுவேன் என்று அப்பாவித்தனமான குரலில் அவன் சொன்னபோது ஆச்சரியமாக இருந்தது. ஆனால் அவன் இப்படிச் சொன்னவுடனே எலியாஸ் ருக்லா அவனை மனமார வாழ்த்தவே செய்தான். அதேநேரத்தில் எலியாஸுக்குச் சற்று ஏமாற்றமாக, ஏமாற்றப்பட்டதாகக்கூட இருந்தது. இதைப்பற்றி முன்கூட்டியே ஒரு வார்த்தைகூட சொல்லாமல் திடீரென்று ஒரேயடியாகக் கிளம்பிப்போவதால் உண்டான ஏமாற்றம். ஏவாவைப் பற்றியும் காமிலாவைப் பற்றியும் கேட்கும்போது தான், அவனுடைய புதிய எதிர்காலத் திட்டத்தில் அவர்களுக்கு இடம் அளிக்கப்படவில்லை என்று தெரிந்தது. அமெரிக்காவில் தத்துவ ஆலோசகராக, கனவுகளுக்கு வழிகாட்டியாகச் செயலாற்றப்போகும் ஜோஹான் கார்னெலியூஸனுக்கு எலியாஸ் அவர்களைப் பற்றிக் கேட்டபோது எந்தவொரு உறுத்தலோ துயரமோ தென்படாததுதான் எலியாஸுக்கு அதிர்ச்சியாக இருந்தது. மிகச் சாதாரணமாக, அவர்களை உன்னுடைய பாதுகாப்பில் விட்டுச் செல்கிறேன் என்று அவன் சொன்னதை எள்ளலாக, சுடுசொல்லாக, குழப்பமான உளறலாக, எப்படி வேண்டுமானாலும் அர்த்தப்படுத்திக்கொள்ளலாம் போலிருந்தது.

எல்லாமே திட்டமிடப்பட்டிருந்தவைதான். தெளிவான செயலாக்கம். 1974ஆம் வருடத்திலிருந்தே ஜோஹானின் அடிமனதில் தத்துவவியலைத் துறந்துவிடுகின்ற திட்டம் உருவாகியிருக்க வேண்டும். மெக்ஸிகோவில் நடைபெற்ற அந்த சர்வேதச தத்துவக் கருத்தரங்கத்தில் அவனுக்குக் கிடைத்திருக்கக்கூடிய தொடர்புகள் அதனைச் சாத்தியப்படுத்த உதவியிருக்கலாம். எல்லாரையும், எல்லாவற்றையும் துறந்து ஓடி விடுவது என்பதை ஐந்து மாதங்களாகவே திட்டமிட்டிருப்பான்.

எலியாஸிடம் ஒரு வார்த்தைகூடச் சொல்லவில்லை என்பதை எப்படி எடுத்துக்கொள்வது? ஏவாவிடம் சொல்லியிருப்பானா? சொல்லியிருந்தால் எப்போது சொல்லியிருப்பான்? அவன் போகப் போகிறான் என்று எவ்வளவு காலத்துக்கு முன்பே தெரிந்திருக்கும்? அவன் அவளிடம் சொன்னபோது அவள் எப்படி எடுத்துக்கொண்டாள்? என்ன செய்திருப்பாள்? இவையெதுவுமே அவனால் எப்போதுமே அறிந்துகொள்ள முடிந்ததில்லை. ஜோஹான் தொலைபேசியில் சொன்னதற்குச் சற்று நேரம் கழித்து குருரூவின் பல அடுக்கு குடியிருப்பின் ஒன்பதாவது தளத்து வீட்டு அழைப்பு மணியை எலியாஸ் அழுத்தியபோது கதவைத் திறந்த அந்தப் பெண் அந்தக் கணத்துக்குப் பிறகு ஒருபோதும் ஜோஹான் கார்னெலியூஸனின் பெயரை உச்சரித்ததில்லை, அவனைப் பற்றிப் பேசியதும் இல்லை. அவன் எதற்காக அவளை விட்டுப் போனான்? எலியாஸுக்கு ஒருபோதும் தெரிந்ததில்லை. அவர்கள் இருவரும் அதற்குப் பிறகு ஒன்றாக வாழத்தொடங்கி, அவர்களுக்கிடையே எப்போதாவது பூசல் ஏற்படும் நேரங்களில் கூட அவனுடைய பெயரை அவர்கள் இருவருமே உச்சரித்ததில்லை. அவனுக்கு உறுதியாகத் தெரிந்த ஒரே விஷயம் அவன் ஏவாவை விட்டுப் போய்விட்டான்; ஏவாவை மட்டுமல்ல, அவர்களுடைய ஆறுவயதுப் பெண்ணையும் என்பதுதான். ஜோஹானுக்கு உலகத்திலேயே மிகவும் பிரியமான ஜீவன் அந்தக் குழந்தை காமிலா. அந்தக் குழந்தையைக் கூடத் துறந்துவிட்டுச் சென்றிருக்கிறானென்றால் அவனுக்கு அன்பு என்பதே செத்துவிட்டிருக்கிறது என்றுதான் பொருள். இந்த உலகத்திலேயே அவன் அதிகமாக நேசிப்பது அந்தக் குழந்தையைத்தான் என்று அமெரிக்காவுக்கு அவனுடைய மகளையும் கூட்டிச்சென்றிருக்க முடியாது. குழந்தையின் அம்மாவையும் கூட்டிச் சென்றாக வேண்டும். ஆனால் அவனுக்குள்ளிருந்த பந்த பாசம் எல்லாமே செத்துவிட்ட பிறகு எப்படி இதெல்லாம் நடக்கும்? அவனுக்குள்ளிருந்த ஈரம் வற்றிப்போனது எப்போது? எவ்வளவு காலமாக அவன் உள்ளுக்குள் இறந்திருந்தான்? மெக்ஸிகோ நகரத்திலிருந்து திரும்பிவந்து, அங்கே சந்தித்திருந்தவர்களோடு தொடர்பு ஏற்படுத்திக்கொண்டு திட்டங்களை மாற்றியபோதுதான் அது நடந்திருக்க வேண்டும். ஐந்து மாதங்களாக அவன் திட்டமிட்டிருக்கிறான். அன்பு செத்துவிட்ட இதயத்தோடு படுக்கையறையின் பூட்டிய கதவுக்குப் பின்னால் இருந்திருக்கிறான். சில வேளைகளில் தனியாக, சில வேளைகளில் எலியாஸ் ருக்லாவுடன் (எதையும் வெளிக்காட்டாமல்) சில நேரங்களில் மற்ற நண்பர்களோடு (அவர்களிடமும் எதையும் சொல்லாமல், தனக்குள் மட்டும் யோசித்தபடி, மண்டையைக் குடைந்தபடி).

ஏன், ஏன்? அவன் மனதிலிருந்த அன்பு ஆவியாகிவிட்டிருக்கிறது. ஆனால் ஏவா லிண்டேவின் மீது வைத்திருந்த காதல் எப்படி மரித்துப்போகும்?

ஒரு நண்பன் தன்னுடைய நெருங்கிய நண்பனோடு பேசுகின்ற கடைசி உரையாடலில் ரிஸீவரை வைப்பதற்கு முன் எதற்காக அப்படியொரு எள்ளல்? அது எலியாஸைக் குழப்பியது. அதன் பிறகான வருடங்களிலும் தொடர்ந்து குழப்பிக்கொண்டிருந்தது: ஜோஹான் கார்னெலியூஸனின் திடீர் வெளியேற்றத்துக்கு ஒரே சாட்சியாக அவன்தான் இருந்தாக வேண்டும். இதைப்பற்றி பகிர்ந்துகொள்வதற்குக்கூட ஒருவரும் அவனுக்கு இல்லை. ரிஸீவரை வைப்பதற்குமுன் எதற்காக அப்படியொரு நக்கல்? பல வருட நட்பை இப்படி இரக்கமற்ற முறையில் ஏன் முடித்துக்கொள்ள வேண்டும்? இது நக்கலாக சொல்லப்பட்ட வாசகமாக இருக்காது என்று அவ்வப்போது தோன்றும். வெகுளித்தனமான, சற்றுக் குழம்பிய நிலையில் வெளிப்பட்ட விருப்பமாக இருக்கலாம். இப்படிப் பேசியதற்குப் பிறகு ஜோஹானுக்கு அதன் அபத்தம் உறைத்துச் சங்கடம் ஏற்பட்டிருக்கலாம். அதனால்தான் அவன் சட்டென்று ரிஸீவரை வைத்துவிட்டிருப்பான். அல்லது அவன் ஏறவிருந்த லண்டன் விமானம் (நியூயார்க் செல்வதற்கான இணைப்பு விமானம்) கிளம்பத் தயாராக இருப்பதாக அறிவிப்பு வந்திருக்கலாம். அதனால் பேச்சைத் துண்டித்துவிட்டு ஓட நேர்ந்திருக்கலாம். இப்படியெல்லாம் எலியாஸ் அவ்வப்போது யோசித்துக் கொண்டிருப்பான். ஆனால் எவ்வளவுதான் யோசித்தாலும் ஜோஹான் கார்னெலியூஸனின் கடைசி வாக்கியம் அவனை ஒவ்வொரு முறையும் கலக்கமடையச் செய்யும். நார்வேயில் ஜோஹான் கார்னெலியூஸனோடு அவன் கழித்த கடைசி ஐந்து மாதங்களை, அவனோடு குருரூவில் மாலை நேரங்களிலும், நகர மையத்திலும் கழித்தபோது பேசிய பேச்சுக்களைக் கவனமாக நினைவுகூர்ந்து பார்ப்பான். ஏவாவும் ஜோஹானும் அவனும் ஒன்றாகக் கழித்த பொழுதுகளில் அவன் அவர்களை விட்டுப் போக முடிவெடுத்ததன் சமிக்ஞை தென்பட்டதாவென்று யோசித்துப்பார்ப்பான். சில அறிகுறிகள் இருந்ததாகவே தோன்றியது. அவற்றையே திரும்பத்திரும்ப அசை போடுவான். அந்த சமிக்ஞைகளை ஜோஹான் தனக்காகத்தான் வெளிக் காட்டியிருப்பானா என்ற ரீதியில் யோசித்துப்பார்க்கும்போது அவை எல்லாமே ஒன்றுமில்லாமல் கரைந்துபோகும். அதனால் அவன் இப்படித்தான் முடிவெடுக்க வேண்டியிருந்தது. ஜோஹானிடமிருந்து எந்த அறிகுறியும் வெளிப்பட்டதில்லை, அவனும் எந்தக் குறிப்பையும் ஜாடைமாடையாகக்கூடத் தெரிவித்ததில்லை. விமானத்தைப் பிடிக்க ஓடுவதற்குமுன்

தொலைபேசியில் கடைசியாகச் சொல்லிவிட்டு ரிஸீவரை வைத்த நக்கல் பேச்சைத் தவிர. எலியாஸ் ருக்லா தடுமாறிப் போனான். ஜோஹான் கார்னெலியூஸன் அழைத்தபோது அவன் பார்கபோர்க் பள்ளியில் இருந்தான். ஆசிரியர்கள் அறையிலிருந்த தொலைபேசிக்கு அழைப்பு வந்திருந்தது. ஜோஹான் ரிஸீவரை வைத்தபிறகும் சற்று நேரத்திற்கு ஸ்தம்பித்து நின்றிருந்தான். அவனுக்கு ஒன்றும் விளங்கவில்லை. சுதாரித்துக்கொண்டு பள்ளி முதல்வர் அறைக்கு விரைந்தான். அன்று அவனுக்கு எடுக்க வேண்டிய மூன்று பாடவேளைகள் இருந்தன. நெருங்கிய நண்பன் ஒருவனுக்கு ஒரு பெரிய சிக்கல், உடனே சென்றாக வேண்டும் என்று கேட்டுக்கொண்டான். தரையடி ரயில் பிடித்து குருரூவுக்குச் சென்றான்.

ஏவா வீட்டில் இருந்தாள். தனியாக. கேட்டதும் அமைதியாக இருந்தாள். கொஞ்சம் சோர்வாகத் தெரிந்தாள். நடந்திருப்பதை அவளும் உறுதி செய்தாள். எல்லாமே தீர்வு செய்யப்பட்டுள்ளன. பரஸ்பர பிரிவு ஒப்பந்தத்தில் இருவருமே கையெழுத்திட்டு அனுப்பியாகிவிட்டது. வேறு எதுவும் சொல்வதற்கு இல்லை. அவளைப் பொறுத்தவரை இதைப்பற்றி மேலும் எதைப் பேசுவதிலும் அர்த்தம் இல்லை. சரி, அவ்வளவு தூரத்திலிருந்து குருரூவுக்கு வந்திருக்கிறீர்களே என்றபடி காபி அருந்த அழைத்தாள். எலியாஸ் அதிர்ந்தான். வெறித்தனமாகக் கோபம்கூட வந்தது. அதைக் காட்டவும் செய்தான். அதுவரை அவனுக்குக் கொஞ்சம்கூட சந்தேகமே எழுந்திருக்கவில்லை. ஆனால். . . இப்போது. . . இல்லை. . . அவனுக்கு ஒன்றும் புரிய வில்லை. . . அவள் வாய்விட்டுச் சிரிக்கத் தொடங்க, அவன் திகைத்தான். அவள் மேசையை அமைத்திருந்த விதத்தினால் அவர்கள் இருவரும் சோபாவில் அருகருகே ஒட்டிக்கொண்டு அமர்ந்திருக்க வேண்டியதாக இருந்தது. எலியாஸ் கவலை யோடு, இனி எப்படி அவள் சமாளிக்கப் போகிறாள் என்று கேட்டான். அதற்கு அவள் ஒன்றும் பிரச்சனை இருக்காது என்று பதில் சொன்னாள். எல்லாவற்றையும் சமாளித்துக்கொள்ளலாம் என்றாள். இப்போதைக்குக் கொஞ்சம் சோர்வாக இருக்கிறது, அவ்வளவுதான் என்றபடியே அவன் தோள்மீது தலையைச் சாய்த்துக்கொண்டாள். ஆம், அவனுடைய தோள்மீதுதான் சாய்ந்திருக்கிறாள். எலியாஸ் ருக்லாவின் உடம்புக்குள் விநோத மான உதறல் ஒன்று கடந்து சென்றது. இதற்குமுன் எப்போதும் அனுபவித்திராத புதிய உணர்ச்சி. இல்லை, இல்லை, இது உண்மையாக இருக்க முடியாது என்று நினைத்தபடியே தன்னை ஒன்றுகூட்டிக்கொள்ள முயன்றான். அவனுக்குள் பெருகியோடும் இந்த விநோதமான உணர்ச்சி வெள்ளத்தி லிருந்து உடனே தப்பித்தாக வேண்டும். இங்கிதத்தோடு நடந்து

கொள்ள வேண்டும். அவன் அவளுடைய கையை நட்போடு இலேசாகத் தட்டிக்கொடுத்தான். அவர்கள் அதே நிலையிலேயே அமர்ந்திருந்தனர். அவன் தோள்மீது அவள் தலை சாய்ந்திருக்க, அவனால் நம்ப முடியாத பரவசம் உடம்பெங்கும் நிரம்பி யிருக்க, எவ்வளவு நேரம் அப்படியே கழிந்ததென்று தெரியாமல் அவன் எழுந்து, நான் போக வேண்டும் என்றான்.

உள்ளுக்குள் விளிம்புவரை நிரம்பியிருந்த இந்தப் பழக்க மில்லாத பரவசம் அவனுக்குத் திகைப்பையும், உள்ளுக்குள் சுகமான உதறலையும் உண்டாக்கியிருக்க, அவன் மூன்று நாட்கள் கழித்து அவளுக்குப் போன் செய்து இரவு உணவுக்கு அழைத்தான். அவர்கள் மயுஸ்துவாவிலிருந்த பெதித்தில் சந்தித்தனர். அவள் அவனைப் பார்த்த விதத்தை, அழைத்த விதத்தை, அவனை நெருங்கிப் புன்னகைத்த விதத்தைப் பார்க்கும்போது இதற்கு முன் நடக்க முடியாதவொன்றாக இருந்தது, இப்போது நடக்கக்கூடியதாக ஆகிவிட்டிருப்பதை அவனால் உணரமுடிந்தது. உணவுக்குப் பிறகு அவன் தங்கி யிருக்கும் ஜாகோப் ஆல்ஸ் வீதி குடியிருப்புக்கு அவனோடு நடந்துவந்தாள். அன்றிரவு அங்கேயே தங்கினாள். எலியாஸ் ருக்லாவுக்கு அப்போது முப்பத்தாறு வயது. அவன்மீது திடீரென்று கவிந்துவிட்ட அதிர்ஷ்டத்தில், இன்பத்தில், நற்பேறில் அவனால் தலையைக் குலுக்கிக்கொள்ள மட்டும்தான் முடிந்தது.

○

குறுகிய கால இடைவெளியில் பல விஷயங்கள் நடந்துவிட்டன. இப்போது ஏவா தன்னுடைய குட்டி மகளோடு எலியாஸ் ருக்லாவின் ஜாகோப் ஆல்ஸ் வீதி வீட்டுக்குக் குடிவந்து விட்டாள். இது ஜோஹானுடையதைப்போல சிறிய மூன்று அறைத்தொகுதி குடியிருப்பு அல்ல. நான்கு பெரிய அறைகள் கொண்ட அபார்ட்மென்ட். எலியாஸ் அவன் இருந்த பகுதியி லேயே, சொல்லப்போனால் அதே வீதியிலேயே, அந்தக் குடியிருப்பை வாங்கியிருந்தான். அது ஜோஹான் கார்னெலி யூஸன் புதிய வாழ்க்கையைத் தேடி நியூயார்க்குக்கு ஓடுவதற்கு முன்பே நடந்தது. இரண்டு வருடங்கள் கழித்து அவர்கள் மணமுடித்துக்கொண்டார்கள். ஏவா, அவளுடைய பூர்வ குடும்பப் பெயரான லிண்டேவை மாற்றிக்கொள்ளவில்லை. மாஸ்டர் ருக்லா என்ற அந்த இளம் ஆசிரியன் பார்ப்பதற்கு வாழ்க்கையில் முழுத் திருப்தியடைந்தவனாகத் தெரிந்தான். மெல்லிய உடல்வாகோடு, இலேசான காலணிகளில் பார்கபோர்க் பள்ளிக்கு ஜாகோப் ஆல்ஸ் வீதியிலிருந்து மார்ச் மாதத்தின் இளம்வசந்த காலத்தின் மழைநீர் தேங்கிச் சேறாக இருக்கும் சாலைகளில் துரித நடையில் சென்று வருவான். 1978ஆம்

வருடவாக்கில் ஆரம்பித்த பயணம். ஆனாலும் அதற்குப் பிறகும் கூட ஏவா லிண்டே அவனிடம் தன்னை முற்றாக ஒப்புக் கொடுத்துவிட்டாள் என்று சொல்ல முடியவில்லை. அவனை நேசிப்பதாக ஒரேயொரு வார்த்தைகூட அவளிடமிருந்து வந்த தில்லை. அவளால் ஏன் மனம் திறந்து அவனைக் காதலிக்க முடியவில்லையென்று அவனுக்குப் புரியவேயில்லை. அவனது புதிய வீட்டுக்கு அவள் குடியேறியதையும், அவனை மணந்து கொள்ள ஒப்புக்கொண்டதையும் வைத்து அவனை அவள் நேசிப்பதாகவே எடுத்துக்கொள்ள வேண்டியிருந்தது. ஆனால் ஏதோ காரணத்துக்காக அவளால் வெளிப்படையாகச் சொல்ல முடியவில்லை. அவள் அப்படிச் சொன்னால் அவன் நம்ப மாட்டான் என்று அவள் பயந்தாளோ? அல்லது, நடந்து முடிந்துவிட்ட அவள் பேச விரும்பாத விஷயங்களைப் பற்றி அவன் கேட்டுவிடுவான் என்று நினைத்தாளோ? அவனுக்குத் தெரியவில்லை. ஆனால் அவள் அவனிடம் வந்துசேர்ந்திருப் பவள். அவர்கள் நெருக்கமாவதற்கான முதல் முயற்சியை எடுத்தவளே அவள்தான். காலையில் அந்தப் பேரழகு மனைவி யோடும் துடுக்குத்தனமான மகளோடும் அமர்ந்து காலை உணவுண்டான். இது அவனுடைய புது வாழ்க்கை. பிற்பகல் களிலும் மாலை நேரங்களிலும் அவர்கள் பெரும்பாலும் வீட்டுக்குள்ளேயே இருந்தார்கள். அவளுடைய மகள் அங்கு மிங்கும் ஓடிக்கொண்டிருப்பாள். இரவு அவளோடு சேர்ந்து படுப்பதற்கு அந்த ஜாகோப் ஆல்ஸ் வீதி வீட்டில் தனியறை ஒன்றை அமைத்துக்கொண்டான். ஆம், அந்த அறையை 'தனியறை' என்றுதான் அழைத்துக்கொண்டான். அவளோடு படுக்கையறையில் படுப்பது என்றோ, அவர்களிருவரும் பகிர்ந்து கொள்ளும் படுக்கையறை என்றோ அந்த அறையைக் குறிப்பிடுவது ஏவா லிண்டாவோடு அவன் உறங்குவதை முழுமையாக அர்த்தப்படுத்துவதாகாது என்று நினைத்தான். அவனைப் பொறுத்தவரை அது 'அவளோடு நான் தூங்கு வதற்காக அமைக்கப்பட்ட தனி அறை' மட்டுமே. இப்படி வெளிப்படையாகச் சொன்னால் அது பகட்டாக ஒலிக்கும் என்பதால் மற்றவர்கள் எதிரில் சொல்லமாட்டான். ஏவாவிடம் கூட அப்படிக் குறிப்பிட்டதில்லை, அது அவளுக்குச் சங்கடத்தை உண்டாக்கும் என்பதால். உடலுறவுகொள்ளும்போது அவ்வப் போது அவள் சங்கடமடைவதாக அவனுக்குத் தோன்றுவதைப் போல. அவ்வப்போது அவள் தலையைத் திருப்பிக் கொள்வாள். அது அவளுடைய இயல்பான வெளிப்பாடா, அல்லது முற்றிலும் வேறானவொன்றா என அவனுக்குக் குழப்பமாகவே இருக்கும். அதைப்போன்ற சந்தர்ப்பங்களில் அவனது பெருமூச்சோடு, ஐ லவ் யூ, ஐ லவ் யூ என்று சற்றுப்

புலம்பலாக, சற்று அவஸ்தையாக அவனிடமிருந்து வெளிப் பட்டுவிடும். உடனே அவள் அவனுடைய பின்னந்தலையில் ஆதுரத்தோடு தட்டிக் கொடுத்தபடியே எதுவும் பேசாமல் அவன் கண்ணுக்குள் நேராக ஊடுருவிப் பார்ப்பாள். அந்தப் பின்னந்தலைத் தட்டலே அந்த நேரத்துக்கு அவனுக்குப் போதுமானதாக இருக்கும். அந்தத் தருணத்தில் அவள் அவனுக்குச் சொந்தமாகியிருப்பாள். அவள் அந்த அறையில் தான் நிறைய நேரத்தைக் கழிப்பாள். அவளது ஒப்பனை மேஜை அங்குதான் இருந்தது. அங்கும் குளியலைறையிலும் சின்னச்சின்ன ஃபிளாஸ்க்குகளும் ட்யூபுகளும் பாட்டில்களும் லிப்ஸ்டிக்கும் பெட்டிகளும் வரிசையாக அடுக்கப்பட்டிருக்கும். அவற்றைப் பார்க்கும்போது 'இவ்வளவா?' என்று எலியாஸ் ருக்லாவுக்கு தன் கண்ணையே நம்ப முடியாது. அவனிடம் அவள் வந்துவிட்டாள். அதுதான் நிஜம். மெதுவாக அவனும் அவளுக்குப் பழகிக்கொண்டான். வரும்போது நிறைய புகைப்பட ஆல்பங்களையும் எடுத்து வந்திருந்தாள். சோபாவில் அமர்ந்து அவனுக்கு அவற்றைக் காட்டினாள். அவளது இளம்பருவப் புகைப்படங்கள். ஒவ்வொன்றையும் (ஆர்வத்தோடு) காட்டியபடியே விளக்கினாள். உறைந்திருந்த கணங்கள். ஹோனஃபொஸ்ஸில் எடுத்தவை. சேதேஸ்தால் பள்ளத் தாக்கில் எடுத்தவை. லில்லஹமருக்கு வடக்கில் இருந்த ஒரு கிராமத்தில் எடுத்தவை. பார்டுவில். *1950*களில் நார்வேயில் வளர்ந்த ஒரு ஆபீஸரின் மகள். அவனுக்கு இந்தப் புகைப்பட ஆல்பங்கள் புதையல் களஞ்சியமாகின. அவை அரும்பெரும் சொத்தாக மாறின. இப்படி அமரவைத்து இளமைக்காலப் புகைப்படங்களை ஆர்வத்தோடு விளக்கிக் காட்டுவதே அவனுக்களிக்கப்பட்ட பெரிய கௌரவமாக நினைத்தான். அந்தக் குரலில் இருக்கும் தாபம் அவனை அவள் அங்கீகரித்திருப்பதன் அடையாளம். அந்தப் புகைப்படங்கள் ஒரே மாதிரியான கதைகளைக் கொண்டிருந்தன. உப்புச்சப்பற்ற கதைகள். அவற்றில் ஊறித் ததும்பும் உணர்ச்சிகளைச் சல்லாத் துணியில் போர்த்திய பாவத்தில் அவள் அவனிடம் சொல்லிக் கொண்டிருந்தாள். இந்தத் திருமண பந்தம் எப்பேர்ப்பட்ட மர்மம் என்று அவனால் சிந்திக்காமல் இருக்க முடியவில்லை. அவளை அடையும் மார்க்கம். அவர்களுடைய தாம்பத்திய வாழ்க்கை அன்றாட அலுவல்களில் ஒன்றாக, விசேஷத் தன்மையை இழந்திருந்த அவலம். அது ஒரு தினசரி இயக்கம். வெறும் இயக்கம். அவளைப் புரிந்துகொண்டிருப்பதாக அவனால் சொல்லமுடியாவிட்டாலும், தினசரி அவளோடு சேர்ந்தே நாளைக் கடத்திக்கொண்டிருந்தான். அவளை அவன் பார்க்காமல் இருக்கும் சந்தர்ப்பங்களில்கூட, பரஸ்பரம்

ஒன்றாகக் குடும்பத்தைப் பகிர்ந்திருப்பதாகத்தான் சொல்வான். அவனது வாழ்க்கைக்குள் அவள் வந்துவிட்டாள். அது அவனது அறிநிலையை ஓர் ஆழ்ந்த, திருப்தியளிக்கும் விதத்தில் மாற்றியிருக்கிறது. அவளைப் பற்றிய பல விஷயங்கள் அவனுக்குத் தெரியாது. அவள் சொன்னதில்லை. ஆனால் அவள் சொன்ன எல்லாமே அவனுக்கு என்றும் நிலைத்திருக்கும் மகிழ்ச்சிக்கான ஆதாரமாக இருந்தது. பலசரக்குக் கடை நிலையடுக்கில் ஒரு குறிப்பிட்ட சாக்லேட்டைப் பார்த்தால், இது ஏவாவுக்குப் பிடித்தமான சாக்லேட் என்று உடனே தோன்றும். வேறொரு சாக்லேட்டைப் பார்க்கும்போது இது அவளுக்குப் பிடிக்காதே என்று நினைத்துக்கொள்வான். மாலையில் அவள் தேநீர், அதுவும் திடமான தேநீரை விரும்புவாள் என்றும் காலையில் மிகவும் திடமான காபி அருந்துவாள் என்றும் அவனுக்குத் தெரியும். அவளுக்கு என்னென்ன எப்போது சாப்பிடப் பிடிக்கும், எது பிடிக்காது என்றெல்லாம் அவனுக்குத் தெரியும். எந்தெந்த விஷயங்களுக்கெல்லாம் அவள் சங்கடப் படுவாள், அவற்றை எப்படி மறைத்துக்கொள்வாள் என்று அவன் அறிந்திருந்தான். எளிமையான பழமைப்பட்ட உத்திகள். அவற்றை அவளிடமிருந்து கண்டுபிடிப்பது அவனுக்குச் சுவாரஸ்யமான விஷயமாக இருந்தது. இது அவளுடைய தடையற்ற ஒப்புதலால் இருவரும் நெருக்கமாகுவதற்கு உதவியது. தன்னைப் பற்றியும் அவள் இதே விதத்தில் புரிந்து வைத்திருப்பாள் என்று அவனுக்கு நம்பிக்கை இருந்தது. இதுவரை அவன் அதிகம் கவனம் செலுத்தியிராத உதிரிப் பழக்கவழக்கங்களை அவள் கவனித்து நடந்துவந்தாள். உதாரணத்திற்கு மாட்டுக்கறி வறுவல் சாப்பிடும்போது உருளைக்கிழங்கு சிப்ஸை வெங்காயத்துக்குப் பதிலாக பாப்ரிகா மிளகு சேர்த்துச் சாப்பிடத்தான் பிடிக்கும்; காலையில் குளிக்கப் பிடிக்காது, பள்ளியிலிருந்து வந்து மாலையில்தான் குளிப்பான். . . இப்படி. எல்லாமே அற்பமான விஷயங்கள். தொடர்ந்து செய்யப்பட்டு வந்ததில் பழக்கங்களாக, அசைக்க முடியாத பழக்கங்களாக மாறிவிட்டவை. ஆனால் இவை எவற்றையும் தனது அடையாளத்தின் முக்கிய பகுதிகளாகவோ, எலியாஸ் ருக்லா என்ற ஆளுமையில் பிரிக்கமுடியாமல் கலந்திருக்கும் அம்சங்களாகவோ அவன் கருதவில்லை. ஆனால் இவை அவனோடு நெருக்கமாகப் பிணைந்திருப்பதாகவே அவள் நினைத்தாள். அதற்காகவே உருளைக்கிழங்கு சிப்ஸ் வாங்கும்போது பாப்ரிகா மிளகும் சேர்த்து வாங்கிவந்து வெங்காயம் சேர்க்காத மாட்டுக்கறி வறுவலோடு பரிமாறுவாள். அவளுடைய பழக்கங்களை அவன் தெரிந்து வைத்துக்கொண்டு அவளைச் சந்தோஷப்படுத்துவதைப் போலவே அவனைச்

சந்தோஷப்படுத்துவதற்காக அற்பமான விஷயங்களாக இருந்தாலும் அவற்றை அவனுக்குச் செய்வது அவர்களுக் கிடையே நெருக்கத்தை அதிகரிக்கும் என்று நினைத்தாள். இந்த வாழ்க்கை அவர்கள் இருவரையும் பிணைத்துவைத்திருக்கும் ஒரு பந்தம். இப்படியான சந்தோஷப் பகிர்தலிலும் பரஸ்பர அக்கறையிலும்தான் அவர்கள் ஒன்றாக வாழ்க்கையை நகர்த்தி வந்தார்கள். அவன் வாழ்க்கையில் உண்மையாகவே ஒரு பெண் நுழையும்போது அவனுக்கு முப்பத்தாறு வயதாகியிருந்தது. புதிய உறவின் கவர்ச்சி மயக்கங்கள் எதுவும் கண்ணை மறைக்கக் கூடாது என்பதில் கவனமாக இருந்தான். வீட்டுக்கு வந்ததும் அவளிடம் அன்று நடந்த எந்தெந்த கதைகளைச் சொல்ல வேண்டும் என்று யோசித்தபடியே இருப்பான். அவற்றைச் சொல்லும்போது அவளுடைய முகபாவம் எப்படியெல்லாம் மாறும் என்று கற்பனைசெய்வது அவனை மிகவும் கிளர்ச்சிக் குள்ளாக்கும். 'இதைச் சொன்னால் ஏவா மிகவும் ரசிப்பாள்!' என்று அச்சம்பவங்கள் நடக்கும்போதே மனதுக்குள் தனியாக எடுத்து ஒதுக்கிவைத்துவிடுவான். இத்தகைய பரிசீலனைகளில் அவனுக்கு ஆயிரக்கணக்கான மணிநேரங்கள் செலவழிந்திருக்கும். ஆயிரக்கணக்கான மணிநேரங்கள் அதை விளக்குவதிலும் ஆழ்ந்த வாதங்களிலும் எதிர்வினைகளிலும் செலவழிக்கப் பட்டிருக்கின்றன. ஆனால் இவையெல்லாமே அவளுக்காக யோசித்துச் செலவழித்த தருணங்கள். அவை அவனது அணுகு முறைகளை முழுமையாக மாற்றியிருக்கின்றன. பாதி உரையாடல்களில், உதாரணத்துக்கு ஆசிரியர் ஓய்வறையில் சகாக்களோடு பேசிக்கொண்டிருக்கும்போதோ, அல்லது பாதி வகுப்பிலோ, திடீரென்று ஒரு யோசனை வெட்டும்: இன்றிரவு ஜேக் நிக்கல்சன் படத்தைப்பற்றி தொலைக்காட்சியில் 'ஃபிலிம் மாகஸீன்' நிகழ்ச்சியில் விவாதம் இருப்பதை (Dagbladet நாளிதழில் அறிவிப்பைப் பார்த்திருப்பான்) ஏவாவிடம் சொல்ல வேண்டும் என்று தோன்றும். நண்பரின் பேச்சிலோ, நடத்திக்கொண்டிருந்த பாடத்திலோ, இந்த எண்ணம் திடீரென்று வந்ததற்கான எந்தத் தூண்டுதலும் இருந்திருக்காது. வெறுமனே திடீரென்று எழும்பும் மகிழ்ச்சி எண்ணத் துணுக்குகள். திருமணமான ஒருவனின் வாழ்க்கையை ஆசீர்வதிப்பதற்காக வருபவை. ஆம், அவளை அவன் அறிந்துகொள்ள வேண்டும். அவளும் அதற்கு அவனை அனுமதித்தாள், எந்தத் தடையையும் எழுப்பாமல். அவர்க ளுடைய உறவில் நேரடித் தொடர்பு இல்லாத பரிமாணங் களிலும். (காமிலாவின்) தாய் என்ற நிலையிலும், (அவளுடைய பெற்றோர்களின்) மகள் என்ற நிலையிலும், (அவ்வப்போது அவளைச் சந்திக்கவரும் நண்பிகளின்) தோழி என்ற நிலையிலும், அவளுடைய வாழ்க்கைக்குள் அவன் சுதந்திரமாகப் பிரவேசிக்க

உடைந்த குடை

அனுமதித்தாள். அவனுடைய மனைவி என்ற நிலையிலும் அதேபோல நடந்துகொண்டாள். அவனுடைய சகாக்களிடம் அவளைப் பெருமையாக அறிமுகப்படுத்தும்போது அவனோடு ஒட்டிக்கொண்டு நின்றிருப்பாள். அவனிடம் வந்துவிட்டாள். அவனுடனே தங்கியும் விட்டாள். அவள் எதற்காக வந்தாள், ஏன் தங்கிவிட்டாள் என்று அவனுக்குத் தெரியாது. அவனை நேசிப்பதாக அவள் சொன்னதேயில்லை. ஆனால் ஜாகோப் ஆல்ஸ் வீதியில் உள்ள அந்தப் பெரிய அபார்ட்மென்ட்டை அவன் வாங்கினால், அவள் அவனோடு வந்துவிடுவாளா என்று கேட்டபோது அவள் சரியென்றாள். வந்துவிட்டாள். இரண்டு வருடங்கள் கழித்து அவர்கள் மணமுடித்துக்கொள்ளலாமா வென்று கேட்டபோது, அவள் அவனை நேராகப் பார்த்தாள். சற்றுநேரம் தீவிரமாக யோசித்தாள். பிறகு புன்னகையோடு சரியென்றாள். ஆனால் உடனே அவள் ஏவா லிண்டேவாக மட்டுமே இருக்கப்போவதாகச் சொன்னாள். எலியாஸ் ருக்லா வுக்கு அதைக் கேட்டதும், ஆம், அவள் எப்போதும் ஏவா லிண்டேதான் என்று தோன்றியது, மணமானதும் கணவனின் பெயரை சேர்த்துக்கொள்ளமாட்டாள். ஆனால் அவள் எதற்காக என்னோடு வாழத் தீர்மானித்தாள் என்று ஒரு போதும் எனக்குத் தெரியப்போவதில்லை என்று நினைத்துக் கொண்டான். ஆனால் அவள் ஒப்புக்கொண்டதே போதும். அதுவே அதிகம். அவள் என்னோடு வாழ விரும்புகிறாள் என்பதே என் சந்தோஷத்துக்குப் போதும். அதற்கான காரணம் தெரியா விட்டாலும் பரவாயில்லை. உண்மையான காரணம் என்பது நான் நினைக்கக்கூடிய, விரும்பக்கூடிய காரணமாக இல்லா விட்டாலும் பாதகமில்லை.

அவனை அவள் மதிப்பதாகவே காட்டிக்கொண்டிருந்தாள். பலமுறை மனதைத் தொடும் விதங்களில். உதாரணத்திற்கு அவன் உடைகளை இஸ்திரி போடுவாள். வீட்டு வேலைகளில் அவளுக்கு அதிகமான பாண்டித்யம் இல்லாதபோதிலும்கூட, அவன் தேர்வுத் தாட்களைத் திருத்திக்கொண்டிருக்கும்போது அவனது சட்டைகள், பேன்ட்டுகள், மேல் கோட்டுகளை அயர்னிங் டேபிளில் வைத்து இஸ்திரி போட்டுக்கொண்டிருப்பாள்; அவளுக்கு இஸ்திரி போடுவதில் அனுபவமோ, திறமையோ இல்லையென்பது பார்த்தாலே தெரியும். ஆனால் ஓர் அசலான குடும்பத் தலைவியைப்போல (உண்மையில் அவள் பகுதிநேர செயலாளராகவும், ஓய்வுநேர மாணவியாகவும்தான் இருந்தாள்) தனக்குள் ஹம்மிங் செய்துகொண்டும், சில நேரங்களில் உரக்கப் பாடிக்கொண்டும் துணிகளை இஸ்திரி போடுவாள். துணிகளைத் தேய்த்து முடித்ததும், இஸ்திரி போட்ட பேன்ட்டுகளை சட்டை களை எடுத்துக்காட்டி வெற்றிகரமாகப் புன்னகைப்பாள்.

அவனது கோட்டுகளை எப்போதுமே பிரஷ்ஷால் சுத்தப் படுத்திக்கொண்டேயிருப்பாள். அவன் எப்போது கோட்டை அணிந்து செல்வதாக இருந்தாலும், முன்னதாகவே பிரஷ் செய்துவைப்பாள். துணிகளை மிகவும் முக்கியமான, விலை மதிப்பற்ற பொக்கிஷங்களைப்போலப் பராமரிப்பாள். அவன் அவளை இந்த வேலைகளையெல்லாம் செய்யச் சொன்னதே யில்லை. அவளுக்கு செய்யவேண்டிய அவசியமும் இல்லை. ஆனால் முதல் நாளிலிருந்தே, ஒரு பிரச்சனையை அவள் தீர்த்து வைத்திருப்பதைப்போல ஒரு பிரச்சனையை தீர்த்து வைப்பதில் மிகவும் மகிழ்ச்சியடைவதைப்போல, இவற்றைச் செய்துகொண்டிருந்தாள். அவள் இருந்திருக்க வேண்டிய இடமே வேறு ஏதோ என்று நினைக்கிறோளோ? அந்த இடத்துக்கு அவளால் போக முடியாததால், அவளுக்குத் தகுதியான அவள் மிகவும் விரும்பியிருக்கக்கூடிய இடத்துக்கு போக முடியாமல் இந்த இடத்துக்கு வந்து அவனோடு இருக்க நேர்வதால் உண்டான மௌனமா இது? ஓ, அதுதான் காரணமென்றால், ஓ, ஏவா லிண்டே, அப்படியானால், தயவுசெய்து இங்கேயே இருந்துவிடு. எலியாஸ் ருக்லா எழுதுமேசையிலிருந்தும் விடைத்தாள் குவியலிலிருந்தும் எழுந்துவந்து சலவை மேசைக்குப் பக்கத்தில் நின்றிருக்கும் அவளை இறுக அணைத்துக்கொள்வான். என் பேன்ட்டுகளை தேய்த்ததற்காக, நன்றி. சட்டைகளைத் தேய்த்ததற்காக நன்றி. எனக்கு நீ செய்கிற எல்லாவற்றுக்கும் நன்றி. காலம் செல்லச் செல்ல, தனது நேசத்தை வெளிப்படுத்தும் விதத்தில் அதீதமான எச்சரிக்கையை ருக்லா கைக்கொள்ளத் தொடங்கிவிட்டான். காரணம், அவன் தனது அன்பை அவளிடம் வெளிப்படுத்தும்போது, அதேபோல, அதே வார்த்தைகளில் அவளால் பதிலளிக்க முடியாமலிருப்பதைக் கவனித்தான். எனவே தன்னைக் கட்டுப்படுத்திக்கொண்டிருப் பதே நல்லது என்று நினைத்தாலும், அது அவனுக்குச் சிரம மாகவே இருந்தது. ஆனாலும் அப்படித்தான் நடந்தாக வேண்டு மென்று அவனுக்குப் புரிந்தது. அப்படித்தான் அவர்கள் பரஸ்பரம் பகிர்ந்துகொண்டார்கள்: இஸ்திரி போட்ட பேன்ட்டை கையில் எடுத்துக்காட்டிப் புன்னகைப்பாள். அவன் எழுந்துசென்று இறுக்கமாக அணைத்துக்கொள்வான்.

அப்படித்தான் அவர்கள் வாழ்ந்தனர். அவளுக்கு எந்த விதத்திலும் சங்கடத்தை ஏற்படுத்திவிடக் கூடாதென்று, அவளோடு மிகக் கவனமாக நடந்துகொள்வான். தன்னை யாரும் கவனிக்கவில்லை என்று அவள் நினைத்துக்கொண்டு, அல்லது அவன் இருப்பதை மறந்துவிட்டு, சோகமான பாவத்தோடு வெளியே வெறித்துப் பார்த்தபடி அமர்ந்திருப்பாள். முகம் ஆழமான துயரத்தில் ஆழ்ந்திருக்கும். திடீரென பகற்கனவு

கலைந்து நிஜ உலகுக்கு வருவாள். சுற்றுமுற்றும் பார்த்துவிட்டு, அவனை நோக்கிப் புன்னகைப்பாள். அதற்குமுன் அவளிட மிருந்த சோகபாவத்தை ஒரு தவறைப்போல அழிக்க முயல்வது அந்தப் புன்னகையில் தெரியும். எலியாஸ் உள்ளுக்குள் பதற்ற மடைவான். ஒரு விரக்தி மெதுவாக உருவாகும். எதற்காக அவள் எதையோ அவனிடம் மறைக்க வேண்டும் என்று அவனுக்குப் புரியாது. அந்தக் கணத்தில் மட்டுமல்ல, மனதுக்குள் அவள் எப்போதுமே சோகத்தில்தான் இருக்கிறாள். அவனிடம் அவள் மறைக்கவேண்டிய அவசியம் இல்லை. அதனதன் போக்கில் எல்லாவற்றையும் அவனுக்கு உதவ முடியாமல் இருக்கும் தனது கையறுநிலையும் சேர்த்து அவனால் ஏற்றுக்கொள்ள முடியம். ஆனால் காலை நேரங்களில் அவளால் தன்னை மறைத்து நடிக்க முடிவதில்லை. ஏவா லிண்டேவுக்கு இன்னொரு நாள் விடிவதைக் காண விருப்பமே இருந்ததில்லை. தூக்கத்திலிருந்து எழுந்திருக்கவே பிடிக்காது. அவள் தூக்கத்தைக் கெட்டியாகப் பற்றிக் கொண்டு படுத்திருப்பது அவனுக்கு முதலில் விநோத மாகத் தெரிந்தது. அவள் இயல்பே அதுதான் என்று நினைத்தான். ஆரம்பத்திலிருந்தே அவள் இப்படித்தான் இருந்திருக்க வேண்டும். விழித்திருப்பதைவிடத் தூக்கத்தில்தான் விருப்பம் என்பதால் தான் அவள் அவ்வளவு இலேசாக இருக்கிறாள் என்று தோன்றியது.

உண்மையில் அவள் அதிகம் செல்லம் கொடுத்து வளர்க்கப் பட்டவள். வர்ணிக்க முடியாத அழகோடு பிரிக்கமுடியாமல் பிணைந்திருக்கும் திமிரான தோரணை அவளுக்கு இருந்தது. தனது தோற்றத்தைப் பற்றிக் கவலைப்படாத அலட்சியம். ஆனாலும் இதிலிருந்து அவளால் தன்னை விடுவித்துக்கொள்ள முடிந்ததில்லை. செல்லம் கொடுக்கப்பட்டுக் கெட்டுப்போயிருப் பதில் அவளுக்குச் சங்கடம் இருப்பதாகவும் தெரியவில்லை. இந்தக் குணம் அவளுக்குள் பிரகாசித்துக்கொண்டிருந்தபோது பக்கத்தில் இருப்பவர்கள் யாராக இருந்தாலும் அவளுக்காக உதவி செய்யவும், அவளது வேலையை இழுத்துப் போட்டுக் கொண்டு செய்யவும் தயாராக இருந்தது அவளுக்கு மிகவும் சௌகரியமாகவே இருந்திருக்க வேண்டும். அதிக செல்லத்தில் அவள் கெட்டுப்போயிருப்பது எப்போதும் எல்லாவற்றிலும் தெரிந்துகொண்டேயிருந்தது. ஆனால் தொடர்ந்து அல்ல, அவ்வப்போது. அவர்கள் வசதியானவர்களல்லர். எலியாஸ் ருக்லா ஒரு முதுநிலை ஆசிரியர். அவனது ஊதியத்தில் கல்விக்கடனும் வீட்டுக்கடனும் பிடித்தம் செய்யப்பட்டது போகக் கைக்கு வரும் தொகை எப்போதுமே அதிகமாக இருந்ததில்லை. அதுவும் 1970களின் இறுதியில் நார்வே நாட்டில் இருந்த நிலைமையின் படி ஒப்பீட்டளவில் மிகக்குறைந்த ஊதியம்தான். ஒவ்வொரு செலவும் அவன் கையைக் கடித்தபடியே இருந்தது என்பது

தான் கசப்பான உண்மை. ஆஸ்லோ சினிமாஸ் திரையரங்கில் ஏவா பகுதிநேரச் செயலாளராக வேலை பார்த்து வந்ததைத் தொடரவேண்டி இருந்தது. படிக்க வேண்டும் என்பதுதான் அவளுக்கு இருந்த பிரதானமான ஆசையாக இருந்தாலும், பாதியில் விட்டிருந்த படிப்பை அதன்பிறகு அவளால் தொடரவே முடியவில்லை. ஆனாலும் அவர்கள் குடும்பத்தின் பொருளாதாரத்துக்குக் கூட்டுப்பொறுப்பு ஏற்றிருப்பதால் திரையரங்க செயலாளர் பணியில் எந்தவிதமான முணுமுணுப்புமின்றி, சொல்லப்போனால் சந்தோஷமாகக்கூட, தொடர்ந்து வந்தாள். ஆனால் திடீரென அவனிடம் எரிந்தும் விழுவாள். ஒருமுறை அவர்கள் வீட்டுச் சமையலறையில் சாதனங்கள் எல்லாவற்றையும் ஒட்டுமொத்தமாக மாற்றிப் புதுப்பிக்க அவளுக்கு ஆசை ஏற்பட்டு, ஏகப்பட்ட விலைப்பட்டியல்களோடு வீட்டுக்கு வந்தாள். எலியாஸ் அந்தப் பேச்சையே எடுக்காதே என்று சொல்லிவிட்டான். ஏற்கனவே நிறைய செலவாகியிருக்கிறது, இப்போது முடியாது என்றான் (அவர்கள் ஆறு மாதங்களுக்கு முன்புதான் ஒரு கார் வாங்கியிருந்தார்கள்). அவள் சீறினாள். மோசமான கஞ்சன், கருமி என்றபடி அளவற்ற வெறுப்போடு முறைத்தாள். ஆம், வெறுப்பு. பரிபூரண, வெளிப்படையான வெறுப்பு. அந்த வர்ணிக்க முடியாத அழகு கொண்ட பெண்ணின் கண்களுக்குள் இரண்டு மூன்று விநாடிகளுக்கு அவன் நிதானமாகப் பார்த்தான். அவளுக்குள் இவ்வளவு கட்டற்ற வெறுப்பைத் தேக்கி வைத்திருக்கிறாளா? அவள் சட்டென்று திரும்பினாள். தன்னை முழுதாக மாற்றிக்கொண்டு மென்மையான குரலில், ஐயம் ஸாரி என்றாள். இப்போது நம்மால் பெரிதாகச் செலவுசெய்ய முடியாது என்று தெரியும். நான் கேட்டது தப்புதான் என்றாள். அதன்பிறகு அன்று முழுவதும் அன்பே உருவானவளாக நடந்துகொண்டாள். படுக்கைக்குச் சென்றதும், அவனுக்கு விருப்பமிருந்தால் சந்தோஷமாக அனுமதிக்கத் தயாராக இருப்பதாக தெளிவான சமிக்ஞைகளைத் தந்துகொண்டிருந்தாள்.

இது எலியாஸ் ருக்லாவைத் தொந்தரவு செய்தது; அவனை வெறுப்போடு பார்த்ததல்ல; அதன் பிறகான அவளது சமாதானத் தூது. அவன் மீதிருக்கும் தனது உள்ளார்ந்த வெறுப்பை அவள் ஏன் ஒப்புக்கொள்ளாமல் இருக்கிறாள்? அவளுக்காகப் புதிய சமையலறையைக்கூட அமைத்துக்கொடுக்க வக்கற்றவன் அவன். அங்குள்ள சாதனங்கள் எல்லாமே பழையதாகி, சில உடைந்தும் போயிருக்கின்றன. புதிதாகக் கேட்பதற்கு அவளுக்கு எல்லா நியாயமும் இருக்கிறது. ஆனால் தற்போது அவனால் செலவுசெய்ய முடியாது என்று அவன் சொல்வதில் நியாயம் இருந்தாலும், அவனை அதற்காக வெறுப்பதற்கு அவளுக்கு

எல்லா நியாயமும் இருக்கிறது. ஏவா லிண்டேவைப் போன்ற பெண்ணை மணந்துகொள்வதென்றால் அதற்குச் சில கடப்பாடு களும் கூடவே வருகின்றன. ஆனால் அவளுடைய மிகச்சாதாரண கனவைக்கூட அவனால் நிறைவேற்ற முடியவில்லை. மிகக் குறைந்தளவு ஊதியம் பெறும் ஒரு சாதாரண மேல்நிலை ஆசிரியரைத் திருமணம் செய்துகொள்வதற்குமுன் அவள் இவற்றையெல்லாம் யோசித்திருக்க வேண்டும் என்று அவன் சொல்லலாம். இப்போதைக்கு புதிய சமையலறையை ஏற்பாடு செய்வதென்பது நினைத்துப் பார்க்க முடியாதது என்று சொல்லி அவன் தப்பித்துக்கொள்ளலாம். ஆனால் அவன் முதலிலேயே அவளை எச்சரித்திருக்க வேண்டும். அவளைப் போன்ற பெண்ணுக்குக் கையைக் கடிக்கும் சம்பளத்தில் குடும்பம் நடத்தக்கூடிய ஒரு மேல்நிலைப் பள்ளி ஆசிரியனால் சின்னச்சின்ன ஆசைகள் கனவுகளைக்கூட நிறைவேற்ற முடியாமற் போகலாம் என்பது போல எதையாவது அவன் சொல்லியிருக்க வேண்டும். அப்படிச் சொல்லியிருந்தால் அவள் அடக்க முடியாமல் வெள்ளிப் பிரவாகமாகச் சிரித்திருக்கக் கூடும். அப்படியொரு முடிவை எடுப்பதற்கு முன் அவளுக்கு இதெல்லாம் தெரிந்திருக்காதா என்ன? எலியாஸ் ருக்லா மிக உயர்வாக மதிக்கும் ஒரு பெண்ணான தனது மதிப்பை அதே காரணத்துக்காக அவளே குறைத்துக்கொண்டாளா? அவளது மிகச் சாதாரண விருப்பத்தை நிறைவேற்றுவதற்கு தனக்கு வசதியில்லை என்று அவன் சொன்னபோது அவளுடைய இகழ்ச்சியைப் பட்டவர்த்தனமாகக் காட்டிவிட்டாள். எலியாஸ் ருக்லா அவள் எவ்வளவு உயரத்தில் இருக்க வேண்டியவள் என்று நினைத்தானோ, அந்த இடத்துக்குத் தான் தகுதியானவள் அவள் என்று அறுதியிட்டு நிரூபித்துவிட்டாள். அதனால் அவளது வெறுப்பை ஒப்புக்கொள்வதில் எலியாஸ் ருக்லாவுக்கு எந்த ஆட்சேபணையும் இல்லை. அவனுக்கு வருத்தத்தைத் தந்ததே அவள் தனது இகழ்ச்சியை மூடி மறைத்துவிட்டுச் சகஜமாக இருப்பதைப்போல நடந்துகொண்ட பாசாங்குதான். வேண்டுமென்றே தரித்துக்கொண்ட சமாதான முகம். அதற்கு அவசியம் என்ன? அவளால் தன்னுடைய வெறுப்பை ஏன் தைரியமாகத் தொடர்ந்து காட்ட முடிய வில்லை? அதற்கான எல்லா உரிமையையும் அவள் வேரோடும் வேரடி மண்ணோடும் எடுத்துக் கொடுத்துவிட்டாளா? அப்படித் தான் இருக்கும்போல. அப்படியானால் அதற்கு என்ன அர்த்தம்? அவனிடம் உரிமையோடு எதையும் கேட்கும் தகுதியைத் தன் இதயத்திலிருந்தே நீக்கிவிட்டிருக்கிறாளா? எதற்காக? எலியாஸுக்குத் தெரியவில்லை. அந்தக் கோப வெடிப்புக்குப் பிறகு சற்று நேரத்திலேயே அவள் போட்டுக்

கொண்ட சமாதான வேடம் அவனைக் கடும் விரக்திக்குள் ளாக்கியது. அதனால் அவளுடைய அழைப்புக்கு இணங்கவும், அந்த சமிக்ஞைகளை ஏற்றுக்கொண்டு இணையவும் அவனுக்குச் சிரமமாக இருந்தது. அந்தப் பூரணமான சரணாகதி அழைப்புக்கு அவன் இணங்கியிருந்தால் அது அவளை நிச்சயம் சந்தோஷப்படுத்தியிருக்கும். அவனால் அந்த அழைப்பை ஒரேயடியாக மறுத்திருக்க முடியாதென்பதால், அதற்காக அவன் தன்னை வலுக்கட்டாயமாக தயார் செய்துகொள்ள வேண்டியிருந்தது. மகத்தான, ஆனால் அவனுக்குத் தகுதியற்ற கௌரவம் அவன் காலடியில் வீழ்ந்திருக்கிறது. அதற்காக இந்த வருடங்களில் எலியாஸ் ருக்லாவை மனநிறைவடைந்த, மகிழ்ச்சியான மனிதனாக இருந்தான் என்று வர்ணித்துவிட முடியாது. தனது சுயமதிப்பீட்டின்படியே அவன் மிகமிக அதிர்ஷ்டசாலி. அவ்வளவு மட்டுமே.

ஜோஹான் கார்னெலியூஸனின் மகளான குட்டிப்பெண் காமிலாவும் புதிதாக வாங்கப்பட்ட அந்த ஜாகோப் ஆல்ஸ் நான்கு – அறை அபார்ட்மென்ட்டுக்கு ஏவா லிண்டேவுடன் குடியேறினாள். எலியாஸ் ருக்லாவின் வளர்ப்பு மகளாகவே வளர்ந்தாள். அவளுடைய ஆறு வயதிலிருந்து பத்தொன்பது வயதுவரை அவர்களுடனே இருந்தாள். ஒன்றை மட்டும் நிச்சய மாகச் சொல்ல முடியும்: காமிலா கார்னெலியூஸனைப் புரிந்து கொண்ட அளவுக்கு வேறு யாரையும் எலியாஸ் ருக்லா முழுசாகப் புரிந்துகொண்டதில்லை. குழந்தையிலிருந்து அவள் பெரியவளாக வளர்வதை அருகிலிருந்து பார்த்து வந்தாலும் தன்னை வளர்ப்புத் தந்தை என்று மட்டுமே கருதி வந்தான். எலியாஸுக்கும் ஏவா லிண்டேவுக்கும் குழந்தை பிறக்கவில்லை. அதனால் அவன் பார்த்து வளர்ந்த ஒரே குழந்தை காமிலா மட்டுமே. காமிலாவைப் பொறுத்தவரை அவனிடம் எந்த ரகசியமாவது ஒளிந்திருக்கிறதோ என்று அவள் சந்தேகப்பட அவசியமே இருந்ததில்லை என்பான். அதுதான் அவளது இயல்பும். அதை அவன் நன்றாக அறிந்திருந்தான். குழந்தையாக இருந்தபோதும், வளர்ந்த பிறகும் மனதில் இருப்பதை வெளிப்படையாகத், தயக்கமின்றிக் காட்டக்கூடியவளாக இருந்தாள். எதற்கெடுத்தாலும் ஆர்ப்பாட்டமாக அமளி உண்டாக்கும் இளம்பெண்ணாக இப்போது வளர்ந்து நிற்கும் வரையிலும் அவள் இயல்பு இப்படித்தான் இருக்கிறது, மாற வில்லை. அவளிடமிருந்துதான் குழந்தைகளுக்கு இருக்கக்கூடிய பயங்களைத் தெரிந்துகொண்டான். வேறு யாரைப் போலவும், மிகச்சிறிய விஷயங்களில்கூட, தான் இல்லாமல் இருந்து விடுவோமோ என்ற பயம். இருட்டறையில் தனியாக அடைத்து வைக்கப்படுவதைவிட அதிகமாக அச்சமூட்டக்கூடியது இந்தக்

கவலை என்பதையும் இது குழந்தைகளின் ஆதாரமான அச்சம் என்பதையும் அவன் அறிந்துகொண்டது காமிலாவிடமிருந்து தான். ஒரு சின்னப் பெண்ணுக்கு, மிக அழகாக இருப்பதாக நினைத்துக்கொண்டிருக்கும் தனது காலணியின் கொளுவிகள், மற்ற குழந்தைகளின் காலணிகளில் இருப்பதைப்போல இல்லை யென்று தெரிந்தால் அடையும் வேதனை எவ்வளவு பிரம்மாண்ட மானது, அது எவ்வளவு காலத்துக்கு வலிக்கக்கூடியது என்றெல் லாம் அவன் புரிந்துகொண்டான். இது அவனை ஆழமாக சிந்திக்கவும் வைத்தது. இத்தகைய சூழ்நிலையில் அவளால் எப்படி ஒரு சுதந்திரமான பெண்ணாக வளர முடியும்? காமிலா வின் பருவ வயதுக் காலத்தில் அவனுக்குள் எழுந்துகொண்டிருந்த கேள்வி இதுதான். ஆனால் எதுவும் பெரிதாக முன்னேற்றம் அடைந்துவிடவில்லை. மாறாக, அந்தச் சின்னப்பெண் மிகவும் வெளிப்படையானவளாக, சுற்றிலும் இருப்பவர்களை – எலியாஸை, அவளுடைய அம்மாவை, அவர்களைப் போலவே எல்லாவற்றிலும் ஒத்திருக்க வேண்டுமென்று அவள் எப்போதும் கவலைப்படுகிற சக சிறுமிகளை, பரிபூரணமாக நம்புகிறவளாக இருந்து வந்தாள். இதனால் எந்தவிதமான பேரிழப்புகள் – நிஜமான, கற்பனையான பேரிழப்புகள் – நேர்ந்துவிடாமல் இருக்கப் போகின்றன! சிறுமி காமிலாவின் தோல்விகளையும் அழுகைகளையும் அருகிலிருந்தே கவனித்துவந்தவன் அவன். அவளுடைய அம்மாவின் பொறுமை தீர்ந்துவிடும்போது எலியாஸ் தலையிடுவான். காமிலாவைச் சமாதானப்படுத்தித் தேற்றுவான். காமிலா பதின்வயதை எட்டியதும் எலியாஸின் மத்தியஸ்தம் செய்ய வேண்டிய வேலை, முழுநேர வேலையாக மாறிற்று. தாய்க்கும் மகளுக்குமிடையே சமரசம் செய்யவேண்டிய பொறுப்பு. வழக்கமாக காமிலாவின் தரப்புக்கு ஆதரவாகவே நடந்துகொள்வான். அதற்குக் காரணம் ஏவா லிண்டேவுக்கு சிலசமயங்களில் காமிலாவின் தாயாக, குருவாக இருப்பதற்கும், அவளுடைய அம்மாவாக, உரிமையாளராக இருப்பதற்கும் இடையிலுள்ள வித்தியாசம் தெரியாமல் போய்விடும். அவர்கள் இருவரும் சேர்ந்து வாழத்தொடங்கிய காலத்திலேயே இது ஆரம்பித்துவிட்டது. காமிலாவுக்குத் தனியாக ஓர் அறை தரப்பட்டது. அவர்களோடு அவள் இருந்த காலம் முழுவதும் அந்த அறையில்தான் அவள் இருந்தாள். அறையின் உட்புறத்தோற்றம் காலந்தோறும் மாறிக்கொண்டே வந்தது. எலியாஸுக்கு அவர்கள் இருவருமே முன்னறிவிப்பில்லாமல் காமிலாவின் அறைக்குள் நுழைந்துவிடக் கூடாது என்ற எண்ணம். சிறுமியாக இருந்தாலும் அவளுக்கென்று தனி அறை தரப்படவேண்டுமென்றும், பெரியவர்கள் தலையீடு இல்லாமல் சுதந்திரமாக அந்த அறையில் இருப்பதற்கு அவளுக்கு உரிமை உண்டு என்றும் நினைத்தான்.

ஏவாவுக்கு இதில் உடன்பாடு இல்லை. அதன் பிறகான வருடங்களில் இது குறித்து அவர்களிடையே பலமுறை விவாதம் ஏற்பட்டிருக்கிறது. என்ன இருந்தாலும் ஏவா காமிலாவைப் பெற்றவள் என்பதால் மற்ற விஷயங்களில் விட்டுக்கொடுப்பவனாக இருந்தாலும் இந்தத் தனி அறை விஷயத்தில் மட்டும் அவளுடன் உடன்படவில்லை. காமிலா அவனிடம்தான் ஆதரவைத் தேடி வருவாள். ஒரு முறை கரடி பொம்மையைக் கைக்கு அடியில் இடுக்கிக்கொண்டு அவள் அம்மாவின் பின்னாலேயே ஓட்டியபடி சுற்றிக்கொண்டிருந்த அந்த ஆறு வயது சிறுமியைப் பார்க்கும்போது அவனுக்கு மிகவும் வருத்தமாக இருந்தது. இந்தப் பெண் வாழ்க்கையில் எதையோ இழந்திருக்கிறாள். தந்தை என்ற ஒருவரின் இருப்பு அவளுக்கு இல்லாமல் இருப்பது ஈடு செய்ய முடியாதவொன்று. அந்த வெற்றிடத்தைத் தன்னைக்கொண்டு ஈடுசெய்ய எலியாஸ் விரும்பவில்லை. அவனால் இயன்றாலும் செய்ய விரும்பாதவொன்று அது. அவன் காமிலாவின் வளர்ப்புத் தந்தை. அவளுடைய அப்பாவின் இடத்திற்கு வந்திருப்பவன். ஆனால் அவளுடைய அப்பா அல்லன். அவளுடைய அப்பாவின் இடத்திற்கு வந்திருப்பவன். ஆனால் அவளுடைய அப்பாவை ஈடுசெய்ய அவனால் முடியாது. ஏனென்றால் அவன் அவளுடைய அப்பா அல்லன். அவளுடைய அப்பா ஜோஹான் கார்னெலியூஸன் நியூயார்க்கில் வசிக்கிறான். எலியாஸ் ருக்லா அவளுடைய அம்மாவின் நண்பன், புதிய கணவன். இந்தத் தகுதியில்தான் அவன் காமிலாவின் அப்பாவின் இடத்தை நிரப்பவேண்டியிருக்கிறது. ஆனால் காமிலாவுக்கு அப்பா இல்லாத இழப்புணர்வு இல்லாமல் இருக்கக்கூடாது என்று அவன் நினைத்தான். அவளுக்கு அந்த இழப்புணர்வு வராமல் பார்த்துக்கொள்வதற்கு அவனுக்கு எந்த உரிமையும் இல்லை. இந்தக் காரணத்தால் மட்டுமே அவளிடமிருந்து அவன் சற்று ஒதுங்கியே இருந்தான். அவன் எதையோ நிறைவேற்றித் தருவான் என்ற நம்பிக்கையோடு எலியாஸிடம் அவள் வரும் போது, அவன் கவனமாக சற்று ஒதுங்கிக்கொள்வான். இதே விதத்தில் ஏவாவின் பெற்றோர்களிடமும் – அந்த ஓய்வுபெற்ற ராணுவ கர்னல், அவருடைய மனைவியிடமிருந்தும் அவன் இடைவெளி விட்டு ஒதுங்கியே இருந்தான். ருக்லா / லிண்டே தம்பதியினரை அவர்கள் சந்திக்க வருவதே அவர்களுடைய பேத்தி காமிலா கார்னெலியூஸனைப் பார்ப்பதற்காக. அத்தகைய சந்தர்ப்பங்களில் எலியாஸ் ருக்லா தன்னை ஓர் இடையூறாக உணர்ந்து இயன்றளவுக்குக் கண்ணில் படாமலேயே இருப்பான். கிருஸ்துமஸ் சமயங்களில் கர்னல் வீட்டுக்கு அவர்கள் செல்லும்போதும், அல்லது ஏவாவின் பெற்றோர்கள் இவர்கள்

வீட்டுக்கு வரும்போதும் அவர்கள் எலியாஸைத் தங்களுடைய மகளைத் தற்காலிகமாகக் கவனித்துக்கொண்டிருக்கும் ஒரு மனிதன் என்ற ரீதியிலேயே, அவர்கள் அமைதியான முறையில் திருமணம் செய்துகொண்டதற்குப் பிறகும்கூட, தன்னிடம் நடந்துகொள்வதாக எலியாஸ் நினைத்தான். அது அவர்களைப் பொறுத்தவரை இயல்புதான் என்றும் தோன்றியது. நிலைமை இப்படி இருக்கையில் லில்லஹமரில் உள்ள மாமனார் கர்னலில் வீட்டுக்குச் செல்வது, குறிப்பாக கிருஸ்துமஸ் ஈவ் அன்று செல்வது, அவனுக்கு உவப்பானதாக இருந்ததில்லை. அங்கே, தனது வீட்டில் நடந்துகொள்வதைப் போலவே காமிலா ஓடி வந்து மடியில் ஏறிக்கொள்வாள். அதைத் தவிர்ப்பதற்காக அக்குழந்தையின் கவனத்தைத் திருப்பி வேறு பக்கமாக அனுப்பிவிடுவான். அதற்குக் காரணம் அங்கு அமைக்கப் பட்டிருக்கும் கிருஸ்துமஸ் மரத்தின் முன் குவிந்திருக்கும் பரிசுப் பொருட்களின் மீது ஜோஹான் கார்னெலியூஸன் அனுப்பி வைத்திருக்கும் பெரிய பரிசுப்பொட்டலம் கண்ணை உறுத்துவது மட்டுமாக இருக்காது.

ஏனென்றால் அவர்கள் சேர்ந்து வாழத்தொடங்கி ஒரு வருடம் கழித்து ஜோஹான் கார்னெலியூஸன் தலைநீட்டத் தொடங்கினான். அவனுடைய மகளுக்குக் கடிதம் எழுதி அனுப்பியிருந்தான். காமிலா அப்போதுதான் பள்ளிக்குச் செல்ல ஆரம்பித்திருந்தாள். ஏவா, காமிலாவை அவளுக்கென்று ஒதுக்கியிருக்கும் அறைக்குள் கூட்டிச்சென்று கடிதத்தைப் படித்துக் காட்டினாள். அதில் என்ன எழுதியிருந்ததென்று எலியாஸுக்குத் தெரியாது. அவன் அதைப் பற்றி எப்போதுமே கேட்கவுமில்லை. ஆனால் காமிலா அந்தக் கடிதத்துக்கு பதில் அனுப்பவேண்டுமென்று வற்புறுத்தினான். ஏவாவுக்கு அதில் விருப்பமே இல்லை. ஆனால் எலியாஸ் தொடர்ந்து வற்புறுத்தி இணங்க வைத்தான். காமிலாவைப் பல மணி நேரங்களுக்கு உட்காரவைத்து அவளுடைய அப்பாவுக்குக் கடிதத்தை எழுத வைத்தான். அவள் கடிதம் எழுதக் கற்றுக்கொண்டிருக்க வில்லையென்றாலும் அவள்தான் எழுத வேண்டும் என்பதில் உறுதியாக இருந்தான். அவளுக்கு முகட்டெழுத்தில் மட்டுமே எழுதத் தெரிந்திருந்தது. சொற்களைத் தனித்தனியாகப் பிரித்து எழுதத் தெரியாமல் பெரிய எழுத்துக்களை தொடர்ந்தேர்த்தி யாக எழுதிக்கொண்டே வர, பக்க அளவுக்குள் வரிகளை அடக்க முடியாமல் இருந்தது. அதனால் எலியாஸ் அவளுக்குச் சொற்களைப் பிரித்து வாக்கியங்களாக இடம் விட்டு எழுதத் துணை புரிந்தான். எழுதி முடித்ததும் அந்தக் கடிதத்தை அனுப்புவதற்கு உறையைத் தயாரிப்பது மிகப்பெரிய வேலை யாக ஆனது. கடித உறையின் மேல் அவளுடைய அப்பாவின்

பெயரையும் முகவரியையும் எழுதவைப்பதற்குள் போதும் போதுமென்றாகியது. அது ஜோஹான் கார்னெலியூஸனுக்கு அவனுடைய மகள் எழுதும் கடிதம். தன்னுடைய கையெழுத்து எந்த இடத்திலும் இருக்கக் கூடாது என்று பிடிவாதமாக அவளையே எழுதவைத்தான். ஜோஹான் கார்னெலியூஸனின் அமெரிக்க முகவரி மகா நீளமாக இருந்தது. அந்தச் சிக்கலான முகவரியை, கடித உறையில் அதற்கென்று ஒதுக்கப்பட்டிருந்த மிகவும் இடுக்கான இடத்தில் குழந்தைத்தனமான முகட்டெழுத்துக்களில் எழுதவைப்பது சாதாரண காரியமாக இல்லை. ஆனால் இந்தச் சின்ன வயதிலேயே ஒழுங்காக எழுத்துக்களையும் வாக்கியங்களையும் காமிலா எழுதக் கற்றுக் கொண்டதே இந்தக் கடிதத்தை எழுதியதன் மூலம்தான் என்று சொல்லலாம். அதன்பிறகு மேலும் கடிதங்கள் வரத் தொடங்கின. காமிலா தானாகவே அவளுடைய அப்பாவின் கடிதத்தைப் படிக்கவும் தானாகவே பதில் எழுதவும் கற்றுக்கொள்ளும் வரை அவளை விடாப்பிடியாக உட்காரவைத்து எழுத வைக்கும் அவனது முயற்சி தொடர்ந்தது. அவளது தனியறையில் இடைஞ்சலில்லாமல் அமர்ந்து, அவளுக்குச் சரியாக நினைவில் கூட இல்லாத அப்பாவுக்குக் கடிதம் எழுதுவதைப் பார்க்கும் போது, இந்தப் பெண்ணுக்கு வாழ்நாள் முழுக்க ஆற்ற முடியாத காயமாக அந்த இழப்பு இருக்கப்போகிறது என்று எலியாஸுக்குத் தோன்றும். எதனாலும் யாராலும் ஈடுசெய்ய முடியாத இழப்பு. எலியாஸுக்கு மனம் வலிக்கும். அவளுக்குப் பதினான்கு வயதாக இருக்கும்போது, அவளுடைய அப்பாவிட மிருந்து நியூயார்க்குக்கு வர அழைப்பு வந்தது. ஜோஹான் கார்னெலியூஸனுக்கு மூன்றாவது திருமணத்தில் பிறந்திருந்த காமிலாவின் ஒன்றுவிட்ட உடன்பிறப்புகளைச் சந்திக்க அழைப்பு விடுத்திருந்தான். காமிலா போகவே கூடாதென்று ஏவா லிண்டே கடுமையாக எதிர்த்தாள். எலியாஸ் மீண்டும் தலையிட்டு அவளைச் சமாதானப்படுத்தி இணங்க வைத்தான். ஆனால் காமிலா தனது பெட்டியைத் தள்ளிக்கொண்டு அந்தப் பிரம்மாண்டமான ஜம்போஜெட் விமானத்தை நோக்கிச் செல்வதை அவர்கள் கார்டமொன்ட் விமானநிலையத்தின் உப்பரிகையில் நின்றுகொண்டு பார்க்கும்போது எலியாஸ் ருக்லாவைப் பயம் ஆக்கிரமித்துக்கொண்டது. அவள் திரும்ப வராமல் போய்விட்டால்? இனி அவள் அப்பாவுடனேயே இருந்துவிடப்போவதாகக் கடிதம் அனுப்பிவிட்டால்? அவள் இப்போதெல்லாம் தனது பெயரை காமிலா கார்னெலியஸ் என்று சிற்சில இடங்களில் எழுதிவருவதை அவன் கவனித்து வருகிறான். (கார்னெலியஸ் என்று அமெரிக்காவில் பெயரைச் சுருக்கிக்கொண்டதாக ஜோஹான் சொல்லியிருக்கிறான்).

முக்கியமான எந்த இடத்திலும் அதைப்போல எழுதாவிட்டாலும் பென்சில் பெட்டியில், துண்டுக் காகிதங்களில் காமிலா கார்னெலியஸ் என்று அவள் கிறுக்கிக்கொண்டிருந்தது பாதி வெறுப்பிலும், பாதி புதிய அடையாளத்தைத் தேடுவதிலும் என்று எலியாஸ் ஊகித்தான். ஜோஹான் கார்னெலியூஸனே தனது பழைய பெயரைத் துறந்துவிட்டு வாழ்ந்துவருவதால் காமிலாவும் கார்னெலியூஸனை உதிர்த்துவிட்டு கார்னெலியஸான அவனைத் தேடிச் செல்ல விரும்புகிறாள் என்று எடுத்துக் கொள்ளலாமா என்று குழம்பினான். அவ்வப்போது இந்தப் பெயரை எழுதிப் பார்த்துக்கொள்வது அதற்காகத்தானா? இருந்தாலும் அந்தக் கோடைப்பருவத்தில் அவள் நியூயார்க் சென்றுதான் ஆக வேண்டும் என்பதில் உறுதியாக இருந்தான். எட்டு வருடங்கள் பிரிந்திருந்த பிறகு தன் மகளை ஜோஹான் கார்னெலியூஸன் சந்திக்க விரும்பினால், அதைத் தடுப்பதற்கு அவனுக்கு என்ன உரிமை இருக்கிறது? வளர்ப்புத் தந்தை என்பதாலேயே அவனுக்கு உரிமை வந்துவிடுமா? ஜோஹானின் மகள் அவள். இவ்வளவு வருடங்கள் கழித்து அவளுடைய அப்பாவைப் பார்க்கச் செல்கிறாள். அவளுக்கான உரிமை அல்லவா இது? ஆனால் பயம் அவனை மூழ்கடித்தது. அப்படி ஏதாவது தவறாக நடந்துவிட்டால் ஏவா அவனை ஒருபோதும் மன்னிக்க மாட்டாள். அவளால் எப்படி மன்னிக்க முடியும்? இதற்கெல்லாம் ஜோஹான் கார்னெலியூஸனுக்குத் தகுதியே இல்லை என்று நினைத்தான். ஏவாவுக்குப் பெரிய துரோகத்தைத் தான் செய்வதாகத் தோன்றியது. ஜோஹான் அப்படிச் செய்துவிடுவானோ? அந்தக் கோடைக்காலம் முழுவதும் எலியாஸுக்கு இந்தப் பயம் விலகவேயில்லை. அவனுக்கு ஜோஹான் கார்னெலியூஸனின் அனைவரையும் கவர்ந்திழுக்கும் இயல்பும், கட்டவிழ்ந்த உற்சாகத்தில் மற்றவர்களைக் கவிழ்த்துவிடும் திறனும் நன்றாகத் தெரியும். ஒரு பதினான்கு வயதுப் பெண்ணுக்கு, முற்றிலும் அந்நியமான, செல்வச் செழிப்பில் பிரகாசிக்கும் சூழலில், மிகக் கவர்ச்சிகரமான அப்பாவின் அழைப்பை மறுக்க முடியுமா? காமிலா பாவம் என்று நினைத்தான். அவளால் என்ன செய்ய முடியும்? ஜோஹான் கார்னெலியூஸன் அப்படியெல்லாம் செய்வானா? ஆனால் செய்ய வேண்டும் என்று நினைத்தால் அவன் நிச்சயம் செய்து காட்டுவான். அவளை அங்கேயே நிறுத்திக்கொள்ள முடியும் அவனால். அதன்பிறகு நான் ஒருபோதும் மன்னிக்கப்படவே மாட்டேன். எலியாஸுக்கு அவனது ஆகர்ஷண சக்திமீது வியப்பாக இருந்தது. முதல்முறையாக ஜோஹான் கார்னெலியூஸனின் மீது வெறுப்பை உணர்ந்தான். கோடைக்காலம் கழிந்தது. காமிலா திரும்பி வந்தாள். அவர்களோடு ஜாகோப் ஆல்ஸ் வீதி

வீட்டிலேயே பருவ வயதாகும் வரை இருந்தாள். பத்தொன்பதாவது வயதில் பட்டப்படிப்புத் தேர்வுகளை முடித்துவிட்டுத் தொழில்முறை படிப்புக்காக வீட்டைவிட்டு விடுதியில் சேர்வதற்காகச் சென்றாள்.

அது 1989. எலியாஸ் ருக்லா சாதுவான நார்வேஜிய மேல்நிலைப் பள்ளி ஆசிரியராக காலம் தள்ளிக்கொண்டிருக்கிறார். எந்தவொரு விசேஷத் தகுதியும் தன்னிடம் இருப்பதாக அவர் எப்போதுமே நினைத்ததோ, வெளியில் காட்டிக்கொண்டதோ இல்லை. அதைப் பற்றி எந்த விசனமும் இருந்ததில்லை. தன்னைத் தனித்துவனாகக் காட்டிக்கொள்வதில் முனைப்போ அக்கறையோ இல்லாத சராசரியான, சமூக நியதிகளுக்குக் கட்டுப்பட்ட நார்வே நாட்டுக் குடிமகன் அவர். தினமும் காலையில் எழுந்து செய்தித்தாட்களைப் படிப்பவர். தொலைக்காட்சி நிகழ்ச்சிகளைப் பார்ப்பவர். பாடநூல்களை ஆழ்ந்து படித்துவிட்டுச் சிந்திப்பவர். சிந்தித்தவற்றை பார்கபோர்க் மேல்நிலைப் பள்ளிக்குத் தினமும் சென்று பாடமாக நடத்துபவர். அவரது வாழ்க்கையின் ஒரே கிளர்ச்சி யூட்டும் சம்பவம் பதிமூன்று வருடங்களுக்கு முன் அவரது முப்பத்தாறாவது வயதில் ஒரு பேரழகியை மனைவியாக்கிக் கொண்டது. ஏவா லிண்டே சகிதமாக வந்து நண்பர்களிடம் மனைவி என்று அறிமுகப்படுத்தியபோது, அந்த முகங்கள் வியப்பில் விரிந்தபோதே அவருக்குப் பல விஷயங்கள் தெளிவாகப் புலப்படத் தொடங்கின. ஆனால் அவளுடைய அந்த அழகு இப்போது வெகுவாகக் கலைந்து, அதீதமாக ஊதிப்பெருத்து, பழைய கவர்ச்சிக் கூறுகளின் தடயங்கள் எதுவும் இல்லாமலிருப்பதற்காக அவர் ஒன்றும் அதிகமாகக் கவலைப்படுவதாகச் சொல்ல முடியாது. பதிமூன்று வருடங்களுக்கு முந்திய புகைப்படங்களைப் பார்க்கும்போது, இப்போது நாற்பதுகளின் மத்தியில் இருக்கும் அவள் உருவத்தை மனம் ஒப்பிட்டு வேதனையில் அமிழும் என்பதென்னவோ உண்மைதான். அந்தப் புகைப்படங்களில் இருப்பது இன்றைய அவளின் மிகச் சில அடையாளங்களை மட்டுமே கொண்டிருக்கும் வேறொரு பெண். வாழ்வின் நிலையாமையைப் புரிந்துகொண்டால் ஏவாவின் கலைந்திருக்கும் கவர்ச்சியை ஏற்றுக்கொள்ள முடியும். பெரும் சோகம். இப்போதெல்லாம் அவளைப் பார்க்கும்போது யாருக்கும் முகம் வியப்பில் விரிவதில்லை. எங்கே போயின அந்த பிரமித்த பார்வைகள்? ஒவ்வொருவருக்கும் தமது அழகும் கவர்ச்சியும் காலத்தோடு தேய்வுறுவதில் துக்கம் இருக்கும். ஏவாவுக்கு நிகழ்ந்திருப்பதும் அதுதான். ஆனால் அவளைவிடத் தானே அதிகம் இழந்திருப்பதாக அவருக்குத் தோன்றுகிறது. மாலை நேரங்களில் வசிப்பறையில் தனியாக அமர்ந்து பீரையும்

உடைந்த குடை ❋ 109 ❋

அக்வாவிட்டையும் அருந்தியபடி அவர் இந்த இழப்பைப் பற்றியே சிந்தித்துக்கொண்டிருக்கிறார். வருடங்கள் செல்லச் செல்ல, குடிப்பதில் நாட்டம் அதிகரித்திருக்கிறது. இப்போதெல்லாம் ஏவா படுக்கைக்குச் சென்றபிறகு அவர் இங்கே வந்து உட்கார்ந்துகொள்கிறார். இது பழக்கமாகவே மாறிவிட்டது. அது அவரைச் சற்று சாந்தப்படுத்துவதாக இருக்கிறது. தனக்கென மட்டும் தனியான நேரம் தேவைப்பட்டது அவருக்கு; பீரையும் அக்வாவிட்டையும் மட்டும் துணையாக வைத்துக்கொண்டு. அவருக்கு ஏதோ நிகழ்ந்துவிட்டிருக்கிறது. அது என்னவென்று புரிந்துகொள்ள முடியவில்லை. கேள்வியில்லாமல் ஏற்றுக் கொள்ளவும் முடியவில்லை. சமூக ஓட்டத்திலிருந்து தன்னை மெதுவாகத் தள்ளிவைத்துவிட்டிருப்பதைப்போன்ற ஓர் உணர்வு. இது அவரைப் பெரிதும் தொல்லைப்படுத்தி வந்தது. அசாதாரணமான அவஸ்தை. சமூகப் பிரக்ஞையுள்ள மனிதனுக்கு ஆர்வத்தைத் தூண்டும்படியான விஷயங்களே குறைந்துவிட்டன என்பதைப்போல. இப்போதெல்லாம் செய்தித்தாளோ, தொலைக்காட்சியோ அவரைக் கவர்வதில்லை. அதற்கான காரணத்தைத் தர்க்கரீதியாக அவரால் தேடிக் கண்டுபிடிக்கவும் இயலவில்லை. ஆனால் செய்தித்தாள்களும் தொலைக்காட்சி நிகழ்ச்சிகளும் அவரைச் சலனப்படுத்துவதையே நிறுத்திவிட்டன என்பதுதான் நிஜம். அவ்வப்போது அவர் தனக்குத்தானே சொல்லிக்கொள்வார்: 'இதுவொன்றும் அவ்வளவு மோசமில்லை, அல்லவா?' செய்தித்தாள்களில் செய்திகளுக்கான பக்கங்களும் இருக்கின்றன, கலாச்சார நிகழ்வுகளுக்கான பக்கங்களும் இருக்கின்றன என்கிறபோது நான் ஏன் குறைபட்டுக்கொள்ள வேண்டும்? அந்தக் காலத்தில் மட்டும் ஒழுங்காக இருந்ததா என்ன? இல்லை. செய்தித்தாள்களைப் பற்றி மக்களுக்கு எல்லாக் காலங்களிலும் புகார் இருந்திருக்கிது. தொலைக்காட்சி, இப்போது வந்திருப்பது. நானும் அந்தக் காலத்திலும் குறை சொல்லியிருக்கிறேன். என்னதான் சமாதானம் சொல்லிக்கொண்டாலும் அடுத்த நாள் காலைச் செய்தித்தாளைப் பிரிக்கும்போது அதே கைவிடப்பட்ட உணர்வு தாக்குகிறதே! அவருக்கு ஆர்வத்தை உண்டாக்கக்கூடிய அவர் ரசனைக்கேற்ற விஷயங்கள் இப்போதெல்லாம் இடம்பெறுவதேயில்லை. அவர் எரிச்சலோடு பக்கங்களைப் புரட்டித் தள்ளுவார். தொலைக்காட்சியிலும் இதே சிக்கல். தொலைக்காட்சி விவாத நிகழ்ச்சிகளை ஒருசில நிமிடங்களுக்கு மேல் அவரால் சகிக்க முடியவில்லை. விவாதிப்பவர்கள் பேசுகின்ற எதுவும் அவருக்கு சுவாரஸ்யத்தை ஏற்படுத்துவதில்லை. இத்தனைக்கும் அவர்கள் விவாதிக்கும் பொருள் எலியாஸ் ருக்லாவுக்குப் பிடித்தமானதாகவே

இருக்கும். ஆர்வத்தோடு விவாத நிகழ்ச்சியைப் பார்ப்பதற்கு உட்கார்ந்த ஒரு சில நிமிடங்களிலேயே எரிச்சல் தலையெடுத்து விடும். இந்த நிகழ்ச்சிகளைப் பார்ப்பதால் அவருக்குக் கிடைத்த ஒரே ஆதாயம், பங்கேற்பாளர்களின் சொல்லாட்சித் திறன்களை, சொற்பொருள் வித்தைகளை, கவனமாகத் தேர்ந்தெடுத்த உடையலங்காரங்களைத் தீவிரமாக ஆராய்ந்து, பின் அந்த பாவனைகளின் முகமூடிகளை அகற்றி நிஜ முகத்தைத் தெரிந்துகொண்டதுதான். அதுவும் இதுவொன்று தான் அவருக்குக் கிடைத்த லாபம் என்று அவரே ஒப்புக் கொண்டாலும் அது அவருக்கு மகிழ்ச்சியை அளிப்பதாக இல்லை. அதனால் ஏமாற்றமும் விரக்தியும். விவாதிப்பவர்கள் அவரிடம் பேசுவதில்லை. அவரைவிட முக்கியமானவர்களாக அவர்கள் கருதும் பொதுமக்களிடம் பேசுகிறார்கள். அவர் குறைபட்டுக்கொள்வதற்கும், செய்தித்தாள்களும் தொலைக்காட்சி யும் அவருக்கு ஆர்வமூட்டாததற்கும் இதுதான் காரணமா? எலியாஸ் ருக்லா இயல்பாகவே சமூகப் பிரக்ஞையுள்ள மனிதர் என்பதால் அவரது தினசரி மனநிலையை இது வெகுவாகப் பாதித்தது. நாளிதழ்கள் சிறப்புச் செய்தி, பரபரப்புச் செய்தி, முக்கியச் செய்தி என்று வெளிடும் எதுவுமே அவரைக் கவர்வதாக இருப்பதில்லை. பதிலாக நேரெதிரான உணர்வு களையே உண்டாக்கி அச்செய்திகள் முழுக்கவும் தேவையற்ற சம்பந்தமற்ற, மிகவும் அபத்தமான செய்திகளாக அவருக்குத் தோன்றவைக்கின்றன. தினசரி, மாதக்கணக்காக, வருடக் கணக்காக இதே ரீதியில் தொடர்வது அவரைப் பெரிதும் விரக்திக்குள்ளாக்கியிருந்தது. அவரை மேலும் நோகவைப்பதாக, அவர் முக்கியமாகக் கருதும் செய்திகள் அந்நாளிதழ்களில் ஒன்றும் இருக்கவே இருக்காது, அல்லது அதைவிட மோசமாக, ஏதோவொரு மூலையில் குட்டிச் செய்தியாக ஒளித்துவைக்கப் பட்டிருக்கும். இதுதான் அவரைக் காலாவதியான, முதுமைத் தளர்ச்சியில் முடங்கிக் கிடக்கும் பயனற்ற ஜீவனாக உணர வைக்கிறது. தான் வாழும் காலத்தோடு ஒட்டி உறவாடாதிருப்ப வராக ஒருவர் உணரத் தொடங்கினால் அது தருகின்ற வெறுப்பும் கோபமும் துக்கமும் சாதாரணமானதல்ல. நாளிதழ்கள் பிரதானமாக வெளியிட்டிருக்கும் பிரபலஸ்தர்களின் படங்களையும் அவர்கள் சமீபத்தில் புரிந்திருப்பதாகச் சொல்லப் படுகின்ற சாதனைகளையும் பார்க்கும்போது அவர்களுடைய புகழுக்கான காரணமோ, அவர்களுடைய சாதனைகளோ, எதுவும் அவருக்குக் கொஞ்சமும் முக்கியமானதாகத் தெரியவில்லை; அவர்களுடைய புகழ்பெற்ற சமீபகால நடவடிக்கைகள் மிகவும் அற்பத்தனமான காரியங்களாகவே அவருக்குத் தோன்றின. அவருக்கு முக்கியமாகப்படுகின்ற விஷயங்களைச் செய்தித்

தாள்களின் மூலைமுடுக்குகளில் தேடிக் கண்டுபிடிக்க வேண்டியதாக இருப்பது அவரை மேலும் எரிச்சலுக்குள் ளாக்கியது. நாளிதழ்களில் காணப்படும் அதிகாரப்படிநிலை! அவரை அதிகமும் கோபப்படுத்துவது அதுதான். இந்தப் படிநிலைதான் சமூகத்தில் அனைத்தையும் தீர்மானிக்கும் சக்தியாகத் திகழ்கிறது. எல்லாவற்றையும் அறுதியிடுவதும் அதுதான். அவர் உயர்வெனக் கருதும் அனைத்தையும் அது தான் தரமிழக்க வைத்திருக்கிறது. ஒவ்வொரு தினத்திலிருந்தும் அவரை வெற்றிகரமாக வெளியேற்றி வருகிறது. நாளிதழ்களும் தொலைக்காட்சிகளும் அவருக்கெதிராக முடிவேயின்றித் தினசரி நடத்தி வரும் போரில், அவரைத் தொடர்ந்து தோல்வி யடைய வைத்துக்கொண்டிருக்கிறது. அவரது தோல்வியை வெளிப்படையாக ஒப்புக்கொள்ளவும் வைக்கிறது. 'உனக்கு இதெல்லாம் தேவையா!' என்று சிலசமயங்களில் அவருக்குள் புலம்பிக்கொள்வார். 'போதும், என்னை விட்டுவிடுங்களேன்!' என்று மானசீகமாகக் கெஞ்சுவார். அவருக்கே நன்றாகத் தெரியும், நாளிதழ்களையும் தொலைக்காட்சியையும் பார்ப்பது அவரவர் தேர்வு. விருப்பமில்லாவிட்டால் பார்க்கக்கூடாது. அவ்வளவுதான். ஆனால் அது அவ்வளவு எளிதான விஷயமும் அல்ல. சமூக அக்கறைகொண்ட மனிதராக அவர் வெளி உலகோடு தொடர்பில் இருந்தேயாக வேண்டும். செய்தித் தாள்கள், தொலைக்காட்சி வழியே வரும் விஷயங்களில் அக்கறை எடுத்துக்கொள்ள வேண்டும், அவற்றில் ஆர்வத்துடன் பங்கெடுத்துக்கொள்ள வேண்டும், சமூகத்துடன் தானும் உரையாட வேண்டும். ஆனால் அவையெல்லாம் அவருக்கு இயலாத காரியங்கள். ஏவா படுக்கச் சென்றுவிட்ட பிறகு அந்த ஜாகோப் ஆல்ஸ் வீட்டில் கூடத்தில் தனியாக நடைபழகிக் கொண்டிருக்கிறார். தனக்குத்தானே பேசிக்கொள்கிறார்: ஒரேயொரு உதாரணம் சொல்கிறேன். 1970இல் ஃபின்லாந்தில் இலக்கிய கருத்தரங்கம் ஒன்றில் கலந்துகொண்டேன். அப்போது பென்டி ஸாரிகோஸ்கியின் எழுத்துக்கள் அறிமுக மாகின. பிற்பாடு அவர் எழுத்துக்களில் தீவிர ஆர்வம் ஏற்பட்டது. அவரை நான் மட்டும் மிக உயர்வாக நினைத்துக்கொண் டிருக்கவில்லை, ஸ்காண்டிநேவியாவின் மகத்தான சமகால எழுத்தாளர்களில் அவரும் ஒருவர் என்று பொதுவான அங்கீகாரமே அவருக்குக் கிடைத்திருந்தது. ஆனால் பென்டி ஸாரிகோஸ்கி தனது நாற்பதுகளின் ஆரம்பத்தில் துரதிருஷ்ட வசமாக இறந்துவிட்டபோது, நார்வே நாட்டுச் செய்தித்தாள் களில் அதைப்பற்றி ஒரு வார்த்தை வெளியாகவில்லை. இந்த விஷயமே ஆறுமாதங்கள் கழித்து யாரோ பேசிக்கொண்டிருந்த போதுதான் எனக்கே தெரியவந்தது. ஆனால் இதற்குச் சில

நாட்கள் கழித்து ஸ்வீடன் நாட்டுத் தொலைக்காட்சிக் கலைஞர் ஒருவர் இறந்தபோது எல்லா நார்வே நாட்டு நாளிதழ்களிலும் முதல் பக்கங்களில் விரிவான செய்தியாக வெளிவந்தது. அதே போன்று நார்வே நாட்டு செய்தியாளர் ஒருவர் இறந்தபோதும் நடந்தது. அதைத் தேசிய துக்கதினமாகவே செய்தித்தாள்கள் அனுஷ்டித்தன. மரணத்தைப் பற்றிப் பேசும்போதுகூட விவேகத்தோடு, சற்று அடக்கத்தோடு நடந்துகொள்ளக் கூடாதா? ஒவ்வொரு மனிதனும் கேட்க நினைக்கும் ஒன்றிரண்டு கேள்விகளை, இந்த ஆர்ப்பாட்ட மரண நிகழ்ச்சியை ஆரம்பிப்பதற்கு முன் கேட்டுக்கொள்ள மாட்டீர்களா? எலியாஸ் ருக்லா அன்றைய மாலைநேர அவஸ்தையோடு இந்தக் கேள்விகளையும் தனக்குள் சேர்த்துக்கொண்டார். இரவு வேகமாகக் கவிந்துகொண்டிருக்க, அவர் சிந்தனை இதே விஷயத்தைச் சுற்றிச் சுழன்றுகொண்டிருந்தது. தொலைக்காட்சி செய்தியாளர் இறந்துபோவது ஒரு தனிப்பட்ட நிகழ்வு. அந்தப் பெண்ணின் மரணம் அவளுடைய குடும்பத்தாருக்குச் சோகம். அந்த துக்கத்தை அவர்கள் தனியாக அனுபவிக்க அனுமதித்து விட்டு மற்றவர்கள் விலகி நிற்க வேண்டும். அந்தப் பெண்ணின் மரணம் பொதுமக்களுக்கான செய்தி அல்ல. தனிப்பட்ட மரணத்தை தேசிய துக்கமாக மாற்றிவிடுகிற காரியத்தை எல்லா செய்தியாளர்களும், எல்லா தொலைக்காட்சிகளும் கூச்சமில்லாமல் செய்துவிடுகின்றன. மற்ற மனிதர்களின் மதிப்பீடுகள் எதுவும் முக்கியமல்ல அவர்களுக்கு. தனிப்பட்ட எல்லைகளைத் தாண்டி தேசிய அளவில் முக்கியத்துவம் பெற்றுவிடுகிறது அவளுடைய மரணம். செய்தித்தாள்களின் கூற்றுப்படி மொத்த தேசமும் அவளுக்காக அழுகிறது. இது எனக்கு வாந்தி வரவழைக்கிறது என்று நினைத்தார் எலியாஸ் ருக்லா. இது எப்படி நடந்திருக்கும்? உண்மையில் என்ன நடந்தது? என்ன தான் நடக்கிறது? என்ன நடக்கிறது என்று எனக்கு நன்றாகவே தெரியும் என்று தன் எண்ணங்களில் குறுக்கிட்டுக் கொண்டார் எலியாஸ் ருக்லா. ஹொக்சுண்டை நினைத்துப்பார். ஹொக்சுண்டில் இருக்கும் எத்தனை பேருக்கு பெண்டி ஸாரிகோஸ்கி தனது நாற்பதுகளின் ஆரம்பத்திலேயே இறந்து போனார் என்பது தெரியும்? இருபது பேருக்கு? ஹொக்சுண்டில் இருக்கும் எத்தனை பேருக்கு அந்தத் தொலைக்காட்சிச் செய்தியாளரைத் தெரிந்திருக்கும்? அதிலும் அவள் சில நாட்களாக நோய்வாய்ப்பட்டிருந்தாள் என்பது எத்தனை பேருக்குத் தெரிந்திருக்கும்? நான்காயிரம்? ஐயாயிரம்? பதில் பட்டவர்த்தமானதுதான். ஆனால் கேள்வி? ஆதாரமான கேள்வி. அந்த ஆதாரமான கேள்வி எழுப்பப்படாததால், இந்த சகித்துக் கொள்ள முடியாத பதில் பட்டவர்த்தனமாக, தவிர்க்க

வியலாததாக இருக்கிறது. இப்படித்தான் நடக்கிறது என்று வாய்விட்டு உரக்கவே சொல்லிவிட்டார். ஆதாரமான கேள்வியை ஏன் இப்போதெல்லாம் எழுப்பவே முடிவதில்லை? ஓ, என்னால் இதற்குப் பதிலளிக்க முடியாது, ஏனென்றால் எல்லோருக்கும் தெரியும். நான் அதைச் சொல்லித்தான் தீர வேண்டுமா? முடியாது முடியவே முடியாது என்று பிடிவாதமாக மறுத்துக் கொண்டார். அதற்குப் பதிலாக தனது சொந்த வாழ்க்கையைப் பற்றியும் அவரது பணியைப் பற்றியும் யோசிக்கத் தலைப் பட்டார். இந்த சமுதாயத்துக்குத் தான் விசுவாசமாக இருப்பதை யாராவது ஒருவர் நிரூபிப்பதாக இருந்தால் அது அவராகத்தான் இருக்க முடியும். நார்வேஜிய இளைஞர்களுக்குப் பாடம் கற்பிப்பதற்காகத் தன் வாழ்வின் ஏழு வருடங்களை அதற்குப் பயிற்சி எடுப்பதில் செலவழித்தவர் அவர். அடுத்ததாகக் கிட்டத்தட்ட இருபத்தைந்து வருடங்களாக தேசத்தின் வருங்கால தலைமுறையினருக்கு சுயஅறிவாற்றலையும் ஆதார விழுமியங்களையும் தினமும் பயிற்றுவிக்கும் கடமையைச் செய்து கொடுக்கிறார். இவையெல்லாவற்றையும் சுயவிருப்பத்துடன், வெளிப்படையாகச் செய்து வருகிறார்; ஆம், இது அவராகத் தேர்ந்தெடுத்து மேற்கொண்ட முடிவு. அவர் வழக்கறிஞராக, பொறியியலாளராக, பொருளியலாளராக, மருத்துவராக, மற்றும் இன்னபிற கவர்ச்சிகரமான தொழிலைத் தேர்ந்தெடுத் திருக்க முடியும். ஆனால் அவர் தத்துவம் படிக்கத் தீர்மானித்தது கல்வியியலாளராக வேண்டுமென்பதற்காக. நாட்டின் மிகச் சிறந்த ஆசிரியர்களில் ஒருவராக வேண்டுமென்ற குறிக்கோள். சமுதாயம் முன்னேறுவதற்கு அதன் அடித்தளத்தை வலுவாக்க வேண்டும், அதன்மீதுதான் எதிர்காலக் கட்டுமானங்களை எழுப்ப முடியும் என்று தீர்மானமாக அவர் நம்பியதன் விளைவு அது. இந்த முடிவை எடுப்பதற்காக அவர் அதிகம் யோசிக்கவில்லை. அவருக்கு இயல்பாகவே கிளைந்தெழுந்த உணர்வுதான் அது. இருபத்தைந்து வருடங்களாக இக்கடமையை சாதாரண முதுநிலை ஆசிரியராக, மிகக் குறைவான ஊதியத்தைப் பெற்றுக்கொண்டு நிறைவேற்றி வந்திருக்கிறார். சொல்லப்போனால் பற்றாக்குறை வாழ்க்கைதான். வருகின்ற மாதாந்திர ஊதியக் காசோலையைவிட செலவுப்பட்டியல் தொகை எப்போதும் கூடுதலாகவே இருந்துவந்திருக்கிறது. ஆனால் இப்படித்தான் ஆசிரியரின் பொருளாதாரம் இருக்கும் என்று முதலிலேயே தெரியுமென்பதால் வழக்கறிஞராகவோ வளம்கொழிக்கும் இதர துறைப் பணியாளராகவோச் செல்லாததற்கு அவர் எப்போதும் வருத்தப்பட்டதில்லை. அவரது அந்தத் தேர்வுக்கு அடிப்படையாக அமைந்தது ஒரு மெய்க்கோள். மேல்நிலைப் பள்ளியில் ஆசிரியராகப் பணிபுரியும்

நாட்கள் ஓர் உள்ளார்ந்த திருப்தியைத் தரும்; அந்தத் திருப்தி அவருக்குள் அகவொளியை ஏற்றி, அவரது புறத்தோற்றத்தின் பொலிவின்மையை முக்கியமற்றதாக்கிவிடும் என்ற மெய்க்கோள்தான் அது. இந்த நம்பிக்கைக்குக் காரணமான நார்வேஜிய சமூகமும் அதன் அடிப்படை அமைப்பும் மனித நேயமிக்கதாகவும் அழகானதாகவும் அவருக்குத் தோன்றும். ஆச்சரியகரமாக இந்த நம்பிக்கை அவரது மாணவப்பருமான 1960களின் பல இளம் மாணவர்களிடமும் இருந்தது. அந்த தசாப்தத்திற்கு முந்திய, மற்றும் அதற்கடுத்த தசாப்தங்களில்கூட இருந்திருக்கிறது. இந்த மனமார்ந்த நம்பிக்கை நமது தேசத்தின் சரித்திர வழியெங்கும் திறமைமிக்க இளைஞர்களிடம் இருந்திருக்கிறது என்று திடீரென்று தோன்றியதும் அவருக்கு ஆச்சரியம் மேலிட்டது. இதுவரை இப்படி அவருக்குத் தோன்றியதேயில்லை. இந்தக் காரணத்தினாலேயே, நாளிதழ்களும் தொலைக்காட்சியும் அவரையும் அவரைப் போன்றவர்களையும் பொருட்படுத்துவதில்லை என்பதில் அவர் ஆழமாகப் புண்பட்டிருந்தார். இது ஏதோ, பொது கருத்தாக்கங்களை வடிவமைப்பவர்கள் இப்போதெல்லாம் அவரைப் பற்றி அக்கறை எடுத்துக்கொள்வதில்லை என்பது போல இருக்கிறது. அவர் அங்கே இல்லாததைப்போல அவரைத் தாண்டி வேறெங்கோ பார்க்கிறார்கள். அதில் அவர்களுக்கு ஏதோ விசேஷமான சந்தோஷம் இருப்பதைப் போலிருக்கிறது. அவர்களுக்கு அவர் ஒன்றுமில்லாதவராக ஆகி விட்டார். எலியாஸ் ருக்லாவை வெகுவாகக் காயப்படுத்தியது இதுதான். 'டாமிட்' என்று தனக்குள் சீறிக்கொண்டார். நான் ஒரு சாதாரண, சமூகப் பிரக்ஞை உள்ள மனிதன். நல்ல கல்வித்தகுதி யும் விவேகமும் கொண்டவன். விரிவாகவும் ஆழமாகவும் படித்திருப்பவனும்கூட. அவ்வாறிருக்கையில் இன்றைய முக்கியஸ்தர்களுக்கு நான் ஏன் ஒரு பொருட்டாக இல்லாமற் போனேன்? என்னிடம் நெருங்கிவந்து அவர்களால் வணங்கக் கூட முடியவில்லை. எலியாஸ் ருக்லா புழுங்கினார். எளிமையாகச் சொல்லப்போனால், நாளிதழ்கள் அவரது தற்பெருமையைச் சிதைத்துவிட்டது எனலாம். ஏனென்றால், அவற்றைப் படிக்கும் போதுதான் அவ்வளவு திறமைகள் இருந்தும் அவ்வளவு வாய்ப்புகள் இருந்தும் தான் எதற்காக மேல்நிலைப் பள்ளி ஆசிரியராக ஆனோம் என்று அவருக்குத் தோன்றும். இன்றாக இருந்திருந்தால் ஒருபோதும் நடந்திருக்காது என்று நினைத்துக் கொண்டார். இதையேதான் சென்ற வருடம் வளர்ப்பு மகள் காமிலாவிடமும் சொன்னார். மேல்நிலைப் பள்ளி ஆசிரியராக மட்டும் ஒருபோதும் ஆகிவிடாதே என்றார். பள்ளிக்கூடத்துக்குள் அடைந்துவிடாதே. வேறு எந்த வேலையும் கிடைக்காவிட்டால்,

வேறு எந்த வேலைக்கும் போகப் பிடிக்காவிட்டால் வேறு வழியில்லாமல் ஆசிரியராகச் சேர்ந்துகொள். உண்மையாகவே சொல்கிறேன், விளையாட்டாக இல்லை என்று சொன்னார். இதெல்லாம் அவள் வீட்டைவிட்டுச் செல்வதற்கு முன். தோற்கடிக்கப்பட்டவராக உணர்ந்தார் அவர். கொள்கையாக அவர் நினைத்திருந்த எல்லாமே தினசரிப் பொதுப்புழக்கத்தி லிருந்து நீக்கப்பட்டுவிட்டன. ஒவ்வோர் இரவும், ஏவா படுக்கச் சென்ற பிறகு அந்த ஜாகோப் ஆல்ஸ் வீதி குடியிருப்பின் கூடத்தில், இதைப் பற்றிச் சிந்தித்தபடியே நடை பழகுவார். பியருடன் சேர்த்து அக்வாவிட் கொஞ்சம் அருந்துவார். அதிகமாகிவிடக்கூடாது என்று கவனமாக இருப்பார். இல்லா விட்டால் மறுநாள் பள்ளியில் ஹாங்ஓவர் தலையை அழுத்தும். சிலமுறை அது அதிகமாகவே ஆகியிருக்கிறது. தெளியும்போது மிகச் சோர்வாக உணர்வார். இவ்வளவு மோசமாகவா எல்லாமே ஆகிவிட்டிருக்கும்! இப்படியான விரக்தி எண்ணங்கள் தோன்றிய வுடனே சில சமயங்களில் சீற்றமும் அதிகரித்துவிடும். அவர் வாயிலிருந்து எந்தச் சொல்லும் வெளிவராது. அதுதான் கொடுமை. எல்லாமே உள்ளுக்குள் மட்டும்தான். ஒரு சகாப்தம் முடிவுக்கு வந்துவிட்டது. அவர் தனக்குள்ளே பேசிக்கொண்டு உட்கார்ந்திருக்கிறார். சகாப்தம் முடிவுக்கு வந்துவிட்டதென்றால் அதனோடு சேர்ந்து எலியாஸ் ருக்லா என்ற சமுதாயப் பிரக்ஞை கொண்ட கல்விமானும் சேர்ந்து முடிவுக்கு வந்துவிட்டதாகத் தான் பொருள். புதிதாக வந்திருக்கும் யுகத்துக்குப் பயிற்றுவிப்பாளராக இருப்பதற்கு அவருக்கு அதிக விருப்பமும் இல்லை, அதற்கான தகுதியும் தனக்கு இருப்பதாக நினைக்க வில்லை. எவ்வளவு எளிமையாக இதை விளக்கிவிட முடிகிறது என்று வியந்தார். அவ்வளவுதான், ஆம். அடச்சே! சரிவு! எல்லாப் பக்கங்களிலும் வீழ்ச்சி! திரும்பிப்பார். டாமிட்! இதைப் பற்றி மேலும் பேசக்கூட முடியாது. கடைசியாக எப்போது யாராவது ஒருவருடன் நீ உரையாடியிருக்கிறாய்? சில கணங்கள் யோசித்தார். பல வருடங்களாகி விட்டிருக்கும். உனக்கு முக்கியமானவையாக இருப்பது எவையென்பதைக் கண்டுபிடிக்க, வர்த்தக ஆதாயங்கள் என்ற சிக்கலான வழிக்குள் நுழைந்து பார்க்க வேண்டியிருக்கிறது. உனக்கு எல்லாமே அபத்தமானதாக, அற்பமானதாகத் தெரியலாம். ஆனால் இந்தக் கந்தரகோளத்தைத்தான் அவர்கள் ஜனநாயகம் என்கிறார்கள். இதைக் கந்தரகோளம் என்று நான் சொன்னால் அவர்கள் என்னிடம் வந்து நான் மக்களை இழிவாகக் கருதுவதாகவும் என் எண்ணங்களில் வெறுப்பு மண்டியிருப்பதாகவும் சொல்கிறார்கள். ஒருவேளை அவர்கள் சொல்வது சரியாகக் கூட இருக்கலாம் என்று அவருக்குத் தோன்றியது. ஓ, எலியாஸ்,

இதை நிறுத்தப்போகிறாயா இல்லையா? நீ இப்போது குடித்திருக்கிறாய். அவர் கடுமையாகத் தனக்குத் தானே சொல்லிக்கொண்டார். தன்னைச் சோதித்துக்கொள்வதற்காக உரக்கவும் சொல்லிப் பார்த்துக்கொண்டார். ஆம், அவரது பிரத்தியேகமான மூக்கியல் தொனி இருப்பது ஆறுதல் அளித்தது. இன்னொரு முறையும் சொல்லிப் பார்த்துக்கொண்டார். இதைப் போன்ற எண்ணங்கள் அவ்வப்போது அவரை வந்து தாக்கும். பின் மாலை நேரங்களில், நள்ளிரவைத் தாண்டி. அப்போ தெல்லாம் கடுமையாகச் சோர்வடைந்துவிடுவார். மனதளவில் அவர் ஒரு ஜனநாயகவாதியாக இல்லை என்பதை இது காட்டுகிறதா! அப்படியானால் அடுத்த கட்டம் என்னவாக இருக்கும்! அவர் தோற்கடிக்கப்பட்டுவிட்டார் என்பதால்தான் இப்படித் தோன்றுகிறதா! அவரது சமுதாய அவஸ்தைகளுக்குக் கலாச்சாரமும் வாழ்க்கையும்கூட ஜனநாயகப்படுத்தப் பட்டிருப்பதுதான் காரணமா? இவர் அதற்கு எதிராக இருக்கிறார்! அது அவரை எதிர்க்க வைக்கிறது! அப்படியானால், ஜனநாயக வெளிப்பாடுகள் அவரிடம் எதிர்ப்பைத் தூண்டு கின்றனவென்றால், அவர் ஏன் ஜனநாயக ஆதரவாளராக இருக்க வேண்டும்? எலியாஸ், நீ குடித்திருக்கிறாய் என்று அவர் தனக்குள் குரல் எழும்புவதைக் கேட்டார். படுக்கச் செல். இரவு அதிக நேரமாகிவிட்டது. ஆனால் அவர் படுக்கச் செல்லவில்லை. ஆழ்ந்த சிந்தனையில் தொடர்ந்தார். தோற்கடிக்கப்பட்டு, கிட்டத்தட்ட அழித்தொழிக்கப்பட்ட சிறுபான்மையினருக்கு, தம்மை வென்றவர்களையும், தனது இனத்தையே நிர்மூலமாக்கிய அவர்களது பயங்கர ஆயுதங்களையும் புகழ்ந்து பேசுவதென்பது எப்போதுமே இயலாத காரியம்தானே என்று நினைத்து, தன்னைச் சமாதானப்படுத்திக்கொள்ள முயன்றார். என்ன இருந்தாலும் அதுதான் மக்களின் குரல். தம்மை வெளிப்படுத்திக் கொள்ளும் உரிமை. அதுதான் அவரைத் தோற்கடித்திருக்கிறது. தன்னை ஜனநாயக எதிர்ப்பாளன் என்று சொல்ல முடியவே முடியாது என்று பிடிவாதமாகச் சொல்லிக்கொண்டார். அதை என்னால் தாங்கிக்கொள்ள முடியாது. ஆகவே சோர்வாக இருக்கும்போது, எனக்கு ஒத்திசைவாக இல்லாவிட்டாலும் இப்படித்தான் சொல்லியாக வேண்டும்: ஜனநாயகத்தில் உனக்கு நம்பிக்கை இருப்பதாகக் காட்ட விரும்பினால், நீ சிறுபான்மையைச் சேர்ந்தவனாக இருந்தாலும் அதை அறிவார்த்தமாக வெளிப்படுத்தியாக வேண்டும். நீ நம்பிக்கை கொண்டிருக்கும் எல்லாவற்றையும் ஜனநாயகத்தின் பெயரால் பெரும்பான்மையினர் நொறுக்கித் தள்ளிக்கொண்டிருப்பதை உன் உள்மனது அறிந்திருந்தாலும், உன் நம்பிக்கையை இழக்கக் கூடாது. நீ உயிருடன் இருப்பதற்கும், இவையெல்லாவற்றையும்

பொறுத்துக்கொண்டு வாழ்வதற்குமான பலத்தைத் தருவது அதுதான். உன் வாழ்க்கைக்கு ஒருவகையான அர்த்தத்தைத் தருவதும், தற்செயலாக உனக்கு மேம்பட்ட ஸ்திதியை வழங்கக் கூடியதும் அதுவாகத்தான் இருக்கும் என்று சொல்லலாம். ஜனநாயகத்திற்கு கட்டியம் கூறுபவர்கள் தினம்தினமும் அவர்தம் கோரமான வெற்றிப் பிரதாபங்களைப் பெருமை பொங்கக் கர்ஜித்துக்கொண்டிருப்பது என்னை அவஸ்தைக் குள்ளாக்குவதைப் போலவே உன்னையும் துன்புறுத்தலாம், ஆனால் அதை நீ சகித்துக்கொள்ளத்தான் வேண்டும். என்னைப் பற்றி வேறு எதுவும் சொல்லப்படுவதை அனுமதிக்க மாட்டேன் என்று நினைத்துக்கொண்டார். அங்கேயே மௌனமாக, சிந்தனையில் ஆழ்ந்தபடி வெற்றுப்பார்வையுடன் வெகுநேரம் அமர்ந்திருந்தார். இது உண்மையில் மிகமிகக் கொடுமை என்ற படியே எழுந்து படுக்கையறை நோக்கிச் சென்றார். நான் மனம் விட்டுப் பேசுவதற்கென்று ஒருவரும் இங்கு இல்லை என்று பெருமூச்செறிந்தார். ஏவா? இல்லை, நான் சொல்ல நினைத்தது அது இல்லை.

அவர் மனதில் இருந்தது மற்றொரு விதமான உரையாடல். தொடர் உரையாடல். அதுதான் எலியாஸ் ருக்லாவுக்கு எப்போதுமே மிகவும் முக்கியமானது. அத்தகைய உறவு சிலருக்கு அவர்களுடைய மனைவியுடனோ, அல்லது அவர்களுடைய வாழ்க்கையில் இடம்பெறும் ஒரு பெண்ணுடனோ சாத்தியப் படும். அவளோடு தொடர் உரையாடல் அவர்களுக்கு நிகழும். ஆனால் எலியாஸ் ருக்லாவுக்கு அது எப்போதுமே இயல்பாக நேரிட்டதில்லை. மனைவியாக இருக்கும் அவளோடு அவருக்கு இருக்கும் தொடர்பு முற்றிலும் வேறுபட்டதாக இருந்தது. எலியாஸ் ருக்லா எதிர்பார்த்த அந்தத் தொடர் உரையாடல் பொருந்திப் போகவே இல்லை. யோசித்துப் பார்க்கும்போது அவருக்குத் தெரிந்த தம்பதிகள் எல்லோருமே அவரும் ஏவாவும் போலத்தான் இருக்கிறார்கள் என்று புரிந்தது. அவர்கள் இருவரும் எப்படி நடந்துகொள்கிறார்களோ, அப்படியேதான் மற்றவர்களும் நடந்துகொள்கிறார்கள் என்றால் அவர் இதை மிகவும் மேலோட்டமாகப் பார்த்து முடிவெடுக்கிறார் என்று தான் பொருள். எலியாஸ் ருக்லாவைப் பொறுத்தவரை உரையாடல் என்பது துடிப்பும் கிளர்ச்சியுமூட்டக் கூடிய தாகவே தோன்றும். உரையாடலில், அல்லது விவாதத்தில் இடம்பெறுவதைவிடச் சில விஷயங்கள் அவரை அதிகமும் தூண்டியெழுப்புவது நடக்கும். உரையாடலின்போதோ, அல்லது வீட்டுக்கு வந்தபிறகு மற்றவர்கள் சொன்னதை, விவாதத்தை நீட்டிப்பதற்காகப் பேசப்பட்ட விஷயங்களை, இவரே பேசிய விஷயங்களை அசைபோடும்போதோ அது நிகழும். அவை

உண்மையில் பேசப்பட்டபோது முக்கியமானதாகத் தோன்றி யிருக்காது. தன்னுடைய வார்த்தைகளையே இப்படி மெருகேற்றிக் கொண்டு பிற்பாடு நினைத்துப் பார்ப்பதெல்லாம் வளமான வாழ்க்கையின் ஒரு பகுதிதான் என்று எலியாஸ் ருக்லா நினைத்துக்கொண்டார். இப்படி நினைத்துக்கொள்வதும் சுகமாகத்தான் இருந்தது. ஆனால் இதில் உரையாடல் என்பதே துடிப்பும் உற்சாகமும் கொண்டதாக இருக்க வேண்டுமென்பது தான் பிரதானமான அம்சம். இது பின்னிரவு வேளையில் இரு நண்பர்களிடையே நடக்கும் உரையாடலாகவோ, அல்லது ஒரு மேஜையைச் சுற்றி பலர் உட்கார்ந்துகொண்டு, சிலர் மட்டும் விவாதத்தில் ஆதிக்கம் செலுத்திக்கொண்டிருக்க, எலியாஸ் ருக்லாவைப் போன்ற மற்றவர்கள் ஆர்வமாகக் கேட்டுக் கொண்டிருந்தாலும் எதுவும் பேசாமல் வேடிக்கை பார்த்துக் கொண்டிருக்கும் உரையாடலாகவோகூட இருக்கலாம். இரவு முழுக்க ஒரு வார்த்தைகூட பேசாமல் கவனமாகக் கேட்ட படியும், விவாதத்தில் ஆதிக்கம் செலுத்தி வருபவர்களின் அடுத்த வாதத்தை ஆர்வத்தோடு எதிர்பார்த்தபடியும், அவர்கள் உதிர்க்கும் சொற்களை உங்களுக்குள் திருப்பி உச்சரித்துப் பார்த்து, அவற்றை மதிப்பீடு செய்துகொண்டும், 'உம்' கொட்டிக் கொண்டும் இருந்தாலும்கூட நீங்கள் விவாதத்தில் கலந்து கொண்டிருப்பதாகத்தான் பொருளாகும். கடைசியாக யார் பேசினாரோ, அவர் சொன்னதுதான் சரியென்று உங்களுக்குத் தோன்றுவதற்காக உங்கள்மீது தாழ்வுணர்ச்சி வந்துவிடக் கூடாது. அடுத்த நபர் உங்கள் கருத்தைத் தனது வாதத்தால் மாற்றிவிடக்கூடும். அவர் கலந்துகொண்ட பல விவாதங்கள் எலியாஸ் ருக்லாவுக்கு நினைவில் வந்தன. இது அவருக்கு அவ்வப்போது நேர்ந்திருக்கிறது. விவாதத்தின் நடுவில் திடீரென தெளிவான, அல்லது தெளிவான வடிவத்தை வந்தடையக் கூடிய சாத்தியத்தோடு ஓர் அபிப்பிராயம் தோன்றும். உடனே அதை வெளிப்படுத்திவிட வேண்டுமெனத் துடிப்பார். அதே நேரத்தில் அக்கருத்தை ஒரு வாக்கியமாக, அல்லது குறிப்பீடாக மாற்றி வெளிப்படுத்தும்போது அபத்தமாக உருமாறிவிடுமென்ற பயமும் தோன்றும். அதுபோல பலமுறை நிகழ்ந்திருக்கிறது. மீண்டும் நிகழ்ந்துவிடலாம் என்ற பயம். இதைப் பற்றி எலியாஸ் ருக்லா ஒரு தீர்மானத்துக்கு வந்து வாயைத் திறப்பதற்குள் விவாதம் திசைமாறி வேறு விஷயங்களுக்குச் சென்று விட்டிருக்கும். அந்நேரத்தில் வலிந்து குறுக்கிட்டுச் சொன்னால் அசந்தர்ப்பமாகப் பேசுகிறார் என்று நினைப்பார்கள். வீட்டுக்குச் செல்லும் வழியில், அல்லது வீட்டை அடைந்த பிறகு எலியாஸ் ருக்லாவுக்கு ஞானம் உதிக்கும்: களமிறங்குவதில் முக்கியம் சரியான நேரத்தைத் தேர்ந்தெடுப்பதுதான். விவாத இரவு

நேரங்கள்தான் எவ்வளவு இனிமையானவை! எத்தனை இரவுகள் அதுபோலக் கழிந்திருக்கின்றன! எப்போதும் மனதில் ஒளிர்ந்துகொண்டிருக்கும் ஞாபகங்கள். சுதந்திரம் அளிக்கின்ற சலுகைகளில் ஒன்று இவற்றில் பங்கெடுத்துக்கொள்ள அனுமதிக்கப்படுவது. ஆனால் இப்போதெல்லாம் எலியாஸ் ருக்லா இத்தகைய உரையாடல்களில் ஈடுபடுவதில்லை. தனியாக நண்பருடனோ, அல்லது நண்பர்கள் குழுவிடமோ, கலந்து பேசுவது என்பதே அரிதாகிவிட்டது. அவரிடம் சொல்வதற்கு எதுவும் இல்லை. அவரைச் சுற்றியுள்ள நண்பர் வட்டத்தில், சமூகத் தளத்திலுள்ள யாரிடமும் அவருடன் உரையாடுவதற் கான சரக்கு இருப்பதாக அவர் நினைக்கவில்லை. உரையாடலை ஆழமான தளத்துக்கு வளர்த்துச் செல்ல இப்போதெல்லாம் யாருக்கும் ஆர்வம் கிடையாது. தனிப்பட்ட விஷயங்களையோ சமுதாயப் பிரச்சனைகளையோ ஆழமாக விவாதித்து, ஒரு தற்காலிக துலக்கத்தையாவது காட்டும் கூட்டுவிவாத முடிவை நோக்கித் தம்மைச் செலுத்திக்கொள்ளும் உண்மையான உரையாடல்களே இவர்களிடம் இல்லாது போயிருக்கிறது. எலியாஸ் ருக்லாவைப் பொறுத்தவரை, அவரால் இப்போ தெல்லாம் பேசமுடிவதில்லை. முன்னைப்போல ஓர் உரையாடலைத் தொடங்கிவைக்கும் சூட்சுமம் அவரை விட்டுப் போய்விட்டது. ஆனால் அதைப் போன்ற உரையாடல்களை இப்போது இழந்துவிட்டிருக்கும் ஏக்கம் மட்டும் அதிகமாக இருக்கிறது. அவரது பார்கபோர்க் மேல்நிலைப் பள்ளியின் ஆசிரியர் ஓய்வறையிலும், சில பொது இடங்களிலும், சிலமுறை அத்தகைய உரையாடல்களைத் தொடங்க முயன்றபோது, எக் காரணத்தாலோ அது 'செயற்கை'யாக இருக்குமென்று அவருக்குத் தோன்றியதால் தோல்வியில் முடிந்திருக்கிறது. 'வலிந்து உருவாக்கப்பட்டதாக' அது தெரிந்திருக்கும். எலியாஸ் ருக்லாவைப் போலவே மற்றவர்களுக்கும் 'செயற்கையாக', ஏன் 'பகட்டு ஆரவாரமாக'வும் தோன்றியிருக்கலாம். எனவே அவருடைய சமூக வட்டத்தில் அவர் எழுப்பியிருக்கக்கூடிய கருத்துகள் வெளிப்படாமலேயே புதைந்து போயின. நிஜத்தில் பார்க்கும்போது இது இப்படி ஆனது ஆச்சரியமாகவே இருக்கும். உதாரணத்திற்கு, அவரது பள்ளி ஆசிரியர்களின் ஓய்வறைச் சம்பவங்கள். எப்போதும் நாற்பது, ஐம்பது ஆசிரியர்கள் கூடியிருக்கும் இடம் அது. அறிவுத்துறைகளின் பிரதிநிதிகள். வரலாறு, மதம், தாவரவியல், உயிரியல், பிரெஞ்சு, ஜெர்மன், ஆங்கிலம், அமெரிக்க இலக்கியம், ஸ்காண்டிநேவிய மொழிகளோடு ஸ்பானிஷ், உடற்கூறியல், இயற்பியல், கணிதம், வேதியியல், கலை வரலாறு, பொருளியல், அரசியல் சரித்திரம், சமூகவியல், உடற்தகுதி மேம்பாட்டுக்காக தடகளப் பயிற்சித்

துறை, உணவியல் என்று பல துறைகள் அப்பள்ளியில் உண்டு. இத்துறைகளைச் சேர்ந்த ஆசிரியர்கள் தமக்கான துறையில் வல்லுநர்களாக இல்லாவிட்டாலும், அவர்களுக்கான துறையில் புதுக்கருத்துகளை எழுப்பக்கூடிய திறனற்றவர்களாக இருந்தாலும், தமக்கிடப்பட்ட பணியைச் சிறப்பாக நிறைவேற்றக் கூடியவர்கள். தமது துறையில் நிகழும் புதிய மாற்றங்களைப் புரிந்துகொள்ளும் அளவுக்குப் போதுமான அறிவுடையவர்கள். ஆனாலும் பரந்துபட்ட பார்வையில் அவர்களை அறுதியிடும் போது ஒவ்வொருவரின் உண்மையான திறன் பெரும் ஏமாற்ற மளிப்பதாகவே இருக்கும். அவர்களுடைய பயிற்றுவிப்பு எல்லைக் குட்பட்டு அவர்களிடம் இருக்கும் அறிவுத்திறனை வைத்து வருங்காலத் தலைமுறையைப் பயிற்றுவிக்கும் இப்பணியை நிர்வாகம் வழங்கியிருக்கிறது. இதில் எலியாஸ் ருக்லாவைப் பெரிதும் வியப்படைய வைப்பது என்னவென்றால், இந்த உயர் மட்டக் கலாச்சாரத் தளத்தில் இருக்கும் இவர்களுடைய மேம்போக்கான அறிவுத்திறனே அவர்களுடைய ஆளுமையில் இத்தகைய மாற்றத்தை எப்படி ஏற்படுத்த முடிந்திருக்கிறது என்பதுதான். ஆனால் இத்தகைய உயர்மட்டக் கலாச்சாரத் தளத்தில் அவர்கள் இருப்பதாக ஒப்புக்கொள்ளக்கூடாது என்று கட்டாயப் படுத்தப்பட்டவர்களைப் போலத்தான் அந்த ஆசிரியர்கள் இருப்பார்கள். தமக்கென்று ஓர் அபிப்பிராயத்தை வெளிப்படுத்தும்போது தம்மை அந்நியப்படுத்திக் காட்டிக் கொள்ளாமலிருக்கப் பயன்படுத்தப்படும் உபாயம் அது. அதற்குப் பதிலாக அவர்கள் பேசும்போது எப்போதுமே தம்மைக் கடன்பட்டிருக்கும் அடிமைகளாகவே காட்டிக்கொள்வார்கள். பேச்சின் மையமே அதுதான். ஒவ்வொரு நாளும் காலையில் அந்த பார்கபோர்க் மேல்நிலைப் பள்ளியின் ஆசிரியர் ஓய்வறையில் சாப்பாட்டுப் பொட்டலங்கள் சகிதம் கூடுகின்ற அந்த கடன்பட்ட அடிமைகளின் உரையாடல் எங்கெங்கோ சுற்றியலைந்துவிட்டு அவர்கள் சுமந்திருக்கும் கல்விக் கடன்களில் வந்து நிற்கும். மாதத் தவணை, ஆண்டுத் தவணை; வீட்டுக் கடன் அளவு, அதற்கான மாதத் தவணை, ஆண்டுத் தவணை; கார் கடனுக்கான விதிமுறைகள், அதற்கான மாதத் தவணை, ஆண்டுத் தவணை. அவர்களில் எல்லோருமே கடனாளிகள் என்று சொல்லிவிட முடியாது. பெரும்பாலும் இளம் ஆசிரியர்கள் தான் விதம்விதமாக கடன் வாங்கியிருப்பார்கள். எலியாஸ் ருக்லாவின் வயதொத்தவர்களும் அவரைவிட மூத்தவர்களும் முன்னாள் கடன்பட்ட அடிமைகள். அவர்களோடு ஆசிரியர் அறையில் இருக்கும்போது எப்போதுமே எலியாஸ் ருக்லா விடுதலை பெற்ற கடன் அடிமையாகத்தான் நடந்துகொள்வர். ஏதாவது பேசும்போதுகூட முகத்தை சிடுசிடுப்பாக வைத்துக்

கொள்வார். உதாரணத்துக்கு, இளம் வயது சகா ஒருவர் கல்விக் கடன் இப்போது எட்டு சதவீதத்துக்குக் குறைக்கப்பட்டிருப்ப தாகச் சொன்னால், பொருளாதார நெருக்கடி கடுமையாக இருந்த 1970ஆம் வருடத்திலேயே கல்விக் கடன் எட்டு சதவீதமாகத்தான் இருந்தது; கூடவோ குறையவோ இல்லை என்பார். மேலும் 1982இல் வட்டி விகிதம் 10 சதவீதத்துக்கு எகிறியபோது அவர் எந்தளவுக்குக் கடுமையாகப் பாதிக்கப் பட்டார் என்பதைச் சொல்வார். இந்நாள் கடன் அடிமைகளும் முன்னாள் கடன் அடிமைகளும் தத்தமது அனுபவங்களைப் பகிர்ந்துகொள்ளும் இடமாகத்தான் ஆசிரியர் ஓய்வறை அனுபவங்கள் இருந்தன. உணவு இடைவேளைகளில் இதுதான் வழக்கமான பேச்சாக இருக்கும். வெளியிடங்களில், விருந்துகளில், கூட்டங்களில் நவநாகரீக உடையணிந்து, ஸ்டார்ச் உபயத்தில் மொடமொடக்கும் விருந்து உடைகளில் வரும் மனைவிமார்க ளோடு எலியாஸ் ருக்லாவைச் சந்திக்கும்போதும், சக கடன் அடிமைகள் என்ற உரிமையில் இதே பேச்சைத்தான் எடுப்பார்கள். அதுதான் மிகக்கொடுமையான துரதிருஷ்டம். கடன்பட்டிருக்கும் அடிமைகள் நாங்கள் என்ற மானசீக அடையாள அட்டையைக் கழுத்தில் அணிந்திருக்கிறார்களோ என்று எலியாஸ் ருக்லாவுக்குச் சந்தேகம் வருவதுண்டு. இந்தச் சிக்கலான மனநிலை அவரால் புரிந்துகொள்ள முடியாததல்ல. ஒரு முதுநிலை ஆசிரியரின் ஊதியம் ஒன்றும் அவ்வளவு அதிகம் அல்ல, ஆனால் அவ்வளவு குறைவான ஊதியத்தில் காலம் தள்ளும் அவருடைய சகாக்கள் இன்னொரு முகத்தைக் காட்டிக் கொண்டிருப்பவர்களாக இருந்தார்கள். அவர்களுடைய வாழ்விலும், அவர்களுடைய விருப்பத் தேர்வுகளிலும் காணப்படும் 'செயற்கை'த் தன்மை வெளிப்பட்டுவிடக் கூடாதென்பதற்காக தமது உயர் கலாச்சாரத் தகுதியைச் சிரமப்பட்டு மறைத்துக்கொண்டிருப்பார்கள். அது தம்முடைய சுயமரியாதைக்காக மட்டுமல்ல, அவர்களைப் போலவே ஒரே தரத்தில் இருக்கும் மற்றவர்களுக்காகவும்தான். ஒரே உயர் மட்டக் கலாச்சாரத் தளத்தில் இருக்கும் இருவர் தம்மை கடன்பட்டுள்ள அடிமைகள் என அறிமுகப்படுத்திக்கொண்டு, அதையே தமது உரையாடலின் துவக்கப்புள்ளியாக மாற்றிய படி, அடிமைகளின் புகலிடமான ஆசிரியர் ஓய்வறையிலும் வெளியிடங்களிலும் பேசும்போது அவர்களுக்கு சமூக அக்கறை யுள்ள பிரஜைகளாக இருக்கிறோம் என்று ஆசுவாசப்படுத்திக் கொள்ள முடிகிறது. அவர்களுக்கிடையே பொதுவான அம்சமாக இருக்கும் விஷயங்கள் என பேசத் தொடங்கும்போது, தம்மை கடன் அடிமைகள் என்றுதான் அறிமுகப்படுத்திக்கொள்வார்கள். அவர்களுடைய கலாச்சாரத் தகுதிக்கு ஒரு நியாயமான பயம்

அவர்களை எப்போதும் பீடித்திருக்கும். பொதுவான சமூகப் பார்வையில் அவர்கள் 'செயற்கை'யானவர்களாக, 'இயல்புக்கு மாறானவர்'களாகத் தெரிகிறோமோவென்ற பயம். ஆனால் கடன் அடிமைகளாக அவர்களுக்கென்று ஒரு மெய்நிகர் இருப்பு சமூகத்தில் உண்டு. அந்த நிலையில் இருந்தபடி அவர்களுக்குத் தமக்காகவும் பிறருக்காகவும் உரையாடலாம் என்ற தகுதி இயல்பாகவே வந்துவிடுகிறது. கடனில் கட்டுண்டிருப்பவர்கள் ஒருவகையில் வெற்றி கண்டிராத தோல்வியாளர்கள்தான். ஆனால் இது அவர்களைச் சமூக வாழ்வில் ஒரு முழுமையான நவீன மனிதனாக அடையாளப்படுத்துகிறது. கடன் அடிமை என்ற அடிப்படையில் செய்தித்தாள்களிலும் தொலைக்காட்சி நிகழ்ச்சிகளிலும் தலைகாட்டலாம், உங்கள் கருத்துகளை அங்கு தெரிவிக்கலாம். இவையெல்லாம் இன்றைய மோஸ்தர்களை நிர்ணயம் செய்யும் தகுதி படைத்தவை. ஒரு கடனாளி அடிமைக்கு தனது மதிப்பீடுகளையும் கடப்பாடுகளையும் வாழ்க்கை குறித்த கண்ணோட்டத்தையும் அங்கே பகிர்ந்து கொள்வது அவ்வளவு சிரமமான காரியமாகவும் இருக்காது. எலியாஸ் ருக்லாவுக்கு சொல்ல எதுவும் இல்லாவிட்டாலும் அவரும் பேசவேண்டியிருந்தது. ஒன்றுமற்ற விஷயங்களைப் பேசுவார். மற்றவர்களைப் போலவே, அதில் விமரிசனமும் எள்ளலும் இருந்தாலும் சற்று விலகி நின்று வெற்றாகப் பேசுவது தான் அவரது வழக்கம். எலியாஸ் ருக்லாவுக்கு மிலன் குந்தேராவின் '*The Unbearable Lightness of Being*' ஞாபகத்துக்கு வந்தது. அவருக்கு அது பெரும் ஏமாற்றம். புத்தகத்தால் அல்ல. அது ஓர் அற்புதமான புத்தகம். அதன் தலைப்பால். அது தவறான தலைப்பு. அந்த நாவலே 'வாழ்வின் தாங்கொணா மென்மை' பற்றியதாக அல்லாமல், வேறு எதைப் பற்றியதாகவோ இருக்கிறது. வாழ்தலின் தாளமுடியாத மென்மை என்பது மானுட வாழ்வின் இருத்தலியல் தொடர்பான நிலையல்ல. இருபதாம் நூற்றாண்டின் பின்பாதியில் மேற்குலகின் சில குறிப்பிட்ட தளங்களின் சமூகநிலையைப் பிரதிபலிப்பது அது. வாழ்வின் தாங்கொணா மென்மை என்பது நமது நூற்றாண்டின் கடந்த இரண்டு தசாப்தங்களில் நார்வேவின் தலைநகரில் உள்ள பார்கபோர்க் மேல்நிலைப் பள்ளியில், அறிவுத்தாகம் மிகுந்து சஞ்சலப்பட்டுக்கொண்டிருக்கும் மனிதர்களைப் பாதிப்பது. இது எதைச் சொல்வதற்குமான திறனையும் தடுத்துவிடுகிறது. மற்றவர்களுடன் பேசுவதை. எதைப் பற்றியும் பேசுவதை. உரையாடல் சட்டென்று அறுந்துவிடும். எலியாஸ் ருக்லாவின் சமூக நிலையைச் சேர்ந்தவர்கள் ஒன்றுகூடி உரையாடுவதை நிறுத்திப் பல காலமாகிவிட்டது. எப்போதாவது சுருக்கமாக, மேலோட்டமாகப் பேசுவதைத் தவிர. உண்மையில் அவர்கள்

ஒருவரையொருவர் நேராகப் பார்த்துக்கொள்வதற்கே சங்கடப் படுபவர்களாக இருந்தனர். ஏதோ விசித்திரமான பரஸ்பர கருத்து வேறுபாடு இருப்பதைப்போல. உரையாடலுக்குத் தேவைப்படும் பொதுவெளி ஆக்கிரமிக்கப்பட்டிருப்பதைப் போல. பழமொழியில் சொல்லப்படுவதைப் போல அங்கே அவர்கள் எந்த விதத்திலோ பிணைந்திருப்பார்கள். வெளியாட் களாக இருந்துகொண்டு, பொதுவெளி ஆக்கிரமிக்கப்பட் டிருப்பதாக அறிவிக்கவேண்டி வரும்போது நீங்கள் ‘செயற்கை’ யானவர்களாகி விடுகிறீர்கள் ‘இயல்பை மீறிய’ வியப்பில் அத்தகையதொரு வெளி இப்போது இருக்கவில்லை என்று நீங்கள் சொல்லவேண்டியிருக்கிறது. இப்போது இருக்கவில்லை, இப்போது இருக்கவில்லை. ஆம், இப்போது இருக்கவில்லை. காச்சி கல்மன் நீரழிவு நோயை வரவழைத்துக்கொண்டிருக்கா திருந்தால்! நாகரிகமிக்க மூத்த ஆசிரியரான எலியாஸ் ருக்லா, தான் இப்படி சுய பிரக்ஞையின்றி வாய்விட்டுப் பிதற்றுவதை சற்றுத் தாமதமாகவே உணர்ந்தார். என்னாயிற்று அவருக்கு? ஆசிரியர் ஓய்வறையில், மற்ற ஆசிரியர்கள் சூழ்ந்திருக்க, அவ்வளவு உரத்த குரலில்? அவர்கள் திடுக்கிட்டிருப்பார்களோ? சமாளிப்ப தற்காக, பெரிய அரசியல்வாதியாக அவர் இருந்ததால்தான் இந்த விளைவோ, என்றார். இல்லை. யாரும் அதிர்ச்சியடைந் திருக்கவில்லை. மாறாக அவர்கள் அர்த்தபூர்வமாகத் தலையசைத்தனர். அவர்களும் இதைப் பற்றியே சிந்தித்துக் கொண்டிருந்தனர். காச்சி கல்மனால் சமாளிக்க முடியுமா வென்று. இரண்டையும். பெரிய அரசியல்வாதியாகவும் இருந்து கொண்டு நீரிழிவு நோயையும் கொண்டிருப்பது நிச்சயமாக எளிதல்ல. ஓ. . . தன்னுடன் பேசுவதற்கு யாராவது இருக்க மாட்டார்களாவென்று எத்தனை முறை எலியாஸ் ருக்லா ஏங்கியிருக்கிறார்! ஓ, யாராவது இதிலிருந்து விடுபட்டு வெளியே வந்து, வேறு எதுவும் பேசுவதற்கு இல்லை யென்றாலும், வாழ்க்கையிடமிருந்து பெறுவதற்கு வேறு பல விஷயங்கள் இருக்கின்றன என்பதுபோல ஏதாவது பேச மாட்டார்களாவென்று எப்படி ஏங்கியிருக்கிறார்! யாராவது, ஆசிரியர் ஓய்வறையில் பேசிக்கொண்டிருக்கும்போது, யாராவது, யாராவது ஒருவரே ஒருவர் உலகின் இப்பகுதியில் கிருத்துவத்தின் அடிப்படையில் ஒரு நீண்ட பாரம்பரியம் இருந்து வந்தது என்பதை மறைகுறிப்பாக உணர்த்துவதைப் போல தனது ஆட்காட்டி விரலை மேலே உயர்த்திக் காட்டுவானா என்று எதிர்பார்த்துக் காத்திருந்திருக்கிறார். கடவுளும் தேவதை களும் ஆசீர்வதிக்கப்பட்ட ஆன்மாக்களும் வானத்தில்தான் உறைந்திருப்பார்கள் என்ற நம்பிக்கையை அவன் கொண்டிருப்பா ரென்றால் வெட்கத்தைவிட்டு அவன் கழுத்தைக் கட்டிப்பிடித்துப்

பாராட்டியிருப்பார். எலியாஸ் ருக்லாவைப் பொறுத்தவரை அது மரபொழுங்கான பாசாங்கைப் போலிருந்தாலும், ஒருவிதத் தீவிரத்தன்மையைக் கொண்டிருந்த முக்கிய அடையாளம் என்று நினைத்தார். ஓ, அவர் உண்மையிலேயே காய்ந்து போயிருந்தார். மூளை மிகவும் சூடாகியிருப்பதாக உணர்ந்தார். மூளையின் சவ்வில் ஓர் உள்ளார்ந்த ஆன்மீக வீக்கம் பொதிந்திருப்பதைப் போலவும், அது எந்நேரமும் உடையத் தயாராக இருப்பதைப் போலவும். அதன் காரணமாகவே தான் இன்னமும் சுவாதீனத்துடன் இருப்பதாகச் சொல்ல முடியாதென்றும், எந்நேரமும் தாக்குதல் நிகழக்கூடுமென்றும் நினைத்தார். இன்னும் சற்று நேரத்தில் தனக்குப் பெரிதாக வாந்தி வரப்போகிறது என்று தோன்றினாலும், வரவில்லை. அவருடைய சகாக்களிடம் இந்த 'ஏதோவொன்றை' வெளிப்படுத்தும் எதையோ தேடினார். நட்பார்ந்த உடன்படிக்கையைச் சாத்தியப்படுத்தும் ஏதோவொன்றை. அவர்கள் உச்சரிக்கும் ஒவ்வொரு வார்த்தையையும் அணுவணுவாக ஆராய்ந்தார். ஏதேனும் மறைபுதிரான சொற்கள் யாரிடமிருந்தாவது உதிர்க்கப்பட்டால், உலகின் அதிஉன்னதத் துணிவை கைக்கொண்டு எல்லா சொற்பிரயோகங்களையும் அனுகூலமான வடிவத்தால் கட்டமைத்து, அவனிடம் ஓடோடிச்சென்று தனது நன்றியைத் தெரிவிப்பார். அநேகமாக கிசுகிசுப்பாகச் சொல்வாராக இருக்கும். அப்படி ஒருமுறை நடந்தும் இருக்கிறது. திடீரென்று அது நடந்தது! முதல் பிரிவேளைக்கான மணி அடிப்பதற்குச் சற்று முன்னதாக அவருடன் பணியாற்றும் இளம் ஆசிரியர் ஒருவன் ஓய்வறைக்குள் வந்தான். யாரையும் குறிப்பாகப் பார்க்காமல் தனக்குத்தானே சொல்லிக்கொள்வதைப்போல, ஆனால் உரக்க, இன்றைக்கு நான் கிட்டத்தட்ட ஒரு ஹான்ஸ் காஸ்ட்ராப் நிலையில் இருக்கிறேன்; பேசாமல் வீட்டில் மெத்தையிலேயே படுத்துக் கிடந்திருக்கலாம், என்றான். எலியாஸ் ருக்லாவின் உடம்பில் ஒரு மின்னதிர்ச்சி கடந்து சென்றது. ஹான்ஸ் காஸ்ட்ராப் என்றா சொன்னான்? போகிற போக்கில் அந்தப் பெயரையா சொல்லியிருக்கிறான்? தாமஸ் மன்னின் '*The Magic Mountain*' நாவலின் மையப்பாத்திரமான ஹான்ஸ் காஸ்ட்ராப் பெயரை பார்கபோர்க் மேல்நிலைப் பள்ளியில் பணியாற்றும் ஒரு முதுநிலை ஆசிரியர் – அதுவும் ஜெர்மன் மொழியாசிரியர் அல்ல, கணக்கு ஆசிரியர்! – சொல்கிறாரா? ஆம், உண்மைதான். எலியாஸ் ருக்லாவுக்கு அது ஓர் உன்னதத் தருணம். பார்கபோர்க் மேல்நிலைப் பள்ளி ஆசிரியர்கள் இதைப் போன்ற இலக்கியப் பாத்திரங்களின் பெயர்களைக் குறிப்பிடுவது இது முதல்முறையல்ல என்பதையும்

இங்கே குறிப்பிட்டாக வேண்டும். அவ்வப்போது நிகழ்ந்திருக் கிறது - இப்ஸென், ஊலவ் ட்யூன், கீலண்ட் என பலருடைய பெயர்கள் காதில் விழுந்திருக்கின்றன. ஆனால் அவை யெல்லாம் பாடநூல்களில் இடம்பெற்ற, அவர்கள் பயிற்று விக்கும் பாடங்களில் வருபவை. அவற்றைத் தமது பிரச்சனை களைப் பற்றிப் பேசும்போது மேற்கோள்காட்டிப் பேசுவார்கள். அல்லது தேசிய கலையரங்கத்தில் ஏதாவது இப்சனின் நாடகத்தைப் பார்த்திருப்பார்கள். அடுத்த நாள் அந்த நாடகத்தின் முக்கியப் பாத்திரங்களோடு நாடக நடிகைகளின் பெயர்களையும் குறிப்பிட்டுப் பேசுவது நடக்கும். இவை யெல்லாமே வழக்கமாக நடப்பவை. ஒரு மாலைப்பொழுதை ஆசிரியர் ஒருவர் கலையரங்கத்தில் இனிமையாகக் கழித்திருக் கிறார், அதைப் பற்றி ஓய்வறையில் பேசுகிறார். இன்னொரு சகாவும் அதே அரங்கத்தில் சில நாட்களுக்கு முன் அதே நாடகத்தைப் பார்த்திருப்பார். அவரும் பேச்சில் கலந்து கொள்வார். அல்லது இரண்டாமவர் அதைப் பற்றி ஏற்கனவே பேசியிருக்காதவராக இருந்தால், முதலாமவர் ஹெட்டா காப்ளரைப் பற்றியோ, மிஸ் வாங்கலைப் பற்றியோ சொன்ன கருத்துக்கு மாறுபாடான அபிப்பிராயம் இருந்தால் வாதப்பிரதி வாதங்களும் நடப்பதுண்டு. பெரிதாக ஒன்றும் நடக்காது. சின்னச்சின்ன விவாதங்கள். தொலைக்காட்சி நிகழ்ச்சியான 'ஃபாரின் மேகஸீ'னில் ஜான் ஓட்டோ ஜொஹான்ஸனின் தாடி, பார்க்கச் சகிக்காமல் இருப்பதைப் பற்றி, நிகழ்ச்சி தொகுப்பாளர் டான் போர்ஹே அகேரோ நிகழ்ச்சியை நடத்தும் பாணி சுய மானதா, அல்லது அமெரிக்க, இங்கிலாந்து தொலைக்காட்சி களிலிருந்து நகல் செய்யப்பட்டதா என்பது பற்றி. ஆனால் அந்தக் கணித ஆசிரியரின் 'இன்றைக்கு நான் கிட்டத்தட்ட ஒரு ஹான்ஸ் காஸ்ட்ராப்பின் நிலைமையில் இருக்கிறேன்' என்ற கூற்று வேறுவிதமானது. அதிகம் யோசிக்காமல் தன்னியல்பாக அந்த ஆசிரியரின் உதடுகளிலிருந்து தப்பி வந்துவிட்ட எளிய வாசகம் இது. ஆழ்ந்து சிந்தித்துச் சொல்லப்பட்டதல்ல. அந்தக் கணித ஆசிரியருக்குக் காலையில் தூங்கி எழுந்தபோது இலேசான காய்ச்சல். வீட்டிலேயே மெத்தையில் படுத்து ஓய்வெடுப்பதா, அல்லது காய்ச்சலைப் புறக்கணித்துப் பள்ளிக்குச் சென்றுவிடுவதா என்று யோசித்திருக்கிறான். கடுமையான உடல்நலிவு ஒன்றும் இல்லை, சற்று அயர்ச்சி மட்டும்தான் என்பதைத் தன்னுடைய சகாக்களுக்குத் தெரிவிக்க முயன்றிருக்கிறான். சொல்ல ஆரம்பிக்கும்போது அவனது உடல்நிலை 'The Magic Mountain' நாவலின் 800-900 பக்கங்களில் ஹான்ஸ் காஸ்ட்ராப்பைக் காட்டியிருப்பதைப்போல இருந்ததாக அவனுக்குத் தோன்றியதால் - இன்றைக்கு நான்

கிட்டத்தட்ட ஒரு ஹான்ஸ் காஸ்ட்ராப்பின் நிலைமையில் இருக்கிறேன், பேசாமல் வீட்டில் மெத்தையிலேயே படுத்துக் கிடந்திருக்கலாம் என்று சொல்லியிருக்கிறான். அவன் ஒருவேளை '*The Magic Mountain*' படித்துக்கொண்டிருந்திருப்பான் போல. காய்ச்சலாகவும் இருப்பதால் வீட்டிலேயே தங்கி நாவலைத் தொடர்ந்து படிக்கலாம் என்று நினைத்திருக்கக் கூடும். மனதை மாற்றிக்கொண்டு பள்ளிக்கு வந்துவிட்டதால், இன்றைக்கு நான் கிட்டத்தட்ட ஒரு ஹான்ஸ் காஸ்ட்ராப்பின் நிலைமையில் இருக்கிறேன், பேசாமல் வீட்டில் மெத்தையிலேயே படுத்துக்கிடந்திருக்கலாம் என்று சொல்லியிருக்கலாம். அதைக் கேட்டதும்தான் ஐம்பத்துச் சொச்ச வயதுள்ள, நார்வேஜிய மற்றும் வரலாற்றாசிரியரான எலியாஸ் ருக்லாவுக்கு மகிழ்ச்சியில் உடல் விதிர்விதிர்த்தது. ஆம், அவருக்குள் வெட்டிச் சென்ற சந்தோஷ மின்னல். இன்னொரு மனிதர். அதுவும் உடன் பணியாற்றும் சகா. ஹான்ஸ் காஸ்ட்ராப் என்ற பெயரைக் குறிப்பிடுகிறான். தனது உடல்நிலையோடு ஒப்பிட்டுச் சொல்கிறான்! எலியாஸ் ருக்லாவுக்கு அது ஓர் ஆச்சரிய தினம். வகுப்பெடுக்கும்போதும், பின்னர் ஓய்வறையில் மற்ற ஆசிரியர்களோடு அமர்ந்திருக்கும்போதும், அந்த வாசகத்தைச் சொன்ன ஆசிரியரை ரகசியமாக நோட்டம் விட்டுக்கொண்டிருந்தபோதும் அந்த மகிழ்ச்சி அவருடன் நாள் முழுக்க இருந்தது. வகுப்பறையில், வழக்கம்போல ஆசிரியர் இருக்கையில் அமர்ந்தபடியே அவருக்கே உரித்தான அரைத்தூக்க நிலையில், அவரது தாய்மொழி இலக்கியத்தை வழக்கமான பாணியில் நடத்திக்கொண்டிருந்தபோதும், தனது சோகைத் தனத்திலிருந்து கிளர்ந்தெழ மறுத்துக்கொண்டிருந்த அந்த சராசரியான தினத்தில் அவரது இதயம் மட்டும் நிறுத்தாமல் பாடிப் பறந்துகொண்டிருந்தது: இன்று நான் கிட்டத்தட்ட ஒரு ஹான்ஸ் காட்ஸட்ராப். இந்த சந்தோஷம் தாங்கிக்கொள்ள முடியாமல் இருந்தது. நெற்றியில் வியர்த்திருக்கிறதா, இலேசாகக் காய்ச்சல் ஏதாவது இருக்கிறதா என்று தொட்டுப் பார்த்துக் கொண்டார். அதன்பிறகு வெகுநேரத்திற்கு அந்த ஆசிரியரின் மீதே அவரது கவனம் இருந்தது. அவனோடு நெருக்கமான பழக்கத்தை ஏற்படுத்திக்கொள்ள வேண்டும். அவனுடைய கவனத்தைத் தூண்டாத வகையில் அவர் அவனுக்கு நெருக்கமாக அமர்ந்தும், கூடவே நடந்தும் சென்றார். அவ்வப்போது கிடைக்கும் சிறு இடைவெளிகளில் (மதிய இடைவேளை, உணவு நேரம் போன்ற நேரங்களில் ஆசிரியர்கள் எல்லோருக்கும் ஒதுக்கீடு எதுவும் செய்யப்படாத கிட்டத்தட்ட நிரந்தர இருக்கைகள் உண்டு. ஆனால் எலியாஸ் ருக்லா அந்தக் கணித ஆசிரியருக்குப் பக்கத்தில் இருக்கும் இருக்கையில் சென்று அமர்ந்துகொள்வார்.)

அவன் ஏதாவது தன்னிடம் பேச்சு கொடுக்கிறானா என்று காத்திருப்பார். அவன் முன்பு சொன்ன வாசகத்தைப்போல, ஏதாவது சொல்லி அவருடைய அகவெழுச்சியைத் தூண்டி விடுவானா என்ற எதிர்பார்ப்போடு. ஆசிரியர்கள் தமது தனியறைகளுக்குச் செல்லும் வழியில் அந்தக் குறுகலான தாழ்வாரத்தில் அவன் நின்றிருந்தால், அவரும் அவனருகில் சென்று நின்றுகொள்வார். தனக்குள் ஏதோ சொல்லிக்கொள்ள முயல்வார். அவனிடம் என்ன பேசுவது? அவனிடம் பேச நினைப்பதைத் தனக்குள்ளாகவே கூட அவரால் சொல்லிப் பார்த்துக்கொள்ள முடியவில்லை. அவன் மற்றவர்களோடு பேசிக்கொண்டிருந்தபோது அவரும் சிலமுறை முக்கியத்துவ மற்ற சில சொற்களை இடையில் சொல்லியிருக்கிறார். யாருடைய உரையாடலையும் தன் பக்கம் ஈர்க்காத, தானாக உதிர்ந்து விழுகின்ற வெற்றுச் சொற்கள். அவனோ, அவனைச் சுற்றியிருக்கும் மற்றவர்களோ பெரிதாக அவற்றைக் கவனித்தது மில்லை. அவனை இரவு உணவுக்கு தனது வீட்டுக்கு அழைக்கலாமா என்று திடீரென்று அவருக்குத் தோன்றியது! ஆட்டுக்கறியை பூண்டும் ரோஸ்மரியும் சேர்த்து, பார்ஸ்லியை தாராளமாகக் கலந்து வறுக்கும்படி ஏவாவிடம் சொல்லலாம். இல்லை, பூண்டு வேண்டாம். வீட்டுக்கு வந்த விருந்தாளி களுக்குப் பூண்டு சேர்த்த பலகாரங்களைத் தருவது நன்றாக இருக்காது. அப்புறம் மூச்சிழுக்கும்போதெல்லாம் பூண்டு வாசனையடிக்குமென்று பலர் அதை விரும்ப மாட்டார்கள். வேண்டாம். ஆட்டுக்கறியோடு பார்ஸ்லி. நிறைய பார்ஸ்லி சேர்த்து செய்யச் சொல்லலாம். அவனுடைய மனைவியையும் அழைத்துக்கொண்டு வரும்படி அழைக்க வேண்டும். ஏவாவும் அவரும் சேர்ந்து அழைத்து அவர்களுக்கு விருந்தோம்ப வேண்டும். எப்படி அழைப்பதென்று புத்தக அலமாரிக்கு முன் நின்றபடி தைரியத்தைத் திரட்டிக்கொண்டிருந்தார். எப்படி திடீரென்று அழைப்பது? விநோதமாகத் தெரியாதா? இதற்கு முன் அவர்களுக்கிடையே நெருக்கமான பழக்கம் எதுவும் கிடையாது. உடன் பணியாற்றும் ஆசிரியர் என்ற வகையில் மட்டுமே பரிச்சயம். இப்போது சில நாட்களாக எதைப் பற்றியும் குறிப்பாக இல்லாமல் சிற்சில சொற்களைப் பகிர்ந்து கொண்டிருக்கிறார்கள். இந்நிலையில் அவனை விருந்துக்கு வரச் சொல்லி அவரும் ஏவாவும் அழைப்பது வித்தியாசமாகத் தோன்றாதா? அவனுடைய மனைவி இல்லாமல் அவனை மட்டும் அழைத்தால்? ஏவா, எலியாஸ் ருக்லா மற்றும் அந்தக் கணக்கு ஆசிரியர் மட்டும் விருந்தில். கொடுமை! இல்லை, அவனை மனைவியோடு வந்து கலந்துகொள்ளும்படிதான் அழைக்க வேண்டும். அந்தப் பெண் யாரென்றே அவருக்குத்

தெரியாது. அவர் ராலஃப்ஸென்னையும் அழைக்கலாம். ராலஃப்ஸென்னையும் அவனுடைய மனைவியையும். மதிய உணவு இடைவேளையில் ராலஃப்ஸென் அந்தக் கணித ஆசிரியனின் பக்கத்தில்தான் உட்காருவான். இவருக்கு நேரெதிரே. அவர்கள் இருவரும் தோழமையுடன் பேசிக் கொண்டிருப்பார்கள். ராலஃப்ஸென்னுக்கும் அவனுடைய மனைவிக்கும் ஏவாவையும் அவரையும் நன்றாகத் தெரியும். ஆம், அதுதான் சரி என்று முடிவெடுத்தார். ஆனால் அதையும் அவரால் நிறைவேற்ற முடியவில்லை. ராலஃப்ஸென்னையும் அவனுடைய மனைவியையும் அழைக்குமளவுக்கு அவருக்குப் பரிச்சயமில்லை. ராலஃப்ஸென்னும் அவனுடைய மனைவியும் அவர்களுக்குத் தெரிந்தவர்களாக இருந்தாலும்கூட இது சரிப்படாது. அவனை முதலில் பழக்கப்படுத்திக்கொள்ள வேண்டும். ஆனால் அவரால் முடியவில்லை. அவர்களிடையே பரிச்சயம் ஏற்படுத்திக்கொள்ளும்படியாக எதையும் முன்வந்து சொல்வதற்கு அவரால் இயலவில்லை. அந்தக் கணித ஆசிரியனிடமும் எலியாஸ் ருக்லாவிடம் நட்பை ஏற்படுத்திக் கொள்ளும் முனைப்பு உடல்மொழியிலோ நடத்தையிலோ காணப்படவில்லை. நாட்கள் செல்லச்செல்ல இதைப்போல தன்னை வருத்திக்கொண்டு அவனிடம் நட்பை ஏற்படுத்திக் கொள்ள முயல்வது அபத்தமாகத் தோன்றவே நிறுத்திக் கொண்டார். இவருடைய யத்தனங்களை அவன் கவனித் திருக்க மாட்டான் என்றே நம்பினார். எனவே சிலநாட்கள் கழித்து அந்தக் குறுகலான தாழ்வாரத்திலும் புத்தக அலமாரியின் எதிரிலும் அவனுக்காக நிற்பதையும், இடைவேளைகளில் அவனருகே அமர்வதையும் நிறுத்திக்கொண்டார். எப்போ தாவது அவனருகே சென்று இயல்பாக நிற்கலாம், உட்காரலாம்; அடிக்கடி நடந்துகொள்ளக் கூடாது. ஆனால் அவர் தொடர்ந்து காத்திருந்தார். அவருடைய சகா மீண்டும் ஏதாவது சொல்லி அவரைச் சந்தோஷத்தில் நடுங்கவைத்து, வியர்க்கவைத்து, இலேசான காய்ச்சலில் தள்ளுவான் என்று காத்திருந்தார். ஒரு செவியை மட்டும் அவன் இருக்கும் திசைக்குத் திருப்பிவிட்டுக் காத்திருந்தார். ஓய்வறையில் இரைச்சல் அதிகமாக இருந்தது. அதுவும் மதிய இடைவேளையில் அடுத்த மேசையில் பேசுவது கூடக் காதில் விழாது. காதைத் தீட்டிக்கொண்டு கேட்க வேண்டும். கவனம் சற்றுப் பிசகினாலும் தவறவிட்டுவிடுவீர்கள். ஏதோவொன்று நடக்கப்போகிறது என்ற எதிர்பார்ப்புடனேயே இருக்க வேண்டும். ஓ, யாராவது அவருடன் பேசமாட்டார் களாவென்று எப்படி ஏங்கியிருக்கிறார் அவர்! ஜாகோப் ஆல்ஸ் வீதி வீட்டில், ஏவா இரவு தூங்கச் சென்ற பிறகு ஏதேதோ யோசனைகளோடும், பியர் குப்பிகளோடும், அக்வாவிட்டோடும்

கூடத்தில் தனியாக அமர்ந்திருப்பார். அவருக்கென்று தனிப் பட்ட வாசிப்பு ரசனை உண்டு. நிறைய படிப்பார். வரலாறு, நாவல்கள். பெரும்பாலும் 1920களின் படைப்புகள். சொல்லப் போனால், இரண்டாம் உலகப்போருக்குப் பின்னர்தான் '*Doctor Faustus*' வெளியானது. மார்ஸெல் ப்ரூஸ்ட்டின் '*In Search of Lost Time*'இன் பெரும்பகுதி 1914க்கு முன்னர் எழுதப்பட்டது. 1920களில் எழுதியது மிகச் சிறிய பகுதிதான். ஆனால் அவற்றிற் கான 'அடையாளத்தை'க் கொடுத்தது 1920கள்தான். அதற்குக் காரணம் இந்த எழுத்தாளர்களில் பெரும்பாலோர் தமது படைப்புகளை அந்தக் காலகட்டத்தில்தான் பிரசுரித்தார்கள், கவனத்தைப் பெற்றார்கள் என்பது மட்டுமல்ல. அந்தப் படைப்புகள் 1920ஐச் சேர்ந்தவை என நம்மை உணரவைத்தது தான் முக்கிய காரணம். முழுசாக ஐந்து வருடங்களுக்கு ஒரு பலனுமில்லாத, நோக்கமில்லாத, குரூரமான யுத்தத்தில் பழைய ஐரோப்பா ரத்த வெள்ளத்தில் ஃபிளாண்டர்ஸின் சேறு மண்டிய பதுங்கு குழிகளில் புரண்டுகொண்டிருந்ததை இதனோடு இணைத்துப் பார்க்க வேண்டும். அந்த மகாயுத்தத்தில் ஐரோப்பா உயிர்பிழைத்து வந்தது நமது நூற்றாண்டின் நிஜமான சரித்திரப் புதிர். இதை இப்போதாவது அல்லது எப்போதாவது நான் புரிந்துகொள்ளத்தான் வேண்டும் என்று நினைத்துக்கொண்டார் எலியாஸ் ருக்லா. அவர் பகுத்து வைத்திருந்த இந்த 1920களின் நாவல்கள் எல்லாமே பெரும் அகத்தூண்டலை ஏற்படுத்துபவை. அவை 1914க்கு முன்பாகவோ, முதல் உலகப்போர் வருடங்களான 1914–18இன் போதோ, அதற்குப் பிறகோ, அல்லது 1920களிலோ எழுதப்பட்டிருந் தாலும் அவை ஒன்றிலிருந்து மற்றவை வேறுபட்டதாக இருக்க வில்லை. உதாரணமாக '*The Magic Mountain*' அல்லது 1930கள், 1940களில் எழுதப்பட்டவற்றிலிருந்து, தற்காலம் வரை எழுதப்பட்ட நாவல்களை 1920களின் நாவல்கள் என்று தயங்காமல் சொல்வார். '*The Trial*', '*The Guermantes Way*', '*The Sleepwalkers*', '*The Man Wihthout Qualities*', '*The Magic Mountain*' (முடிந்தால் '*Ulysses*'ம், அது ஒரு முட்டுச்சந்து நாவலாக இருந்தாலும், என்று தனக்குள் சொல்லிக்கொண்டார் எலியாஸ் ருக்லா). இவையெல்லாமே மனதை மயக்கக்கூடிய, இக்குறிப்பிட்ட வரலாற்றுப் புலத்தை, உண்மை என்பதைத் தெளிவாகவும் வேதனையூட்டுவதாகவும் காட்டிய நமது நூற்றாண்டின் காலகட்டத்தைப் பிரக்ஞை யோடு விவரித்த நாவல்கள். எதற்காக 1920களின் நாவல்கள்மீது அவருக்கு அவ்வளவு ஆர்வம் என்று அவருக்கே தெரியவில்லை. அவற்றோடு தன்னை அவர் அடையாளம் கண்டுகொள்வதாக வும் சொல்ல முடியாது. அவர்களுடைய நடையும் தொனியும் அவருக்குப் பிடித்திருந்தது. ஆனால் அந்த 1920 எழுத்தாளர்கள்

எல்லோருமே தத்தமது நடைகளிலும் தொனிகளிலும் ஒருவரிட மிருந்து மற்றவர் வேறுபட்டே இருந்தார்கள். எண்பது வருடங் களுக்குப் பிறகும் அம்மகா ஐரோப்பிய யுத்தம் அவருடைய மனதில் உண்டாக்கும் அதிர்ச்சி, அவர்களின் நாவல்களிலும் இருப்பதுதான் அவர்களிடையே இருக்கும் பொதுப்படையான அம்சம். ஃபிளாண்டர்ஸின் பதுங்கு குழிகள் நார்வே வரை நீண்டதில்லை என்பதை அவர் அறிவார். உலகப்போரில் நடுநிலையோடு இருந்த பிரதேசங்களில் அவருடைய நாடும் ஒன்று. ஆனால் அந்த யுத்தத்தின் அதிர்வுகள் இன்னும் எதிரொலித்துக்கொண்டிருக்கும் பிரதேசங்களில்தான் அவருடைய ஆன்மா காலூன்றியிருந்தது. இதைப்போல அவர் மட்டுமல்லாமல் இன்னும் பலரும் இருக்கக்கூடுமென்று எலியாஸ் ருக்லா நினைத்தார். 1920கள் நிகழ்வதற்கு முன்பே 1920களைக் காணமுடியும். எந்தவொரு சரித்திர ஆவணமும் இல்லாதபோதிலும் அதன் அதிர்வுகள் என் மனதுக்குள் எதிரொலிப்பது எப்படி எனச் சற்றுத் திகைப்புடன் எலியாஸ் ருக்லா யோசித்தார். 1920களின் எழுத்தாளராக குந்தேராவை யும் நான் சேர்த்திருக்க வேண்டும். அவரது படைப்புகள் மற்றொரு போருக்குப் பிந்திய காலகட்டத்தை (1914–18 யுத்தம் அல்ல; 1945க்குப் பிறகான கிழக்கு ஐரோப்பிய நிகழ்வுகள்) களமாகக் கொண்டிருப்பதால் அவரை அந்தக் குழுவில் சேர்ப்பதற்கு மறுத்து வந்திருக்கிறேன். ஆனால் இப்போது என்ன தோன்றுகிறதென்றால் அதை ஒரு காரணமாகக் கருதாமல், என்னை வாசக நிலையில் வைத்து அவரை அறுதி யிடும்போது – அவரை மிக உயர்வாக மதிக்கிறேன் – குந்தேரா பரிபூரணமான 1920களின் எழுத்தாளர் என்று நிறுவிவிட முடியும் என்று நினைத்துக்கொண்டார். ஆனால் பழைய 1920 எழுத்தாளர்களில் அவருக்குத் தாமஸ் மன்னைத்தான் போகப் போக அதிகமாகப் பிடித்துக்கொண்டே வந்தது. முதலில் காஃப்கா அதன்பிறகு மார்ஸெல் ப்ரூஸ்ட். அவருக்குப் பிறகு தாமஸ் மன்னை மேலும்மேலும் அதிகமாகப் பிடித்துக் கொண்டே போயிற்று. தாமஸ் மன்னால்தான் எலியாஸ் ருக்லாவைப் பற்றி ஒரு நாவல் எழுத முடியும் என்று அவருக்குத் தோன்றியதுதான் அதற்கு முக்கியமான காரணம். மொத்தக் கதையையும் சுயஇரக்கம் இல்லாமல், புலம்பல் இல்லாமல், சற்றுக் கேலியாக, அதாவது இப்போது மோஸ்தராகக் கையாளப்பட்டு வரும் வகையிலான கேலியாக இல்லாமல், முற்றிலும் மாறுபட்ட, 'தாமஸ் மன்–தனமான' கேலியாக அவரால்தான் எழுத முடியும். அந்தக் கேலி நிஜத்துக்கு எதிராக ஒரு பாதுகாப்பாகப் பயன்படுத்தப்படும் கேலியாக இருக்காது. அது மறைமுக சமிக்ஞை. என்னதான் சொன்னாலும், எவ்வளவுதான் நடந்தாலும்,

உடைந்த குடை

இறுதியில் விதிப்படிதான் (இந்தக் கற்பனை உதாரணத்தில் எலியாஸ் ருக்லாவின் வாழ்க்கையைப்போல) எதுவும் நடக்கும். தலைவிதி என்பது முக்கியமற்றவொன்றாக இருந்தாலும், நிச்சயமாகப் பொருட்படுத்தத்தக்கது. அதனை ஏற்றுக்கொண்டே யாக வேண்டும். நாவல் ஒன்றின் மையப்பாத்திரமாவதற்குத் தகுதி பெறுவதே அதனளவில் தனிப்பெரும் சாதனைதான். என்னை அதைப்போன்றதொரு பாத்திரமாக, அதுவும் ஒரு தாமஸ் மன் நாவலில் கற்பனை செய்துகொள்வதற்கு எனக்கு என்ன உரிமை இருக்கிறது? எலியாஸ் ருக்லாவுக்குப் பலமாகத் தலையைக் குலுக்கிக்கொள்ள வேண்டும் போலிருந்தது. தாமஸ் மன்னுக்கு என்னுடைய ஆன்மாவில், என் ஆன்மாவின் இருண்மையில் எந்த ஆர்வமும் இருக்கப்போவதில்லை. பிறகு அவர் ஏன் என்னை வைத்து நாவல் எழுத வேண்டும்? ஆனால் இந்த இரவு நேரத்தில், எனது ஜாகோப் ஆல்ஸ் வீதி வீட்டின் கூடத்தில் இப்படிக் குறுக்கும்மறுக்குமாக நான் அலைந்து கொண்டிருப்பது அவருக்குச் சுவாரஸ்யமாகப் படலாம். நானாக எதையும் சொல்வதற்கு வக்கில்லா விட்டாலும், நான் சமூகப் பிரக்ஞையுள்ள மனிதன் என்று அவர் புரிந்துகொள்வார். உண்மையில் அந்த 1920களின் எழுத்தாளர்களில் தாமஸ் மன் மட்டுமே எலியாஸ் ருக்லாவின் கோரிக்கையை ஏற்று அவரைப் பாத்திரமாக எழுதியிருக்கக்கூடியவராக இருந்திருப்பார். ஒரு கற்பனைக் கதாபாத்திரத்துக்குத் தேர்வுசெய்வதற்காக 1920களின் எழுத்தாளர்கள் நேர்காணல் நடத்துவதாக எலியாஸ் ருக்லா கற்பனை செய்யத் தொடங்கினார். அவரைப் பேட்டி காணும் ஒவ்வொரு நாவலாசிரியரும் எலியாஸ் ருக்லாவை நாசூக்காக நிராகரித்து, நன்றி சொல்லித் திருப்பியனுப்பும் காட்சிகள் அவருடைய மனக்கண்ணில் தெளிவாக உருவாகி வந்தன. மார்ஸெல் ப்ரூஸ்ட் இலேசாக இமையுயர்த்தி அவரை அரைப்பார்வை பார்த்துவிட்டு, அவருக்குப் பக்கத்தில் அமர்ந்திருக்கும் சகாக்களை அர்த்தபுஷ்டியோடு ஓரக் கண்ணால் பார்த்து நக்கலாகப் புன்னகைக்கிறார். செலின் அடித்தொண்டையில் சிரிக்கிறார். (ஆம், செலினையும் 1920 களின் எழுத்தாளர்களில் ஒருவராகச் சேர்க்க வேண்டும். அவரது '*Journey To The End of The Night*', 1930களில் எழுதப் பட்டிருந்தாலும் அவர் இருபதுகளின் ஓர் உதாரண எழுத்தாளர் தான்). அவருடைய கரடுமுரடான சிரிப்பு எலியாஸ் ருக்லாவின் செவிகளில் அதிர்ந்து முழங்குகிறது. கதாபாத்திரமாக மாற விரும்பிய அப்பரிதாப மனிதனை தாமஸ் மன் மட்டுமே ஆதுரத்துடன் கவனிப்பவராக இருப்பார். அவர் எலியாஸ் ருக்லாவைப் பார்த்து இப்படிக் கேட்பார்: கதாபாத்திரத்துக் கான தகுதி உங்கள் வாழ்க்கைக்கு இருப்பதாக எப்படி

நினைக்கிறீர்கள் என்று ஒருசில சொற்களில் விளக்க முடியுமா? என்று கேட்டுவிட்டு பின் இதையும் சொல்வார்: அந்தப் பாத்திரம் மையப் பாத்திரமாகவும் அமைக்கப்படலாம், அல்லது துணைப் பாத்திரமாகவும் மாறலாம் என்பதை நீங்கள் புரிந்து கொள்ள வேண்டும். மையப்பாத்திரமாக இருப்பதுதான் ஒருவருக்கு இலட்சியமாக இருக்குமென்றால், அவர் துணைப் பாத்திரமாக இருப்பதற்கும் தகுதி கொண்டவராக இருப்பார் என்பதைத் தெளிவாகப் புரிந்துவைத்திருக்க வேண்டும். நாவலாசிரியர் உங்களை ஒரு பாத்திரமாக மாற்ற உத்தேசிப் பதற்கு முன் இந்த நிபந்தனைக்கு நீங்கள் உடன்பட வேண்டும். தாமஸ் மன் இப்படித்தான் சொல்லியிருப்பார் என்று எலியாஸ் ருக்லாவுக்கு நிச்சயமாகத் தோன்றியது. எலியாஸ் ருக்லா தனது வாழ்க்கைக் கதையை – திக்கித் திணறியோ, சரளமாகவோ – சுருக்கச் சரிதையாக சொல்லிமுடித்ததும், தாமஸ் மன் அவரை நட்போடு, ஆனால் எந்த உத்திரவாதத்தை யும் வெளிப்படுத்தாத பாவனையில் பார்த்து, இதோ பாருங்கள், உங்களுக்கு எந்த வாக்குறுதியும் இப்போது தரமுடியாது. எனது தற்போதைய திட்டத்தில் உங்களை, உங்கள் வாழ்க்கையைப் புகுத்துவது என்பது இயலாத காரியம். ஆனால் இதற்கடுத்து நான் எழுதப்போகும் படைப்புகளில் சேர்க்கலாம். அப்போது இது குறித்துப் பேசுவோம். எதுவும் உத்திரவாதமாக இப்போது சொல்ல முடியாது. ஆனால் நீங்கள் மனம் தளர்ந்துவிடக் கூடாது. முன்பு போலவே சாதாரணமாக இருங்கள். எனது நாவல்கள் எதிலும் ஒரு பாத்திரமாக நுழைய முடியாவிட்டா லும் நீங்கள் உங்கள் வாழ்க்கையை எப்போதும் போல வாழ்ந்து வர வேண்டும் என்று சொல்வார் என எலியாஸ் ருக்லா நினைத்துக்கொண்டார். இவ்வாறாகத்தான் ஒவ்வோர் இரவையும் கழித்துக்கொண்டிருந்தார்; தூக்கம் பிடிக்காமல் கற்பனையிலேயே இரவைக் கழித்தபடி. இதுபோலக் கற்பனை யில் கரைவது சற்றுக் கூச்சமாகவும் இருந்தது. அவர் உயர்வாக மதிக்கும் இலக்கியத்துக்குள் தனது வாழ்க்கையைச் செருகிப் பார்த்துக்கொள்ளும் கற்பனை நிச்சயமாகக் கூச்சத்தை ஏற்படுத்துவதுதான். அவர் தாமஸ் மன்னைக் கட்டாயப் படுத்துகிறார். அவரது நாவல்களில் இவர் பாத்திரமாவதற்குப் பொருத்தமானவரா இல்லையா என்று அவர் வாயிலிருந்தே வர வேண்டுமென எதிர்பார்க்கிறார். இவையெல்லாமே இவருடைய கற்பனைதானென்றாலும், தாமஸ் மன் தனது நாவல்களில் இவர் ஒரு பாத்திரமாக வருவதற்குச் சாத்தியம் உண்டா என்று சொல்ல வேண்டும் என்று நினைக்கிறார். இப்போது 1990களுக்கு வந்துவிட்டோம். புதுமைகளும் நவீனங்களும் வாழ்வில் ஜொலிக்கிற காலகட்டமாக இது இருக்கிறது. நார்வே நாட்டு

உடைந்த குடை

மக்கள் புத்தாயிரமாண்டையும், அது பிறக்கும்போது விண்ணில் வெடிக்கின்ற வானவேடிக்கைகளையும் இப்போதிலிருந்தே எதிர்பார்த்துக் காத்துக் கொண்டிருக்கிறார்கள். எலியாஸ் ருக்லாவின் சிந்தனைகளை மீறிக் கனத்த பெருமூச்சு வெளிப்பட்டது.

ஏவா லிண்டேவின் மகள் காமிலா கார்னெலியூஸன், ஜாகோப் ஆல்ஸ் வீதி வீட்டைவிட்டுச் சென்றுவிட்டதும் அவர்கள் இரண்டுபேர் மட்டுமே அங்கு காலத்தைக் கழிக்க வேண்டியதாக இருக்கிறது. ஒரு பெரும் குடிகார முதுநிலை ஆசிரியரும், ஒரு முன்னாள் பேரழகியும். ஏவா லிண்டேவின் வர்ணிக்க முடியாத பேரழகு சிதைந்துவிட்டதாகச் சொல்லிவிட முடியுமா? எலியாஸ் ருக்லாவைப் பொறுத்தவரை அப்படிச் சொல்வது சரியாக இருக்காது. அவளுடைய அழகு போய்விட்டது என்றோ, அவள் அழகை இழந்துவிட்டாள் என்றோ ஒருவேளை அவர் சொல்லக்கூடும். ஆனால் அப்படிச் சொல்லும்போது, அவளுடைய பழைய பேரழகை 'வர்ணிக்க முடியாத' என்ற அடைமொழியைத் தவிர்த்துவிட்டே அவர் சொல்ல வேண்டும். ஏனென்றால் ஏவா லிண்டேவின் 'வர்ணிக்க முடியாத' பேரழகு போய்விட்டது என்றோ, அவளுடைய வர்ணிக்க முடியாத பேரழகை இழந்துவிட்டாள் என்றோ குறிப்பிடுவது மிகவும் பொருத்தமில்லாததாக, தவறாக அர்த்தம் கொள்ளப்படுவதாக ஆகிவிடும் என்று அவருக்குத் தோன்றக் கூடும். ஏவா லிண்டேவால் அவளுடைய வர்ணிக்க முடியாத அழகை இழக்க முடியாது. ஒரு காலத்தில் அவளிடம் குடிகொண்டிருந்த பேரழகைக் குறிப்பிடும்போது, அவளிடம் ஏற்பட்டிருக்கும் உயிரியல் வளர்ச்சி மாற்றங்களை வேறுவிதமாகத்தான் சொல்லியாக வேண்டும். அவரால் சொல்லியிருக்கக் கூடியதும், தனக்குள் அவருடைய இதயத்திடம் சொன்னதும் என்னவென்றால், இப்போது எதிரே இருப்பவளோடு பழைய ஏவா லிண்டேவின் உருவத்திலும் நடத்தையிலும் இருந்த இனிமையை மீட்டெடுத்துக்கொள்ள முடியவில்லை என்பதுதான். கொஞ்சம் அதிகமாகவே பூசினாற்போலாகிவிட்டாள். தூரத்திலிருந்து பார்த்தாலும்கூட குண்டாகவே தெரிகிறாள். இப்போதெல்லாம் அவள் அறைக்குள் நடந்து செல்லும் விதமே வேறாக இருக்கிறது. அவளை முதல்முறையாக அவர் பார்த்தபோது அவளுடைய நடையும் அவளுடைய பாத ஓசையும் இன்னும் அவரது ஞாபகத்தில் இருந்தன. முன்பெல்லாம் தனியாகத் தெரிந்த, பார்க்கும் ஆண்களை சடுதியில் வீழ்த்தக் கூடியதாக இருந்த முகத்தின் மென்மை இப்போது காணவில்லை. மற்ற இளம் பெண்களின் முகத்தில் இதைப்போன்ற யௌவனத்தின் வழவழப்பு இருப்பதை எலியாஸ் ருக்லா

கவனித்திருக்கிறார். ஆனால் ஏவா லிண்டேவின் முகத்தில் தெரியும் மென்மை, அவள் வயதுப் பெண்கள் யாரிடத்திலும் அவர் பார்த்ததில்லை. ஏவா லிண்டேவின் முகத்தை அவர் பார்க்கும்போதுதான் அந்த மென்மை மற்றவர்களிடம் இல்லாததே அவருக்கு உறைக்கும். அவர்களைப் பார்க்கும்போது அந்த முகக்குறை அவர் கண்களில் பட்டதில்லை. ஏவா முன்பைப் போலவே கண்ணாடியின் முன் அமர்ந்து ஒப்பனை செய்துகொள்வாள். சுருக்கம் விழுந்த முகத்தில் காணாமற் போயிருக்கும் அந்நாளைய நேர்த்தியையும் கவர்ச்சியையும் தேடிக்கொண்டிருப்பதைப்போலக் கண்ணாடியை அவள் உற்றுப்பார்த்துக் கொண்டிருப்பதை எலியாஸ் ருக்லா கவனித்திருக்கிறார். தலையைச் சற்று குனிந்தால் அவளுக்குக் கழுத்தில் ஆழமாக உழுததைப்போலச் சுருக்கங்கள் தெரியும். நெற்றியின்மீது தலைமுடி இப்போதும் முன்பைப் போலவே சரிகிறது. முன்பைப் போலவே இப்போதும் அதை ஒதுக்கிக் கொள்கிறாள். ஒப்பனை மேஜையின் கண்ணாடி முன்னால் அமர்ந்திருக்கும் அவருடைய மனைவியைப் படுக்கையறை வாசலில் நின்றுகொண்டு கவனித்தபடியே, எல்லா அசாதாரண அழகு மனைவிகளின் கணவர்கள் சொல்வதைப் போலவே அவர்களின் தற்பெருமையை ஊக்குவிக்கும்படியான புகழ்ச்சி வார்த்தைகளை அவரும் உதிர்ப்பார். அவள் அழகில் சற்றும் குறைந்துவிடவில்லை என்பார்; அவள் அழகு நித்திய வடிவு கொண்டுள்ளது என்பார். சற்று நகைச்சுவையாக. அவசிய மில்லாவிட்டாலும் இத்தகைய வார்த்தைகளைச் சொல்லியாக வேண்டியது தனது கடமையென்று நினைத்தார். தனது மங்கி விட்ட தோற்றப்பொலிவைப் பழுதுபார்க்க ஏவா லிண்டே தன்னாலியன்ற அளவுக்கு முயன்றாள் என்பது உண்மைதான். ஆனால் அவள் ஆசைப்பட்டதைப்போல எதுவும் மாறிவிட வில்லை என்பதற்காகக் கவலையும் படவில்லை. மொத்தத்தில், அவளுடைய அழகு மறைந்துவிட்டிருப்பதில் சற்று நிம்மதி யாகவே உணர்ந்தாள் என்று சொல்ல வேண்டும். இளமையில் அவளோடு பிரிக்க முடியாமல் ஒன்றியிருந்த வசீகரத்தின் அடையாளங்கள் அனைத்தையும் இப்போது இழந்து, முகத்தில் தோன்றிவிட்டிருக்கும் சுருக்கங்களையும் தொய்வுகளையும் எவ்விதப் பதற்றமும் இன்றி ஏற்றுக்கொண்டிருக்கிறாள். சொல்லப்போனால் அவளுடைய அழகை அவள் உணர்ந்து கொண்டதேயில்லை. தற்செயலாக அமைந்த இயற்பண்பு என்பதாகவே தன்னுடைய அசாதாரணமான பேரழகைக் கருதி வந்திருக்கிறாள். ஆனால் தற்செயலாகத் தனக்கு வாய்த்திருக்கும் தோற்றத்தைக் கண்டு பிரமித்து நோக்கும் ஆண்களின் பார்வைகளால் அவள் சங்கடமே அடைந்திருக்கிறாள்,

உடைந்த குடை

பெருமைப்பட்டதில்லை. இப்போது அதிலிருந்து விடுபட்டு விட்டாள். தற்போதையத் தோற்றம் அவளுக்கு நிம்மதியைத் தருவதாக இருக்கிறது. வழக்கம்போல ஒப்பனை செய்து கொண்டிருக்கும்போது, அவளுக்குப் பின்னால் படுக்கையறை வாசலிலிருந்து எலியாஸ் ருக்லா அவளைப் புகழ்ந்து சொல்லும் போது அவளுக்குப் புன்னகைக்க வேண்டியிருக்கிறது. அவசிய மில்லாவிட்டாலும் அவர் அப்படிச் சொல்வது அவளுக்குப் பிடித்திருக்கிறது. அவருடைய வார்த்தைகள் அவளை ஊக்கப் படுத்தாவிட்டாலும் சந்தோஷமளிக்கிறது.

காமிலா வீட்டை விட்டுச் செல்வதற்கு முன்பாகவே ஏவா லிண்டே தனக்கானதொரு புதிய எதிர்காலத் திட்டத்தை முடிவெடுத்துவிட்டிருந்தாள். ஆஸ்லோ சினிமாஸ் நிறுவனத்தில் பணியாற்றிவந்த செயலாளர் வேலையை ராஜினாமா செய்தாள். சமுதாயப் பணியாளராவதற்கு படிக்கப் போவதாகச் சொன்னாள். எலியாஸும் அதற்கு உடன்பட்டு ஆதரவளித்தார். ஆஸ்லோ சினிமாஸிலோ, அல்லது வேறு எந்த இடத்திலோ செயலாளராகப் பணிபுரிவதைவிட அர்த்தபூர்வமான வேலையைச் செய்ய வேண்டும் என்று தீவிரமாக விரும்புகிறாள் எனப் புரிந்துகொண்டார். இதற்காக பல்வேறு தொண்டு நிறுவனங்களுக்குச் சென்று பகுதி நேரத்தில் பணிபுரிந்தாள். குறிப்பாக போதைப் பொருள் அடிமைகள் மறுவாழ்வு இல்லங்களுக்கு. நார்வேயின் நகராட்சி மற்றும் சமூகப் பணிகள் கல்வி நிலையத்தில் சேருவதற்கு இத்தகைய பகுதிநேரப் பணிகள் முன்னுரிமைப் புள்ளிகளைத் தரும் என்பதற்காக அவள் சென்றுவந்தாள். போதைப் பொருள் அடிமைகள்மீது அவளுக்கு ஏற்பட்டிருக்கும் திடீர் ஆர்வத்தைப் புரிந்துகொள்ள அவருக்குச் சிரமமாக இருந்தது. இதற்குமுன் போதை மருந்து அடிமைகளைப் பற்றி அவள் பேசியதேயில்லை. ஆனால் இளமைப்பருவத்தில் இருக்கும் காமிலாவைப் பற்றி ஒரு தாயாக அவளுக்குச் சில அச்சங்கள் ஏற்பட்டிருக்கலாம். துரதிருஷ்டவசமாகவோ, அல்லது கிளர்ச்சி யூட்டும் புதிய அனுபவங்களைத் தேடும் துடிப்பிலோ சுயகட்டுப் பாட்டை இழந்து போதை அடிமைகளாகிவிடும் இளைஞர் கூட்டத்தில் சேர்ந்து விடுவாளோ என்ற அச்சம். ஆனால் அவரிடம் அத்தகைய அச்சத்தைப் பற்றி அவள் பேசியதே யில்லை. அவர்கள் அறிந்தவரை காமிலாவும் சந்தேகத்துக் கிடமாக எதுவும் நடந்துகொண்டதில்லை. முக்கியமாக அவளுக்கே தனது செயலாளர் பணியில் அதிருப்தி ஏற்பட்டு, அதைத் தொடரும் மனநிலையில் இல்லாதிருக்கிறாள் என்று எலியாஸுக்குப் புரிந்தது. இன்னும் சில பத்தாண்டுகள் கழித்து என்னவாக இருக்க விரும்புகிறாள் என்று அவள் யோசிக்கிறாள்.

புதியதாக எதையோ செய்தாக வேண்டும் என்ற ஆர்வத்தில் உதித்ததுதான் இந்த சமூகப் பணித் திட்டமாக இருக்க வேண்டும். அதிலும் குறிப்பாகப் போதைப்பொருள் அடிமை களைக் குணப்படுத்துவது அவளைப் பெரிதும் கவர்வதாக இருந்திருக்கிறதுபோல. சில சமூகத் தொண்டு நிறுவனங்களில் கடந்த இரண்டு மூன்றாண்டுகளாகப் பணிபுரிந்தபோது போதைப்பொருளுக்கு அடிமையானவர்களைப் பார்த்திருப்பாள். வேறு எந்த மாற்றுத் திட்டத்தையும் அவள் பரிசீலித்திருக்க மாட்டாள். இந்த வழியைத் தேர்ந்தெடுக்காவிட்டால் மிச்ச மிருக்கும் ஒரே வழி எலியாஸ் ருக்லாவின் வீட்டோடு அடைந்து கிடக்கும் மனைவி என்ற பாத்திரம் மட்டுமே. ஆனால் எலியாஸ் ருக்லாவுக்குப் புரியாத விஷயம் அவளுக்கு போதை அடிமைகளோடு வேலை செய்வது எதற்காக அவ்வளவு கிளர்ச்சி யூட்டக்கூடிய, சவாலான தேர்வாக இருந்தது என்பதுதான். அது மிகக் கடுமையான பணியாக இருக்குமென்றே அவர் நினைத்தார். சில உன்னத அம்சங்கள் அதில் இருக்கக்கூடும், ஆனால் உற்சாகம் அளிக்கக்கூடிய பணி அல்ல அது. ஏவா பகுதிநேரமாகப் பணியாற்றிய தொண்டு நிறுவனங்களில் இரவு பணி முடித்துவிட்டு விடியற்காலை நேரத்தில் எவ்வளவு அயர்ச்சி யோடு வீடு திரும்புவாள் என்பதை அவரே பார்த்திருக்கிறார். ஆனால் இந்தப் பணி எவ்வளவுதான் உடல்ரீதியாகவும் மனரீதி யாகவும் களைப்படையவைப்பதாக இருந்தாலும் திரையரங்கச் செயலாளர் வேலையைவிட எல்லாவிதத்திலும் மேலானதாக இருக்கும் என அவள் நினைக்கிறாள் என்பதுதான் முக்கியம். அவளுக்கு செயலாளர் வேலையில் ஆர்வம் இழந்ததற்கும் அவளுடைய அழகு குறைந்துவிட்டதற்கும் தொடர்பு இருக்கலாம் என்று எலியாஸுக்குச் சந்தேகம் இருந்தது. இதை அவரால் யாரிடமும் பட்டவர்த்தனமாகப் பகிர்ந்துகொள்ளவும் முடியாது. அதுவும் ஏவாவிடம் ஜாடைமாடையாகக்கூடக் கேட்டுவிட முடியாது. வர்ணிக்க முடியாத அழகோடு அவர் இருந்த காலத்தில் அந்தக் காரியதரிசி வேலையை அவள் சந்தோஷமாகப் பார்த்து வந்திருக்கிறாளென்றால் அதற்குக் காரணம் அவளது அழகு ஒருவிதப் பாதுகாப்பை அவளுக்கு அளித்துவந்ததுதான். ஆண்களின் பார்வைகளிலிருந்து அவளைக் காப்பாற்றி வந்த கவசம் அந்தப் பேரழகு. இதைக் கேட்பதற்கு எவ்வளவுதான் விநோதமாக, முரண்பாடாக இருந்தாலும், அந்த அசாதாரண அழகு மற்றவர்களை அருகே அணுகவிடாமல் தூரத்திலேயே வைத்திருந்தது என்பதே உண்மை. வரவேற்பு மேசையின் பின்னால் அமர்ந்திருக்கும் அவளைப் பார்க்கும் ஆண்களுக்கு அந்த அழகு சில பாடங்களைக் கற்றுத் தந்துவிடும். பெரும்பாலும் நடப்பதுதான் இது.

சட்டென்று சினேகமாக, அடக்கமாக நடந்துகொள்ளத் தொடங்குவார்கள். அவளைப் பார்த்தவுடனேயே அவர்க ளுடைய நடத்தை முற்றிலுமாக மாறிவிடும். வந்திருக்கும் வேலை விஷயமாக மிகவும் மரியாதையாக, வீணான வார்த்தை களைத் தவிர்த்துப் பேசுவார்கள். அவளுக்கு இதெல்லாம் மிகவும் பிடித்திருந்தது. இவ்வாறு இல்லாமல் வேறுவிதமாக நடந்து கொள்பவர்கள், அநாகரீகமாகப் பேசுபவர்கள், அவளைச் சீண்டிப்பார்க்கவும், அத்துமீறிப் பேசவும் முயல்கிற அசடுகளை மிக எளிதாகச் சமாளித்துவிடுவாள். பக்கத்தில் சக பணி யாளரோ, ஆண் உயரதிகாரியோ இருப்பார்கள். அவர்கள் எதிரிலேயே வெடுக்கென்று கடுமையாக எதையாவது சொல்லி, சடுதியில் அவர்களைக் கேவலமாக உணர வைத்துவிடுவாள். இந்தத் திருட்டுப் பார்வைகளை ஏவா சகித்துக்கொண்டேதான் பணியாற்ற வேண்டியிருந்தது. அவள் முதுகில் குத்துகின்ற கள்ளப் பார்வைகளைத்தான் அவளால் சகிக்க முடிந்ததில்லை. அவை அவளை நேராகப் பார்க்கும் தைரியம் இல்லாதவை. இவை எல்லாவற்றையும் – ஆஸ்லோ சினிமாஸ் அலுவலகத்தையும் சேர்த்து – விட்டு ஒழித்துவிட்டு வந்ததில் அவளுக்குப் பெரும் மகிழ்ச்சியும் நிம்மதியும் கிடைத்திருக்கிறதுபோல. ஏவா அவளது வேலையைப் பற்றி அவரிடம் சொன்னவற்றை வைத்துப் பார்க்கும்போது அவளது இந்த முடிவுக்கான அடிப்படைக் காரணத்தை உணர்ந்துகொள்ள முடிந்தது. அவளுடைய அழகு மங்கத் தொடங்கியதும், அதற்காக அவள் மனம் கசந்து போய்விட வில்லை. வேலைக்குச் செல்லும் சந்தோஷம் மட்டும் குறைந்து விட்டதாகச் சொல்லலாம். அதன் பிறகு இயந்திரத்தனமான அலுவலகப் பணியாக அது மாறிவிட்டது. தினசரி மாறாத நடைமுறையொழுங்கோடு வேலைக்குச் செல்வதும் திரும்புவது மாக இருந்தாள். அர்த்தபூர்வமான, பயனளிக்கக்கூடிய வேறு வழிகளை அவள் தேடத்தொடங்கியது அப்போதுதான். இந்தச் சமூகப் பணியை அவள் தேர்ந்தெடுத்ததும், சீர்திருத்த இல்லங்களுக்குச் சென்று பகுதிநேரத்தில் பணியாற்றத் தொடங்கியதும் அவளுக்கு இயல்பான அடுத்த கட்டமாகியது. இம்முடிவுக்காக அவள் ஒருபோதும் வருந்தியதில்லை. இந்த இலையுதிர் பருவத்தில், மூன்று வாரங்களுக்கு முன்புதான் நார்வேயின் நகராட்சி மற்றும் சமூகப் பணிகள் கல்லூரியில் சேர்ந்தாள். சென்ற கோடைப்பருவத்தின் ஆரம்பத்தில் அவளுக்கு இக்கல்லூரியில் இடம் கிடைத்துவிட்ட செய்தி வந்தபோது அவள் அடைந்த மகிழ்ச்சிக்கு அளவேயில்லை. அதாவது நாற்பதுகளின் கடைசி வருடங்களில் இருக்கும் ஏவா லிண்டே கடினமான மூன்று வருடக் கல்லூரிப் படிப்பை, மூன்று வருடங்களுக்கான செலவை அவருடைய ஒரே ஊதியத்திலிருந்து

தான் சமாளிக்க வேண்டும். அவரது ஆசிரியர் ஊதியம் ஒன்றும் அதிகமல்ல. ஆனால் அவர்கள் இருவரும் சிக்கனமாக, பொறுப்புடன் செலவு செய்தால் போதுமானதாகவே இருக்கும். எப்படியிருந்தாலும் பின் நாற்பதுகளில் இருக்கும் தன்னுடைய மனைவி, மனதுக்குப் பிடிக்காத வேலையில் இயந்திரத் தனமாகத் தொடராமல் – இதைச் சொல்வது அபத்தமாக இருந்தாலும் – ஆசிரியர் ஒருவரின் வீட்டோடு இருக்கும் மனைவியாக இருக்கவும் பிடிக்காமல், அர்த்தபூர்வமாகப் பணியாற்ற வேண்டுமென்ற நோக்கத்தோடு கல்லூரியில் சேர்ந்து படிக்கத் தொடங்குகிறாள் என்பதே மகிழ்ச்சிக்குரிய தாக இருந்தது அவருக்கு. இன்னும் சொல்லப்போனால், அவர்களுக்குத் திருமணமான 1970களின் மத்தியிலிருந்தே அவளுடைய படிப்பைத் தொடர வேண்டுமென்றுதான் அவர் வற்புறுத்தி வந்திருக்கிறார். ஆனால் அதைச் செயல்படுத்த முடியாமல் எத்தனையோ இடையூறுகள். காமிலாவைக் கவனித்துக்கொள்வது உள்ளிட்ட என்னென்னவோ காரணங்கள் அவளிடம் இருந்தன.

ஜாகோப் ஆல்ஸ் வீதி வீட்டில் எலியாஸ் ருக்லா தனது சிந்தனைகளில் மூழ்கியிருக்கும்போது படுக்கையறைக் கதவை மூடிக்கொண்டு உள்ளே ஏவா லிண்டே தூக்கத்தில் ஆழ்ந்திருப்பாள். அடுத்தநாள் சீக்கிரமாகக் கிளம்ப வேண்டு மென்பதற்காக முன்னதாகவே தூங்கச் சென்றுவிடுவாள். அவளுடன் கல்லூரியில் படிப்பவர்கள் பெரும்பாலும் அவளை விட மிகவும் வயதில் குறைந்த, அடுத்த தலைமுறையைச் சேர்ந்த மாணவர்கள். இந்த வயதில் பழைய அழகு மங்கிவிட்டிருந் தாலும் இன்னமும் ஏவா லிண்டே வசீகரமாகவே இருந்தாள். அவளுக்கு எப்படி உடையணிந்துகொள்ள வேண்டுமென்று நன்றாகத் தெரியும். சக மாணவர்களைப்போல நீல ஜீன்ஸிலோ, சாம்பல் சூட்டிலோ, குதிகால் உயர்ந்த ஷூக்களிலோ, எதிலிருந் தாலும் உறுத்தாமல் தோற்றமளிக்க அவளால் முடிந்தது. அவள் வசீகரமான பெண்மணி என்பது மற்றவர்களைப் போலவே எலியாஸ் ருக்லாவுக்கும் தெரிந்திருந்தது. சற்று உடல் பெருத்திருந்தாலும் வசீகரமான, அறிவார்ந்த பெண்மணி. ஆனால் அவளுக்குக் கணவன் எலியாஸ் ருக்லாவின் மீதிருந்த ஈர்ப்பு ஏனோ குறைந்துவிட்டது. இன்னதென்று சொல்ல முடியாத மெல்லிய விலகல். ஏவாவிடம் அவருக்கு எப்போதுமே அளவற்ற பிரியம் இருந்தாலும், அவளிடம் ஏதோவொன்று குறைந்தே இருந்தது. அவளிடம் இயல்பாக அமைந்திருந்த அழகு ஆண்களின் பார்வைகளைக் கவர்ந்திருப்பது பற்றி அவளுக்கு எப்போதுமே ஒருவித சங்கடம் இருந்து வந்திருக்கிறது. ஆனாலும் தன்னுடைய அழகுக்குத் தானே

உடைந்த குடை

கைதியாக மாறிவிடாமலிருக்க அவள் முயன்றதுமில்லை. அவளை உற்றுநோக்கும் பார்வைகளை வெறுத்து வந்தாலும், அவற்றைக் கண்டுகொள்ளாமல் கடந்துவிட அவளால் முடிந்த தில்லை. ஆனால் இந்தப் பார்வைகள் தன்னைப் பாதிப்பதை அவளால் நளினமாக வெளிப்படுத்திவிட முடிகிறது. தொட்டாலே நொறுங்கிவிடும்போல மென்மையான அழகு அவளுக்கு. வர்ணிக்க முடியாத அழகு என்பதற்கேற்றபடியே அவளது மொத்த நடவடிக்கைகளும் அமைந்திருக்கும். அழகை வெளிக்காட்டாமல் தவிர்க்க அவளால் முடிந்ததில்லை. வெளி உலகம் அவளை எப்படிப் பார்க்கிறதோ, அதற்கேற்றார்போல அவள் நடந்துகொள்ளத்தான் வேண்டும். அதற்கு எந்த மதிப்பும் இல்லாவிட்டாலும், அது அவளை எந்தவிதத்திலும் பாதிக்கா விட்டாலும், அதனைத் தவிர்க்க முடியாது. அவளுடைய அழகு தான் அவளுடைய மதிப்பை நிர்ணயிப்பது. அவளுடைய பணிக்கு மதிப்பு ஏற்படுமென்றால் அது அவளுடைய அழகால்தான் உண்டாக வேண்டும். அவளுடைய அழகைக் கூட்டிக் காண்பிப் பதற்காக அவளுக்கு அழுத்தங்கள் வரும். அவளுக்கு எதையும் அதிகரித்துக் காட்ட வேண்டிய அவசியமே இல்லை! வேறு எதனையாவது அவள் முக்கியப்படுத்திக் காட்டியிருக்க வேண்டி யிருந்தாலும் அவளுடைய குணத்தையும் இயல்பையும் முழுதாக அறிந்தவர்கள் யாரும் அதைப் பொருட்படுத்தியிருக்கவும் மாட்டார்கள். அவளுக்கு தன்னுடைய மதிப்பு தெரியும் – அதை அவள் வெளிப்படையாக ஒப்புக்கொள்ளாவிட்டாலும். ஆண் ஒருவனை அவள் உற்றுப்பார்த்தால் அதற்கு என்ன அர்த்தம் என்று அவளுக்குத் தெரியும். அதனால்தான் அவள் யாரையும் குறிப்பாக உற்றுப்பார்க்கவே மாட்டாள். ஆனால் அவள் எப்போதாவது அப்படிப் பார்க்கும்போது அதற்கு என்ன அர்த்தம் கிடைக்கும் என்று அவளுக்குத் தெரியும். அதாவது, அவள் ஓர் ஆணை உற்றுப்பார்க்க நேர்ந்தால், அது ஏற்கனவே நிச்சயிக்கப்பட்ட விதிக்கு உட்பட்டு, எதிர்பார்த்த விளைவை ஏற்படுத்திவிடும் என்று அவளுக்குத் தெரியும். எப்போதாவது நிகழும் அபத்தம்தான் அது, ஆனால் அப்படித் தான் இருந்தது அது. அவளுடைய அழகு போய்விட்ட பிறகு, அந்த விளைவுகள் முன்பைப்போலத் தானாக நிகழாது என்று அவளுக்குத் தெரிந்தது. அந்த நிலையைக் கையாள வேண்டிய நிலை வராமல் அவள் தப்பித்துவிட்டாள். அவளது அழகின் சிறையிலிருந்து விடுதலை செய்யப்பட்டுவிட்டாள். வலுக்கட்டாய மாக எந்த வேடத்தையும் அணிய அவள் நிர்ப்பந்திக்கப்பட வில்லை. அழகு போய்விட்டாலும் அவளால் இயல்பாக இருக்க முடியும். பாதிப்படைந்த பெண்ணாக அல்ல, இயல்பான மனுஷியாக. இப்போது மற்றவர் பார்வையில் ஒளிவு மறைவற்ற,

எளிமையான, அறிவு முதிர்ச்சி கொண்டதொரு பெண்ணாக, இந்த வயதிலும் கல்லூரிக்குச் சென்று படிக்கும் தைரியசாலியாக, மனவுறுதி கொண்டவளாகவே தெரிகிறாள். எலியாஸுக்கும் அப்படித்தான் தெரிகிறாள். அவளுடன் பயிலும் சக இளம் மாணவிகளைப் போலவே நீல ஜீன்ஸ், அல்லது சாம்பல் நிற சூட்டும் குதிகால் உயர்ந்த காலணிகளும் தன் சௌகரித்துக்காக, தட்பவெப்ப நிலைக்கேற்றவாறு இயல்பாக அணிந்துசெல்லும் வசீகரச் சீமாட்டி. வயதாவதில் இயற்கை மாற்றமாக முகத்தில் உண்டான சுருக்கங்கள். ஆண், பெண் இருபாலருக்கும் பொதுவான மாற்றம்தான் எனினும், பெண்ணுக்கு நிகழும்போது தனது கவர்ச்சி குறித்த கற்பனைகளை இழந்துவிடுவதுதான் பெரும்பாலானவர்களுக்கு நடக்கிறது. சில பரிதாபகரமான தொடர் முயற்சிகள். இயற்கையான உயிரியல் மாற்றங்களை ஏற்றுக்கொள்ளாமல் இளம்பெண்ணுக்கான ஸ்திதியைத் தக்க வைத்துக்கொள்வதற்கான வியர்த்தமான போராட்டங்கள். தன் மனைவியை நினைத்துப் பெருமைகொள்வதை எலியாஸ் ருக்லா எப்போதுமே மறைத்ததில்லை. ஏறக்குறைய இருபது வருடங்களாக அவளோடு சேர்ந்துவாழும் குடும்ப வாழ்வைப் பற்றி உள்ளார்ந்த, உண்மையில் மிக ஆழமான திருப்தி அவருக்கு உண்டு. அவளுடைய கவர்ச்சியும், சில பாசாங்குகளும் அவளை விட்டுப் போய்விட்டிருக்கும் இந்த சமயத்திலும்.

அவர் யாரோடும் பகிர்ந்துகொள்ள முடியாத உணர்ச்சி இது. உனது பாசாங்குகள் உண்மையில் எனக்கு மிகவும் பிடிக்கும் என்று அவரால் ஏவாவிடம் சொல்ல முடியாது. அவர் சொன்னாலும் சொல்லாவிட்டாலும் அதைப் பற்றி அவள் லட்சியம் செய்திருக்க மாட்டாள். சற்று மனஸ்தாபம் ஏற்பட்டிருக்கக்கூடும். நீ இப்போது உன் தலையைச் சிலுப்பிக் கொள்ளும் விதம் எனக்குப் பிடித்திருக்கிறது என்று அவர் சொல்லியிருக்கலாம் (ஏனென்றால் அது, செயற்கையான ஏவாவின் தலை சிலுப்பலை அவருக்கு நினைவுபடுத்தியது. அது முழுமையான சிலுப்பல் அல்ல. இப்போது அவள் பழைய ஞாபகத்தில் அரைகுறையாக அவ்வப்போது சிலுப்பிக் கொள்கிறாள். இதற்கும், அப்போதைய கூண்டிலடைத்த அழகிக்கும், அவளைக் கண்டு மயங்கிய ஆண்களுக்கும் இடையில் நடந்த சூட்சும விளையாட்டுக்கும் எந்தத் தொடர்பும் இல்லை. ஆனால் தலையைச் சிலுப்பிக்கொள்கையில் அது எலியாஸ் தேடிக்கொண்டிருக்கும் பழைய விஷயங்கள் சிலவற்றை நினைவுபடுத்துவதாக ஆகிவிடுகிறது) அவருடைய பாராட்டுச் சொற்களை அவள் ரசித்திருக்கக்கூடும். ஆனால் அவர் சொல்கிறார் என்பதற்காகவோ, அவர் சொல்வதை மீண்டும் கேட்க வேண்டுமென்பதற்காகவோ அதைத் திரும்பத்திரும்பச்

செய்ய மாட்டாள். இதைப்போன்ற விஷயங்களிலிருந்து இப்போது அவள் விடுபட்டுவிட்டாள். ஆனால் அவள் எவற்றிலிருந்தெல்லாம் விடுபட்டிருக்கிறாளோ அவற்றைத் திரும்பப் பார்க்க முடியாமல் அவர் ஏங்கியிருந்தார். இது விநோதம்தான். அவள் மனம் மரத்துப் போய்விட்டிருப்பதை உணர்த்துவதும், அவரால் புரிந்துகொள்ள முடியாததும் இதுதான்.

ஏவா லிண்டேவின் இயல்புத் தன்மையில் ஒருவித உணர்ச்சியற்ற, மரத்துப்போன தன்மை இருப்பதாகத் தனக்குத் தோன்றுவதை எலியாஸ் ருக்லாவால் தடுக்க முடியவில்லை. அவளது பாசாங்குகளிலிருந்து விடுபட்டவுடன் அவளுக்குள் ளிருந்த சில உபகுணங்கள் – அக்கறையின்மை, பேராசை – வெளியே தெரியத் தொடங்கின. அவளது பேரழகு ஏற்படுத்தி யிருந்த கட்டாயங்கள், அவளது இயல்பான மனச்சார்புகளை அடக்கி வைத்திருந்தனபோல. ஒருவேளை இக்கூறுகள் அவளிடம் எப்போதுமே இருந்து வந்தனவோ? அவளது அழகில் மயங்கியிருந்த எலியாஸ் ருக்லாவின் கண்களில் அவை படாமல் இருந்ததோ? அவளை 'அதிக செல்லம் கொடுத்து வளர்க்கப்பட்டதால் கெடுக்கப்பட்டவள்' என்று முன்பு அவர் நினைத்து வந்ததெல்லாம் ஒளிந்திருந்த இந்தப் பகுதியைக் குறித்துத்தான் இருந்திருக்க வேண்டும். ஆனால் முப்பதுகளின் ஆரம்பத்தில் இருக்கும் ஓர் அழகான பெண்ணிடம் அது வெளிப்படும்போது வேறுவிதமாக, இப்போது தெரிவதைப் போல நேரடியான அடையாளமாக இல்லாமல் அடங்கின தன்மையில் தெரிகிறது. அதுவே இப்போது ஐம்பதை நெருங்கி யுள்ள நடுவயது மாதுவிடம் வெளிப்படும்போது வேறு பரிமாணத்தை அடைந்துவிடுகிறது. அவளது அசாதாரண அழகின் அரக்கப்பிடியிலிருந்து இயற்கையின் உதவியோடு விடுபட்டிருப்பது அவளுக்குள்ளிருக்கும் கோரமான பரிமாணங் களை வெளியில் கொண்டுவர உதவியிருக்கிறது. ஒரு சாதாரண மனிதனிடமிருந்து எவ்விதக் கட்டுப்பாடும் இல்லாமல் முழுதாக வெளிப்படுவதைப்போல, அந்த இருட்டுப் பகுதிகள் சந்தோஷ மாகத் தலைநீட்டத் தொடங்கிவிட்டன. அவளிடம் பேராசை அதிகமாகியிருப்பது நிச்சயமாகவே தெரிந்தது. மற்றவர் களுக்குச் சொந்தமான பொருட்களை முகம் விரிய அவள் வெறித்துப் பார்க்கும்போது அவளிடம் தெரிகின்ற தீராப் பெருவேட்கையின் அனல்! இவளோடுதான் படுக்கையைப் பகிர்ந்துகொண்டும், உடன் வாழ்ந்துகொண்டும் இருக்கிறோம் என்று நினைக்கும்போது எலியாஸ் ருக்லாவுக்கு பயமாக இருந்தது. அந்தப் பேராசையைப் பார்த்து அல்ல, அது அவர்களுடைய உறவில் வெளிப்படுவதையும், சிலவற்றை

மறைமுகமாகச் சுட்டிக்காட்டுவதையும் பார்த்தே அந்த பயம். அவள்வசம் இல்லாத பொருட்களின்மீது அவளுக்கு அதீதமான இச்சை இருந்தது. விருந்து நிகழ்ச்சிகளுக்கு அவர்கள் செல்லும்போது விருந்தளிப்பவர்களின் அழகான, ஆடம்பரப் பொருட்களைப் பார்த்துச் சத்தமாக வியப்பொலி எழுப்புவாள். மிகையான முகபாவங்களுடன் அவற்றின் அழகை ரசித்துப் பாராட்டுவாள். திரும்பத்திரும்ப அவை இருக்குமிடத்துக்குச் சென்று அவற்றை வைத்தகண் வாங்காமல் பார்த்துக்கொண் டிருப்பதை விருந்துக்கு வந்த எல்லோரும் கவனிப்பார்கள். அவளுடைய செய்கைகளை விருந்தளிப்பவர்களும் மற்றவர் களும் வித்தியாசமாக எடுத்துக்கொண்டதில்லை. அது எலியாஸுக்குச் சற்று ஆறுதலாக இருந்தது. ஆனால் அவர்கள் நினைப்பதுபோல அது வெள்ளந்தித்தனம் அல்ல. விலை யுயர்ந்த மகளிர் ஆடையகங்கள், நவநாகரீக அறைகலன்களின் விற்பனையகங்கள் முன்னாலும் இதே போன்ற பேராசைப் பார்வையோடு நின்றிருப்பாள். சன்னல் கண்ணாடிக்குப் பின்னால் அடுக்கப்பட்டிருக்கும் ஆடம்பரப் பொருட்களை விழுங்கிவிடுவதைப்போலப் பார்த்துக்கொண்டிருப்பாள். ஆனால் இவற்றையெல்லாம் அவர்களால் வாங்க முடியாம லிருப்பதற்காக அவரை ஒருபோதும் அவள் குறை சொல்லிப் பொருமியதில்லை. ஆனால் அவற்றின்மீது அவளுக்கு இருக்கும் பெரும் இச்சையை வெளிப்படையாகவே காட்டிக் கொள்வாள். மிக நேர்த்தியான சாம்பல் நிற கோட் அணிந்து, பருத்த உடலோடு சன்னல் கண்ணாடியின் மேல் மூக்கு சப்பையாக அழுந்தும்படி முகத்தைப் பதித்து உள்ளே இருப்பவற்றை, கண்களில் பேராசைத் தீ கொழுந்துவிட்டெரிய நேரம்போவது தெரியாமல் பார்த்துக்கொண்டிருப்பாள். அதைக் காணும்போது அவருக்குப் பயமாகவே இருக்கும். தனது பெண்மையை, அழகை அதிகப்படுத்திக் காட்டிக் கொள்ள விரும்பாத, நெருங்கிவரும் முதுமை கண்டு பதற்றம் கொள்ளாத, நாற்பதுகளின் கடைசியில் இருக்கும் ஒரு பெண்ணுக்கு இத்தகைய அடங்காத, ஆர்ப்பாட்ட வேட்கை! ஆடம்பரத்தின் மீது உண்டாகும் இந்த வெறி எப்போதும் திருப்தி கொண்டு அடங்குவதில்லை. மற்றவர் வீட்டிலோ, விற்பனை யகங்களிலோ பார்க்கும் பொருட்களைத் தானும் வாங்க வேண்டுமென்று அவள் ஒருபோதும் சொன்னதில்லை என்பது தான் இதில் இருக்கும் விநோதம். தனது செயற்கையான பெண்மைத் தனங்களைத் துறந்துவிட்டு, பெண்மைத்தனமான வேட்கைகளை மட்டும் தேக்கி வைத்திருக்கும் இந்த எதற்கும் பதற்றமடையாத மனுஷியின் அச்சமூட்டும் பிணையறுத்த நடத்தை அவரை வெகுவாகப் பாதித்தது. அவள் அவரிடம்

இணக்கமாக இருந்த அந்த இனிய காலத்துக்காக அவர் மனம் ஏங்கியது. எவ்வளவு நளினமான நடத்தை அவளுக்கு! அவரை எப்போதும் ஊக்குவித்து வந்ததும், அவளோடு எப்போதும் நெருங்கியிருக்க வைத்ததும் இந்த நளினம்தான். ஆனால் இப்போது அவளது பருத்த உடம்பை ஆடம்பரக் கடை சன்னல்களின் மீது சாய்த்து மூக்கை அழுத்திக்கொண்டு நிற்பதைப் பார்க்கையில் அவருக்கு அவளோடு சேர்ந்து இருப்பதற்கான நியாயமான காரணம் எதுவும் தன்னிடம் மிச்சமிருக்கவில்லையென்று தோன்றுகிறது.

இத்தகைய தருணங்களில்தான் அவளது பிணையறுத்தத் தன்மை அவருக்கு உறைக்கிறது. அதே நேரத்தில் அவர் எந்தளவுக்கு அவளைச் சார்ந்திருக்கிறார் என்பதும் தோன்றித் திடுக்கிட வைக்கிறது. அந்த ஆடம்பரப் பொருட்களுக்காக ஏக்கத்தோடு பார்த்துக்கொண்டிருந்தாலும், அவரிடம் தனக்காக வேண்டுமென்று ஒருமுறைகூடக் கேட்டதில்லை. ஆனால் அவற்றுக்காக அவள் காலமெல்லாம் கனவு கண்டுகொண் டிருப்பதை மட்டும் சொல்லாமல் சொல்லிவிடுகிறாள். அவற்றை யெல்லாம் வாங்குவதென்பது சாத்தியமில்லை என்பதால் அவள் கேட்பதில்லை என்பதை அவர் அறிவார். ஆனால் அதே நேரத்தில் இம்மகத்தான அதிர்ச்சிக் காட்சியைக் குலைக்கும் வகையில் அவரிடம் கொஞ்சம் நட்பார்ந்த பார்வையையும் அவர்மீது தனக்கிருக்கும் நம்பிக்கையையும் வெளிப்படுத்துபவ ளாக இருந்தால் அதுதான் நிஜமான 'அவளாக' இருக்குமென்ற சந்தேகமும், அவரிடம் காட்டாமல் ஒளித்துவைத்திருக்கும் ரகசிய வாழ்க்கையின் ஒருமுனைதான் இந்த ஆடம்பர இச்சை என்பதும் கலைந்திருக்கும். ஆனால் அவள் தயக்கமில்லாமல் அவரிடம் இந்தப் பெரும் வேட்கையை, வெறியைக் காட்டிக் கொள்கிறாள். ஆனால் மௌனமாக. அதைக் கண்டதும் அவரிடம் நிகழ்கின்ற கலக்கம் அவரை வருங்காலத்தில் சிறுகச்சிறுக நிர்மூலமாக்கிவிடும் என்பதை அவள் அறிந்திருக்கிறாளா? அதற்காக அந்தக் கடை சன்னலில் மூக்கை அழுத்தி, முகத்தைப் பதித்துப் பார்த்துக்கொண்டிருக்கும் பின் நாற்பதுகளின் வசீகரமான, உடல்தளர்ந்த, பருமனான சீமாட்டி வருத்தப் படுகிறாளா?

அவருக்குள் பொதிந்திருக்கும் சமூக அவஸ்தைகளிலிருந்து எழுந்துவந்து அவளிடம் மரியாதையையும் இரக்கத்தையும் காட்டுவதற்கு முயன்றதைப்போலவே அவளும் அவரிடம் பரிவாகவே நடந்துகொண்டிருக்கிறாள். இருவேறு உலகங்களில் அவர்கள் உலவிக்கொண்டிருந்தாலும் அவர்கள் ஒன்றாக, ஒரே வீட்டில் வாழ்வதும், பகிர்ந்துகொள்வதும் அவர்களுக்குச்

❃ 144 ❃ தாக் ஸுவில்ஸ்தாத்

சங்கடமாகவே இருந்ததில்லை. இந்தச் சூழ்நிலையில் ஒருவர்மீது மற்றவர் மோதிவிடாமல் தத்தமது சுழல்வட்டப் பாதைகளில் ஒருவரையொருவர் கடந்து சென்றுகொண்டிருக்கின்றனர். ஒருவர் இருப்பை மற்றவர் இடையூறாகவோ எரிச்சலூட்டுவதாகவோ உணர்ந்ததில்லை. சில நேரங்களில் அவளது நட்பார்ந்த சுற்றுவட்டப் பாதையிலிருந்து விலகிவந்து பரிபூரண அந்நியோன்னியத்துடன் அவரிடம் அந்தரங்கங்களைப் பகிர்ந்துகொள்வாள். கடந்த இலையுதிர் பருவத்தில் அவளுக்கு நாற்பத்தியேழு வயதாகிவிட்டது. முதுநிலை ஆசிரியரான அவருக்கு இப்போது ஐம்பத்து மூன்று. அவள் தனது அந்தரங்கங்களைப் பகிர்ந்துகொண்டதில்தான் அவருக்கு அவளுடைய வாழ்வின் உள்ளார்ந்த அம்சங்கள் சிலவற்றை அவதானிக்க முடிந்தது. தன்னுடைய தேகத்தின் வேதனைகளை அவரிடம் அறிமுகப்படுத்துவாள். தன் உடம்பில் எங்கெங்கு எப்படி வலியெடுக்கிறது என சுட்டிக்காட்டுவாள். அப்படி அவள் பாதி நிர்வாணத்தில், கட்டிலில் உட்கார்ந்து உடம்பில் வலியெடுக்கும் பாகங்களை, கால்களில் பின்னலிட்டிருக்கும் நாளப் புடைப்புகளைக் காட்டும் போது அவள் வசீகரமான சீமாட்டியாகத் தெரியமாட்டாள். சற்றுக் கூடுதலாகவே குண்டாகத் தெரிந்தாலும், நீல ஜீன்ஸ், குதிகாலுயர்ந்த காலணி, சாம்பல் நிறச் சூட்டில்தான் அவள் வசீகரம் வெளிப்படுகிறது. ஆனால் அவர்மீது பரிபூரண நம்பிக்கை வைத்து மிக இயல்பாக தனது உடலின் நோவெடுக்கும் பாகங்களைக் காட்டுகிறாள். இத்தகைய தருணங்களில் அவர் அவளுடைய கணவராக, முழுமுற்றான கணவராக இருக்கிறார். தனது உடம்பில் பீடித்திருக்கும் பாலுணர்வுக் குறைவு, மந்தத் தன்மை எல்லாவற்றையும் வெளிப்படையாக, ஆனால் அதற்காகக் கவலைப்படாத தொனியில் அவரிடம் அப்பாவித் தனமாகக் கொட்டித் தீர்ப்பதுதான் அவரை வேதனைக்குள்ளாக்குகிறது. அவள் பேசப்பேச எலியாஸ் ருக்லாவுக்குள் வலி அதிகரிக்கிறது. மூப்படைந்து வரும் தன் உடம்பைச் சுட்டிக்காட்டி, நாளப்புடைப்பு அவளை எந்தளவுக்குத் தொல்லைக்குள்ளாக்குகிறது என்று விஸ்தாரமாக அவருக்கென்றே ஒதுக்கி வைத்திருக்கும் குரலில் விவரிக்கிறாள். அவளைத் தொலைபேசியில் அழைத்தபோது செவியில் நுழைந்த அவள் குரல் அவருக்களித்த அந்த விசேஷமான பரவசவுணர்வு ஞாபகத்துக்கு வரும். குரல்களும் உருமாறிவிடுவதாகச் சிலர் சொல்வதைக் கேட்டிருக்கிறார். முகம் தெரியாத அந்நியரிடம் தொலைபேசியில் பேசும்போது அவர்களுடைய வயதை அதிக சிரமமுமின்றி ஊகித்துவிட முடிகிறது. ஆனால் நாம் அறிந்தவர்களோடு பேசும்போது அது முடிவதில்லை. ஜோஹான் கார்னெலியூஸனுக்கும் ஏவா லிண்டேவுக்கும் (குட்டிப் பெண் காமிலாவுக்கும்)

வாழ்க்கை வேறுவிதமாகத் திரும்பி, அவர்கள் மூவரும் 1974லேயே அமெரிக்கா சென்று அங்கேயே குடியேறி, இருபது வருடங்கள் கழித்துச் சிலநாட்கள் விடுமுறையில் இங்கு வந்திருக்கும்போது எலியாஸ் ருக்லா அவர்களை ஹோட்டல் கான்டினென்டலின் வரவேற்பறையில் சந்தித்திருந்தால், அப்போது ஏவாவைப் பார்த்து, அதோ ஏவா லிண்டே! ஆ, எப்படி பொலிவிழந்திருக்கிறாள்! என்று நினைத்திருப்பார். ஆனால் அவர்கள் தொலைபேசியில் அழைத்திருந்தால், அவர் முதலில் ஜோஹான் கார்னெலியூஸனிடம் பேசியிருப்பார்; பின் ஏவா லிண்டே தொடர்பில் வந்திருப்பாள். அந்தக் குரலைக் கேட்டவுடனேயே, ஆ! ஏவா! என்று நினைத்திருப்பார். அந்தக் குரலை உடனே அடையாளம் கண்டுகொண்டிருப்பார். மிகத் தெளிவாக. சற்றுக் கம்மிய குரல். நிரந்தர ஜலதோஷத்தில் இருப்பதைப்போல ஓரத்தில் சற்று உலர்ந்து, புதைந்திருக்கும் குரல். அந்தக் குரல் செவியில் நுழைந்தவுடனேயே 1974 மே மாதத்தில் அவளைக் கடைசியாகப் பார்த்த உருவம் மனதில் வந்துவிட்டிருக்கும். இப்போது தளர்ந்து தொங்கும் உடம்போடு, பாதி உடை களைந்து, கால்களின் நாளப்புடைப்பை அவரிடம் காட்டி ஏவா பேசிக்கொண்டிருப்பதும் அதே குரல்தான். அந்த நேரத்தில் அவள்மீது அவருக்கு அவ்வளவு பிரியமும் நெகிழ்ச்சியும் ஏற்படும். ஏவா! ஏவா! அவளருகே அசைவற்று நின்றிருக்கும் அவருடைய அகக்குரல் அரற்றும். இந்தப் பிரியத்தை ஒருவேளை அவரும் ஏவாவிடம் மறைக்காமல் வெளிப்படுத்தியிருக்கலாம். ஒருவேளை வெளிப்படுத்தியும் இருக்கலாம். ஆனால் இப்போது உடல்பெருத்து பொலிவிழந்திருக்கும் ஏவா லிண்டே என்ற அவருடைய மனைவியின்மீது ஏற்பட்டிருக்கும் பிரியத்துக்கான அடிப்படைக் காரணத்தை அவரால் வெளிப்படுத்தியிருக்க முடியாது. ஏனென்றால் அந்தக் காரணத்தைத் தெரிந்துகொள்வதில் அவளுக்கு அக்கறை இருந்ததில்லை. அதைத் தெரிந்துகொண்டால் அவளுக்குப் புரியாமல் புதிராகவே இருந்திருக்கக்கூடும். அது அவளுக்கு வெறுப்பையும் ஏற்படுத்தியிருக்கலாம். இதைப்போலவே அவருக்கு அவள் மீதிருக்கும் உண்மையான அக்கறை எல்லாவற்றின் மீதும் அவளுக்கு அக்கறையில்லாமலும், புரிந்துகொள்ள முடியாமலும், ஒருவேளை வெறுப்பாகவும் போகக்கூடுமென்று நினைத்தார்.

அவர்மீது அவள் காட்டும் அலட்சியம், அது அவரை எப்போதும் பாதிக்காமல் இருந்ததேயில்லை. அது கிட்டத்தட்ட அக்கறையின்மை. அவரிடம் அவள் முழு நம்பிக்கை வைத்து நடந்துகொண்டாலும், அவளது நேர்மை அப்பாவித்தனமாகவே இருந்தாலும், அவள் கணவனை அணுகும் விதங்களில், எல்லா விஷயங்களிலும் ஓர் அலட்சியம், அக்கறை

யின்மை இருக்கிறது. அவளுடைய அழகு குறைந்துவிட்டது என்பதற்காக அவளால் எப்படிக் கவலைப்படாமல் இருக்க முடியும்! எந்த விஷயத்துக்காக அவளை நோக்கி எலியாஸ் ருக்லா முதலில் ஈர்க்கப்பட்டாரோ அதனை அவள் இப்போது இழந்துகொண்டிருக்கிறாள் என்ற யதார்த்தம் அவளுக்கு உறைக்கவேயில்லையா? அது உண்மையாக இல்லாவிட்டா லும், அவளுடைய உள்மனதில் இப்படியாகத்தான் இருக்கும் என்ற அச்சம் நிச்சயம் தோன்றியிருக்கும். எலியாஸைக் கவர்ந்திழுத்த அம்சங்கள் ஒரேயடியாகத் தன்னைவிட்டு மறையப்போகின்றன என்ற அவள் முகத்தை ஒரு நிழல் கடந்து சென்றிருக்க வேண்டும். ஆனால் அப்படிப்பட்ட தடயம் ஒன்றையும் அவர் கவனித்ததில்லை. இதை இவ்வளவு எளிதாக அவள் எடுத்துக்கொண்டிருக்கிறாளா! அவளைப் பொறுத்தவரை இதை விடுதலை என்று எடுத்துக்கொண்டு அவரிடமிருந்து ஒதுங்கிக்கொண்டாளா? அவளுக்கு அது புரியவேயில்லையா? அவள் புரிந்துகொள்ளவில்லையென்றுதான் அவர் நம்பினார். அவள் எப்படியெல்லாம் யோசிப்பாள் என்பதை வைத்துப் பார்க்கும்போது ஏவா அதைப் புரிந்துகொண்டிருக்க மாட்டாள் என்றுதான் அவருக்குத் தோன்றுகிறது. ஒருவேளை அப்படி இல்லையென்றால் அவளுக்கு இதெல்லாம் தெரிந்தும் அதற்காகக் கவலைப்படாமல் இப்படி நடந்துகொள்கிறாள் என்றால் அவர் இவளை நேசிக்கிறாரோ இல்லையோ, அதைப் பற்றி அவளுக்குக் கவலையொன்றும் இல்லையென்று நினைக்கிறாள் என்று அர்த்தம். அவர் இவளுக்காக அக்கறை காட்ட வேண்டுமென்று அவள் ஒருபோதும் எதிர்பார்க்கவே யில்லை என்று அர்த்தம். ஆனாலும் அவரிடம் அவள் நன்றி யுடையவளாக இருக்கிறாள் என்றால் அதற்குக் காரணம், அவளுக்கு எப்போதெல்லாம் தீராத அழுத்தங்கள் நேர்கிறதோ அவரிடம் வந்து அவளால் அடைக்கலமாகிவிட முடிகிறது என்பதனால் இருக்கக்கூடும். இதுதான் இந்த விஷயத்தின் உண்மையான மையமா? இப்படியான எண்ணங்களின் காரணமாகவே ஏவா லிண்டே புரியாத புதிர்ப் பெண்ணாக வும் எலியாஸ் ருக்லாவுக்குத் தோன்றியிருக்கிறாள். அவருடன் இத்தனை வருடங்களாகப் படுக்கையையும் வீட்டையும் பகிர்ந்து வந்திருக்கும் இந்தச் சதைப்பற்றான சீமாட்டிக்குத் தனது சுயத்தை அவரிடம் வெளிப்படையாகத் திறந்துகாட்டத் தோன்றியதில்லை. அவரையும் தனது அகத்துக்குள் நுழைய அனுமதித்ததில்லை. அவருடைய சுயத்தையும், அவருக்குள் கனன்றுகொண்டிருக்கும் கேள்விகளையும் அப்போதும் இப்போதும் தெரிந்துகொள்ள அக்கறை காட்டியதேயில்லை. இப்போது அந்தக் கேள்விகள் எல்லாமே கரிந்து அணைந்து

விட்டிருக்கின்றன. இந்தப் பெண்மணியைப் பற்றித்தான் யோசித்துக்கொண்டு இப்போது பிஸ்லெத் சந்திப்பில், குடையின் கம்பிகள் குத்தியதால் உண்டான காயத்தினால் கையிலிருந்து (அவரை ஏளனம் செய்தபடி) ரத்தம் வழிந்துகொண்டிருக்க, மெலிதான தூறலில் எந்தப் பக்கம் திரும்பிச் செல்வது என்று புரியாமல் நின்றிருப்பவரின்மீது கடந்துசெல்லும் கார்ச்சக்கரங் களிலிருந்து சேற்றுத் துளிகள் தெறித்துக்கொண்டிருந்தன. நிகழ்ந்திருப்பது பேரழிவு. பள்ளி முதல்வர் நடந்தவை எல்லா வற்றையும் சாதாரணமாக எடுத்துக்கொண்டு, சக ஆசிரியர் களின் ஆதரவோடு அவரைச் சமாதானப்படுத்த நிச்சயம் முயல்வார். இதுபோன்ற விஷயங்கள் எல்லோருக்கும் நிகழக் கூடியதுதான் என்பார். ஆனால் இது ஒன்றும் யாருக்கோ நடக்கவில்லை. அவருக்கு நடந்திருக்கிறது. அவருக்கு இது நிகழ்ந்திருக்கிறது என்றால் அவர் கீழே சரிந்திருக்கிறார் என்று தான் பொருள். சமுதாயத் தளத்திலிருந்து கீழே வீழ்ந்திருக் கிறார். அவ்வளவுதான். அவரால் இனி ஒருபோதும் பார்கபோர்க் மேல்நிலைப் பள்ளியில் காலெடுத்து வைக்க முடியாது என்று அவருக்கு நிச்சயமாகத் தெரிந்தது. அந்தப் பள்ளியில் மட்டு மல்ல, ஆசிரியராக வேறு எந்தப் பள்ளியிலும் கால் வைக்க முடியாது. அப்படியென்றால் அவள், அவருடைய மனைவி, இதை எப்படி எடுத்துக்கொள்வாள்? அதுவும் அவள் சமூகப் பணிகள் கல்லூரியில் மூன்றுவருடப் படிப்பில் இப்போது சேர்ந்திருக்கும் நிலையில் அவருடைய வருமானம் இல்லாமல் அவளால் எப்படிச் சமாளிக்க முடியும்? இதற்கு என்ன பொருளென்றால் எல்லாம் முடிந்துவிட்டது என்பதுதான் என்று நினைத்தார். இது பயங்கரமானதுதான். ஆனால் திரும்பிச் செல்லவே முடியாது.

●

148 தாக் ஸுல்ஸ்தாத்

அகவெளிப் பயணியைப் பின்தொடர்தல்

2014ஆம் ஆண்டு ஃப்ராங்க்ஃபர்ட் சர்வதேச புத்தகக் கண்காட்சியிலிருந்து திரும்பிய கண்ணனிட மிருந்து புத்தகக் கட்டு ஒன்று வந்தது. அவற்றில் மொழிபெயர்க்க உகந்ததாக இருக்கும் புத்தகங் களைத் தேர்ந்தெடுத்துக் கொடுக்கச் சொல்லி யிருந்தார். தாக் ஸூல்ஸ்தாத் என்ற நார்வேஜிய நாவலாசிரியரின் '*Shyness and Dignity*' என்ற புத்தகமும் அதில் இருந்தது. அதற்குமுன் ஸூல்ஸ்தாத்தை நான் படித்ததில்லை. சமகால நார்வே எழுத்தாளர்களில் நட்சத்திர அந்தஸ்தைப் பெற்றிருந்த *Karl Ove Knausgård* மட்டுமே பரிச்சயம். ஒவ்வொரு வருடமும் நோபல் பரிசு அறிவிப்பதற்கு முன் சூதாட்டக்காரர்களின் உத்தேசப் பட்டியல் களில் தாக் ஸூல்ஸ்தாத்தின் பெயரைப் பார்த்திருக் கிறேன். இந்த நாவல் மிகச் சிறியதாக இருந்தது; வெறும் 154 பக்கங்கள். படிக்கத் தொடங்குவதற்கு முன் இணையத்தில் நாவலைப் பற்றித் தேடினேன். ஸூல்ஸ்தாத்தைப் பற்றியும், இந்நாவலைப் பற்றியும் வழிபாட்டுத் தொனியில் சிலாகிக்கும் கட்டுரைகள் ஏராளமாக இருந்தன. கினௌஸ்கார்டை விட ஸூல்ஸ்தாத் எந்தெந்த வகையில் மேலானவர் என்று ஒரு கட்டுரை பேசியது. மனித மனச் சலனங்களை இவரளவுக்கு நுட்பமாக எழுதுபவர் ஒருவருமில்லை என்றது மற்றொரு கட்டுரை. எல்லாவற்றுக்கும் மேலாக, ஹாருகி முரகாமி இவருடைய நாவலை ஜப்பானிய மொழியில்

மொழிபெயர்த்திருந்த செய்தி என்னை நிமிர்ந்து உட்கார வைத்தது. "இவர் ஒருவிதமான சர்ரியலிச எழுத்தாளர் என்று சொல்லலாம். இவர் எழுதுவதுதான் தீவிர இலக்கியம் என்று கருதுகிறேன்" என்றும் முரகாமி புகழ்ந்திருந்தார். அதற்குமேல் நாவலை வாசிக்காமல் நேரத்தைக் கடத்த முடியவில்லை.

முதலிலேயே மிக நிதானமான வாசிப்புக்கு என்னைத் தயாராக்கிக்கொண்டிருந்தேன். ஆனாலும் ஸூல்ஸ்தாத் நான்கு வரிகளுக்கொருமுறை என் வேகத்தை மட்டுப்படுத்தித் திரும்பத் திரும்ப வாசிக்க வைத்துக்கொண்டிருந்தார். தனக்குத்தானே பேசிக்கொண்டு நாவல் நிதானமாகச் சென்றது. அவ்வப்போது நின்று தயங்கித்தயங்கி, மெதுவாக முன்னேறியது. தொட்டாற் சிணுங்கித்தனமான நாயகன். அவனுடைய மன அவஸ்தைகளும் ஏக்கங்களும் எனக்கு மிகவும் பரிச்சயமான ஏதோவொன்றை உணர்த்திக்கொண்டிருந்தன. இந்நாவல் நான் ஏற்கனவே அறிந்திருக்கும் ஓர் எழுத்தாளரின் சாயலைக் கொண்டிருக்கிறது என்று தோன்றியது. ஐம்பது பக்கங்களைக் கடந்ததும் அது யாரென்று பிடிபட்டது. உலகின் கூரையில் அமைந்திருக்கும் ஒரு நாட்டின் எழுத்தாளர், எண்பது வருடங்களுக்கு முந்திய தமிழ் எழுத்தாளர் ஒருவர் எழுதாமல் விட்டிருந்த வரிகளை எழுதிக் கொண்டிருப்பது மின்னதிர்ச்சி போல என்னைத் தாக்கியது.

"தன் மனத்தில் புரியாது புறம்பாக மறைந்துநின்ற ஒரு உணர்வு எழுப்பப்பட்டதுதான் இவ்வகை மனக்கிளர்ச்சிக்கு ஆதாரம் போலும்! என்ன எண்ணம், அறியாத வகையில் ரகசிய மெனக் கருதிய எண்ணம் அவனோடு பகிர்ந்துகொண்டேன்! வெளியே தெளியத் தோன்ற முடியாதது, உள்ளே இருந்ததா? இந்தப் புரியாத அமைதியின்மைக்குக் காரணம்? தன்னுடைய மனதே பிளவுகொண்டு, ஒன்றையொன்று ஒன்றுமில்லாததற்கு பரிகசிப்பதுதானா. . ?"

இந்தக் குரல் சற்று உருமாற்றமடைந்து, நாவல் முழுக்க அவ்வப்போது வெவ்வேறு தொனிகளில் தலைநீட்டிக்கொண்டே யிருக்க, நாவலின் இறுதியில் அது மௌன அலறலாக, "பெண்ணை அறிந்து கொண்டாய்; பெண்மையை அறிந்துகொள்ள முடிந்ததா உன்னால்?'' என்று எதிரொலித்தபோது, மௌனி மறுபிறவி யெடுத்து நார்வேயில் பிறந்திருக்கிறார் என்று தோன்றியது.

தாக் ஸூல்ஸ்தாத்தின் காலத்திலும் மௌனி காலத்திய சூட்சுமக் கேள்விகளுக்கு விடை கிடைப்பதாகத் தெரியவில்லை. மனித உறவுகள் காலந்தோறும் மேலும்மேலும் சிக்கலாகித்தான் வருகின்றன. மனித மனங்களின் மர்ம முடிச்சுகள் மேலும்மேலும் இறுகிக்கொண்டே வருகின்றன.

இந்த நார்வேஜிய மௌனியின் 154 பக்கங்களை மொழி பெயர்த்து முடிக்க எனக்கு 662 நாட்கள் பிடித்திருக்கின்றன. இந்த அவஸ்தை மொழிபெயர்ப்பாளனுக்கு ரசிக்கத்தகுந்த அவஸ்தை. ஸூல்ஸ்தாத்தின் பிரத்தியேகமான மொழிநடையை ஆங்கிலத்தில் சிதைக்காமல் கொண்டுவந்திருப்பதைப் போலவே தமிழிலும் கொண்டுவர முயலும்போது, பாத்திரத்தின் எந்த வடிவத்துக்கும் ஈடுகொடுத்து அதைக் கச்சிதமாக நிரப்பிவிடும் தண்ணீரைப்போல இம்மகத்தான மொழி தன்னை வடிவமைத்துக்கொள்ளும் வித்தை மற்றொரு வியப்பு. எப்பேர்ப்பட்ட மொழியை நாம் கையாள்கிறோம் என்று நினைக்கும்போது உண்டாகும் மலைப்பு சாதாரணமானதல்ல.

இன்றைய தமிழ் வாசகனுக்கு, சமகால உலக இலக்கியங்கள் எந்தெந்த நிறங்களில் வெளிவந்துகொண்டிருக்கின்றன என்பதை காலச்சுவடு பதிப்பகம் தொடர்ந்து அறிமுகப்படுத்தி வருகிறது. அவ்வரிசையில் இந்நாவல் புதிய திறப்புகளை வாசகப்பரப்பில் நிகழ்த்தும் என்ற நம்பிக்கை இருக்கிறது. இம்மகத்தான படைப்பை மொழிபெயர்க்கும் வாய்ப்பையளித்த காலச்சுவடு கண்ணனுக்கும் மொழிபெயர்ப்பை நார்வேஜிய மூலத்தோடு ஒப்பிட்டு ஆலோசனைகள் வழங்கிய சர்வேந்திரா தர்மலிங்கத்திற்கும் இடப்பெயர்களைச் சரியான உச்சரிப்பில் எழுதுவதற்கு ஆலோசனைகள் வழங்கிய சரவணன் நடராசாவுக்கும் நூலாக்கத்தில் பங்குபெற்ற காலச்சுவடு அலுவலகத் தோழர்கள் பா. கலா முருகன், சுபா ரவிக்கும், நூல் மெய்ப்புப் பார்த்த செந்தூரனுக்கும், மிக அற்புதமாக அட்டை வடிவமைப்பு செய்தளித்த நண்பர் சந்தோஷ் நாராயணனுக்கும் என் மனமார்ந்த வந்தனங்கள்.

ஆரணி
25.12.2017

ஜி. குப்புசாமி